INSIGHT PUBLICA

Kozhikode, Kerala, India 673011
www.insightpublica.com
e-mail: insightpublica@gmail.com
Chirattakond Kadalalakkunnavarod
(Malayalam)
VS Anilkumar
First Edition: September 2021

ISBN 978-93-91006-76-1
Cover Photo: VS Anil Kumar
Printed and Published by Insight Publica
for Insightinpublica Printers & Publishers Pvt. Ltd.

ചിരട്ട കൊണ്ട്
കടലളക്കുന്നവരോട്

(ലേഖന സമാഹാരം)

വി.എസ്. അനിൽകുമാർ

INSIGHT PUBLICA®

1958 മെയ് 29 ന് ജനിച്ചു. അച്ഛൻ: എം. എൻ. വിജയൻ. അമ്മ: കെ. ശാരദ. രണ്ട് ഇളയ സഹോദരിമാർ - സുജാതയും സുനീതയും.

1986-ൽ വിവാഹിതനായി. ഭാര്യ: രത്നമ്മ ളുണോളി. തളിപ്പറമ്പ് സർ സയ്യദ് കോളെജ് മലയാള വിഭാഗം അദ്ധ്യക്ഷയായി വിരമിച്ചു. 2017-ൽ ഇരട്ടക്കുട്ടികൾ ജനിച്ചു. സുകൃതിയും പ്രകൃതിയും.

ധർമ്മടം ഡി. ബി. യു. പി സ്കൂൾ, തലശ്ശേരി ഗവ. ബ്രണ്ണൻ (മോഡൽ) ഹൈസ്കൂൾ എന്നിവിടങ്ങളിൽ സ്കൂൾ വിദ്യാഭ്യാസം ധർമ്മടം ഗവ. ബ്രണ്ണൻ കോളെജിൽ നിന്ന് 1978-ൽ ജന്തുശാസ്ത്രത്തിൽ ബിരുദം. 1980-ൽ മലയാളത്തിൽ എം. എ. 1984-ൽ മദ്രാസ് സർവ്വകലാശാലയിൽ നിന്ന് എം. ഫിൽ ബിരുദവും.

1988 വരെ തലശ്ശേരി പാട്യംസ് കോളെജ്, മഹാത്മ കോളെജ്, വടകര മനീഷ കോളെജ് എന്നീ സമാന്തര കലാലയങ്ങളിൽ അദ്ധ്യാപകനായിരുന്നു. 1988 മുതൽ 2000 വരെ ചെന്നൈയിലെ മദ്രാസ് ക്രിസ്ത്യൻ കോളെജിൽ മലയാളം അദ്ധ്യാപകൻ. 2000 മുതൽ 2014 വരെ കണ്ണൂർ സർവ്വകലാശാലയിൽ വിദ്യാർത്ഥി സേവന വിഭാഗം ഡയറക്ടർ. ഈ കാലത്തു തന്നെ നാഷണൽ സർവ്വീസ് സ്കീം കോഡിനേറ്റർ, പബ്ലിക് റിലേഷൻസ് ഓഫീസർ, ഫിസിക്കൽ എജ്യുക്കേഷൻ ഡയറക്ടർ, പബ്ലിക് ഇൻഫർമേഷൻ ഓഫീസർ എന്നീ അധികച്ചുമതലകളും വഹിച്ചു. വിരമിച്ച ശേഷം ഒരു വർഷം കല്യാശ്ശേരി ആംസ്റ്റെക് ആട്സ് & സയൻസ് കോളെജ് പ്രിൻസിപ്പാൾ ആയിരുന്നു.

ആദ്യ കഥ 'പ്രതികാരം' 1972-ൽ പി. എ. വാര്യരുടെ 'പൂമ്പാറ്റ'യിൽ. ഇതു വരെ ചെറുകഥ, നോവലെറ്റ്, യാത്രാവിവരണം സാമൂഹിക-രാഷ്ട്രീയ-സാഹിത്യ വിമർശനം, വിവർത്തനം എന്നീ മേഖലകളിൽ 22 പുസ്തകങ്ങൾ പ്രസിദ്ധീകരിച്ചു. കവിതകളും സ്പോർട്സ് ലേഖനങ്ങളും എഴുതാറുണ്ട്. ഇപ്പോൾ wtplive.in എന്ന ഓൺലൈൻ ആഴ്ചപ്പതിപ്പിൽ കേരളപുരം എന്ന പംക്തി കൈകാര്യം ചെയ്യുന്നു.

ലിപിമാസികയുടെ പത്രാധിപരായും തലശ്ശേരി ദൃശ്യ ഫിലിം സൊസൈറ്റിയുടെ സെക്രട്ടറിയായും പ്രവർത്തിച്ചിട്ടുണ്ട്. ചെറു സിനിമകളിലും നാടകത്തിലും അഭിനയിച്ചിട്ടുണ്ട്.

1999 ൽ 'മണ്ണു തിന്നവൻ' എന്ന കഥാസമാഹാരം അബുദാബി ശക്തി അവാഡ്, സ്റ്റേറ്റ് ബാങ്ക് ഓഫ് ട്രാവങ്കൂർ ചെറുകഥ അവാഡ് എന്നിവ നേടി. 2000-ൽ 'ദേശം ഒരു നോട്ടീസ് വായിക്കുന്നു' എന്ന ചെറുകഥ സമാഹാരം ജാലകം അവാഡും നേടി. 2007-ൽ കുട്ടികളുടെ സിനിമയ്ക്ക് സംസ്ഥാന അവാർഡ് നേടിയ 'കളിയൊരുക്ക'ത്തിന്റെ സഹ തിരക്കഥാകൃത്തായിരുന്നു.

മേൽവിലാസം: മരുതം, മരുതം മുക്ക്, ഇടക്കേപ്പുറം വടക്ക്, കണ്ണപുരം ചെറുകുന്ന് പി. ഒ, കണ്ണൂർ 670301. കേരളം.

ഇ മെയിൽ: vsanilkumar58@gmail.com

ഫോൺ: 0497-2802863. മൊബൈൽ: 9447229134

വി.എസ്. അനിൽകുമാർ

വി.എസ്. അനിൽകുമാറിന്റെ കൃതികൾ

ചെറുകഥ

1. അത്രുപികളുടെ യാമം
2. ഉണ്ണിപോകുന്നു
3. എണ്ണിയെണ്ണിക്കുറയുന്നത്.
4. മണ്ണുതിന്നവൻ
5. കുത്തുപറമ്പ്
6. ദേശം ഒരു നോട്ടീസ് വായിക്കുന്നു
7. ഈ വായനശാല
8. അത്രുപിയും ഉണ്ണിയും മറ്റും
9. പോവുകയാണോ വരികയാണോ
10. വനജ

ലഘുനോവൽ

11. പുതിയ ഇനം ജീവികൾ
12. സ്വപ്രത്യായനം
13. വൃത്താന്ത പത്രപ്രവർത്തനം

യാത്രാവിവരണം

14. മൂന്നുകാലവും ഒരു തുള്ളി സൂര്യനും

ലേഖനം

15. മൊട്ടത്തലയുടെ ഭാഷ

സമാഹരണം സംയോജനം

16. എഴുത്തും വായനയും

17 കടിഞ്ഞൂൽ

18 Recapture the Kitchen

വിവർത്തനം

19. മിളകക്കൊടികൾ (സഹസംരംഭം)

ഓർമ്മക്കുറിപ്പുകൾ

20. അന്തക്കാലം

മുന്നുര

2020 മാർച്ചിൽ ആരംഭിച്ച wtplive.in എന്ന ഓൺലൈൻ ആഴ്ചപ്പതിപ്പിൽ 'കേരളപുരം' എന്ന പംക്തിയിൽ എഴുതിയ പതിമൂന്ന് ലേഖനങ്ങളാണ് ഈ പുസ്തകത്തിൽ സമാഹരിക്കുന്നത്. പംക്തി ഇപ്പോഴും തുടരുന്നുണ്ട്.

വ്യത്യസ്തനായ പത്രാധിപരാണ് wtplive.in ന്റെ ടി.അനീഷ്. നേരത്തെ 'മാതൃകാന്വേഷി' എന്നൊരു ചെറു മാസിക ചെന്നൈയിൽ നിന്ന് പ്രസിദ്ധീകരിച്ചിരുന്നു. മാതൃകാന്വേഷിയിൽ 'അന്തക്കാലം' എന്ന പേരിൽ ചെന്നൈ ജീവിതത്തെക്കുറിച്ചുള്ള ഓർമ്മക്കുറിപ്പുകൾ പ്രസിദ്ധീകരിച്ചിരുന്നു. അത് കാമ്പുള്ള ചെറുമാസികയായിരുന്നു. ഇൻസൈറ്റ് പബ്ലിക്ക അത് പുസ്തകമാക്കി. അതേ പേരിൽ ഇപ്പോൾ തമിഴ് വിവർത്തനവും തയ്യാറായിട്ടുണ്ട്.

'ചിരട്ട കൊണ്ട് കടലളക്കുന്നവരോട്' എന്ന ഈ പുസ്തകം പ്രസിദ്ധീകരിക്കാൻ തയ്യാറായ 'ഇൻസൈറ്റ് പബ്ലിക്ക'യ്ക്കും സുഹൃത്ത് സുമേഷിനും സ്നേഹം.

വായനക്കാരാണ് ഇനി പറയേണ്ടത്.

വി.എസ്. അനിൽകുമാർ

കണ്ണപുരം

ഉള്ളടക്കം

റോബോട്ടുകളുടെ പ്രണയകാലത്തെ ജാതി

കാടിനും പെണ്ണിനും കാവലാളായ കവയിത്രി, ജാതിവിഷയത്തിൽ പൊള്ളിപ്പോയത് അന്നൊരു സംഭവമായിരുന്നു. 1988ലാണ് ശ്രീനിവാസൻ-സത്യൻ അന്തിക്കാട് കൂട്ടുകെട്ടിന്റെ 'പൊന്മുട്ടയിടുന്ന താറാവ്' എന്ന സിനിമ പുറത്തുവന്നത്. അതിന് തൊട്ടുമുമ്പ് ഒരു ജാതിയതാ വിവാദം ഉറന്നു. 'പൊന്മുട്ടയിടുന്ന തട്ടാൻ' എന്ന് ആദ്യം പേരിട്ട് പരസ്യപ്പെടുത്തിയ സിനിമക്കെതിരെ തട്ടാൻ സമുദായം, അത് തങ്ങൾക്ക് അപമാനകരമാണെന്ന് കോടതിയിൽ അന്യായം കൊടുത്തു. (ഇനിയത് ആ സിനിമക്കാർ തന്നെ ചെയ്തതാണോ എന്നതിനും ഉറപ്പില്ല!). സമവായം എന്ന നിലയിൽ പേര് 'പൊന്മുട്ടയിടുന്ന താറാവ്' എന്ന് തിരുത്തി സിനിമ പ്രകാശിതമായി.

അപ്രതീക്ഷിതമായ ഒരിടത്തുനിന്നാണ് പ്രതികരണം വന്നത്. കാടിനും പെണ്ണിനും കാവലാളായ കവയിത്രി, പേരുമാറ്റം നന്നായി എന്നും 'നായര് പിടിച്ച പുലിവാല്' എന്ന സിനിമാപ്പേരിനെ ചൊല്ലി അപമാനം തോന്നിയിരുന്നു എന്നുമുള്ള അർത്ഥത്തിലാണ് പ്രതികരിച്ചത്. 1958ലാണ് ആ സിനിമ പുറത്തിറങ്ങിയത്. 1934ലാണ് കവയിത്രിയുടെ ജനനം. തന്റെ ഇരുപത്തി നാലാമത്തെ വയസ്സിൽ തോന്നിയ അപമാനബോധം അമ്പത്തിനാല് വയസ്സുവരെ, അതായത് മുപ്പത് കൊല്ലം ഉള്ളിലിട്ട് നീറ്റടയ്ക്കയാക്കി നടന്ന കാലത്താണ് അവർ കാടിനും പെണ്ണിനും വേണ്ടി പൊരുതിയത്.!

പതിനെട്ടാം നൂറ്റാണ്ടിൽ കുഞ്ചൻ നമ്പ്യാർ നായന്മാരെക്കുറിച്ചും പട്ടന്മാരെക്കുറിച്ചും രാജാക്കന്മാരെക്കുറിച്ചും പറഞ്ഞ പഴികളൊന്നും അവരെ വിഷമിപ്പിച്ചില്ല എന്നത് ഭാഗ്യം. നമ്പ്യാരോട് തിരുത്തിയെഴുതാൻ പറയുമായിരുന്നു. ജാതിയുമായി ബന്ധപ്പെട്ട് മലയാളത്തിലുള്ള പഴഞ്ചൊല്ലുകളും പ്രയോഗങ്ങളും റദ്ദാക്കാൻ നിർദ്ദേശിക്കുമായിരുന്നു.

വിപരീത കാലാവസ്ഥകളെ മറികടക്കാൻ ശീതരാജ്യങ്ങളിലും നമ്മുടെ രാജ്യത്തുമൊക്കെ ജീവികൾ ദീർഘനിദ്ര(hibernation) യിലേക്ക് കടക്കാറുണ്ട്. ദഹനക്രിയ വരെ പരിമിതപ്പെടുത്തി, അനുകൂല കാലാവസ്ഥ വരുമ്പോൾ ഉണരാനും ഊർജ്ജസ്വലരാവാനുമുള്ള ഒരു ജനിതകതന്ത്രം. ആശയങ്ങളും വിശ്വാസസംഹിതകളും ഇത്തരത്തിലുള്ള ഒരു മോഹനിദ്രയിലേക്ക് പ്രവേശിക്കാറുണ്ടോ? ഉണ്ടെന്നാണ് കരുതേണ്ടത്. പലതലവ്യാപിയായ ഇടപെടലുകൾ കൊണ്ട് കൂടുതൽ ജനാധിപത്യപരവും വിശാലവും സൗകര്യപ്രദവും പുരോഗമനപരവുമായ ഒരു കേരളം അമ്പതുകളിൽ നിലവിൽ വന്നിരുന്നു. നടക്കാൻ അനുവാദമില്ലാത്ത നിരത്തുകളിലൂടെ അവകാശം സ്ഥാപിക്കാൻ നടന്നപ്പോൾ പൊതിരെ തല്ലുകൊണ്ടിട്ടുണ്ട്, പോരാളികൾക്ക് ഈ നാട്ടിൽ. ക്ഷണിച്ച കല്യാണത്തിൽ നിന്ന് അപമാനിതനായി ഇറങ്ങിപ്പോരേണ്ടി വന്നിട്ടുണ്ട് ഒരു മഹാകവിക്ക്, ഈ നാട്ടിൽ. മാറ്റത്തിനായി നാടകം കളിക്കുമ്പോൾ അരങ്ങ് കത്തിച്ചുകളഞ്ഞിട്ടുണ്ടിവിടെ. അതിൽ നിന്നെല്ലാം ഉയർന്നുവന്ന പുത്തനുണർവിന്റെ കേരളം നിലനില്ക്കുമ്പോൾ തിരികെയെടുക്കാനാവാത്ത പല ചിന്തകളിൽ ഒന്നാണ് ജാതിബോധം. "ത്യജിപ്പിൻ ജാത്യഭിമാനം" എന്നുതന്നെ വിദ്വാൻ പി കേളുനായർ പാടിയിട്ടുണ്ട്. പിന്നീട് എം എൻ വിജയൻ പറഞ്ഞതുപോലെ, "ലോകമെമ്പാടും വിപ്ലവാശയങ്ങളിൽ വെള്ളം ചേർത്തതിന് ശേഷം" നമ്മുടെ നവോത്ഥാനം ദുർബലമാകാൻ തുടങ്ങിയത്, ഉറങ്ങിക്കിടന്നവയ്ക്ക് ഉണരാൻ അനുകൂലമായ കാലാവസ്ഥ ഉണ്ടാക്കിയിട്ടുണ്ടാവണം. അങ്ങനെയാണ് മുപ്പത് കൊല്ലം ഉറങ്ങിക്കിടന്ന ഒരു ജീവി കവയിത്രിയിൽ ഉണർന്നത്.

സമകാലിക രാഷ്ട്രീയ കേരളത്തിന് ഒളിഞ്ഞും തെളിഞ്ഞും ഈ പിന്തിരിയലിൽ പ്രധാന പങ്കുണ്ട്. രാഷ്ട്രീയത്തിൽ തിരഞ്ഞെടുപ്പ് രാഷ്ട്രീയം ആദ്യ പരിഗണനയിൽ വന്നപ്പോൾ കേരളീയരുടെ സമ്മതി എന്നതിൽ നിന്ന് നായരുടെ, തീയന്റെ, നമ്പൂതിരിയുടെ, ക്രിസ്ത്യാനിയുടെ, മുസ്ലീമിന്റെ സമ്മതി എന്ന ലക്ഷ്യം സ്ഥാപിക്കപ്പെട്ടതോടെയാണ് നവോത്ഥാനത്തിൽ പരുക്കുകളേറ്റുന്നത്. 1957ന് ശേഷം 1987ൽ ഈ സമ്മർദ്ദസംഘങ്ങളില്ലാതെ ജയിച്ച്, ഭരണം കിട്ടിയിട്ടും അത് തുടരാൻ ഇടതുപക്ഷവും ഉത്സാഹവും ജാഗ്രതയും കാട്ടിയില്ല. കേരളമെങ്ങും പൊടുന്നനെ

മാപ്പിളപ്പാട്ട് വല്ലാതെ ആഘോഷിക്കപ്പെട്ടപ്പോൾ, അതിന്റെ രാഷ്ട്രീയം എന്തെന്ന് എം എൻ വിജയൻ നിർമ്മമനായി പറഞ്ഞു, "മാപ്പിള മാർക്ക് പാട്ട് മാത്രമല്ല വോട്ടുമുണ്ടെന്നാണ് അത് തെളിയിക്കുന്നത്." മത-ജാതി പ്രസ്ഥാനങ്ങൾ നമ്മുടെ കമ്യൂണിസ്റ്റ്-കോൺഗ്രസ് രാഷ്ട്രീ യങ്ങളെ വല്ലാതെ പിടിച്ചുമുറുക്കി. സ്വാതന്ത്ര്യസമരകാലത്ത് ഏറ്റവും ദുർബലവിഭാഗങ്ങളിൽ നിന്നുള്ള നേതാക്കളാൽ സമ്പന്നമായിരുന്നു ഈ രാഷ്ട്രീയങ്ങൾ. മത-ജാതി രാഷ്ട്രീയങ്ങൾ അങ്ങനെയല്ല, അപ്പന പ്പപ്പന്മാർ സമ്പാദിച്ചത് സംരക്ഷിക്കാനും ഇരട്ടിയാക്കാനും ധൃതിയുള്ള സമ്പന്നരാണ് ഇതിന്റെ നേതൃത്വത്തിലേക്ക് അധികവും എത്തിയത്. അളിഞ്ഞ പൗരോഹിത്യമടക്കം അതിയാഥാസ്ഥിതികമായ എല്ലാ ആശയങ്ങളും ഈ സമ്പന്നരുടെ പിന്തുണയ്ക്കെത്തി.

ഉത്തരേന്ത്യൻ സന്ദർഭങ്ങളിൽ പ്രസക്തമായ് പിന്നാക്കജാതീ യമായ ഉണർവുകൾ സ്വത്വവാദരൂപം കൊണ്ട് കേരളത്തിലെത്തി. സാമൂഹിക, രാഷ്ട്രീയജീവിതത്തിലും വിശ്വാസങ്ങളിലും "ചത്ത നൂറ്റാ ണ്ടുകൾ ജീവിച്ചിരിക്കുന്ന" ഉത്തരേന്ത്യൻ ഇടങ്ങളും കേരളവും തമ്മിൽ ചില യുഗങ്ങളുടെ അകലം ഉണ്ടായിരുന്നു. ആശയങ്ങളുടെ ഷോപ്പിങ് കേന്ദ്രമായ കേരളത്തിൽ സ്വത്വവാദത്തിനും നല്ല വില്പനയുണ്ടായി. വീഴാൻ പാടില്ലാത്ത ഇടതുപക്ഷവും അതിൽ ഭ്രമിക്കുകയോ പരിചക ളില്ലാതെ പരിഭ്രമിക്കുകയോ ചെയ്തിട്ടുണ്ട്. സുസജ്ജരായ രണ്ട് ഇടതുപ ക്ഷചിന്തകർ ഇസ്ലാമിക സ്വത്വവാദത്തിന്റെ കുഴലൂത്തുകാരായത് ഈ ദുരന്തത്തിന്റെ, ഒരുപക്ഷേ അപരിഹാര്യമായ തെളിവ്. മാർഗ്ഗബോധങ്ങ ളിൽ ഇടിവ് വരുമ്പോൾ വർഗീയ ബോധങ്ങൾ ഇരച്ചുകയറി, ഇസ്ലാമിക തീവ്രവാദം പോലെ ഹിന്ദു തീവ്രവാദവും ജനകീയമായി. 'ഇന്ത്യയുടെ മോചനം ഇസ്ലാമിലൂടെ' എന്ന് നമ്മുടെ ചുവരുകളിൽ എഴുതിവയ്ക്കാനു ള്ള ധൈര്യം തീവ്രവാദികൾക്കുണ്ടായി. മറുഭാഗത്ത് ഹൈന്ദവ തീവ്രരീ തികളും വല്ലാതെ വളർന്നു.

വി ടി ഭട്ടതിരിപ്പാടിന്റെയും ഇ എം എസിന്റെയും യോഗക്ഷേമസഭ, മനുഷ്യനെ വീണ്ടും നമ്പൂതിരിയാക്കിയവരുടെ കൈകളിലാണ്. നായരുടെയും ഈഴവരുടെയും മുതലാളിമാരുടെ പ്രണയ-വിരഹങ്ങൾ ഏതോ ഒരു നാടകത്തിന്റെ അല്പഭാഗമാണ്. ജാതിയെ ഇല്ലാതാക്കണം എന്ന് തീരുമാനിച്ച അംബേദ്കറെ ആണയിട്ടാണ് പിന്നാക്കവിഭാഗ സ്വത്വവാദികളുടെ നിലപാടുകൾ. "ജാതി തൊഴിലിന്റെ വിഭജനം മാത്രമല്ല, തൊഴിലാളികളുടെ വിഭജനം കൂടിയാണ്. അയിത്തത്തിന് തൊഴിൽ വിഭജനം ആവശ്യമാണ്. എന്നാൽ ഒരു പരിഷ്കൃതസമൂഹത്തി ലും, തൊഴിൽ വിഭജനവും തുടർന്ന് അസ്വാഭാവികമായ തൊഴിലാളി

വിഭജനവും ഉണ്ടാവില്ല" എന്ന് ഡോ. അംബേദ്കർ പറഞ്ഞു വെച്ചിട്ടുണ്ട്. പുരോഗമനങ്ങൾക്കുള്ള പിന്തുണ ദുർബലമാവുകയും ശാസ്ത്രീയചിന്ത മാറ്റി വയ്ക്കപ്പെടുകയും ചെയ്യുന്ന സന്ദർഭങ്ങളിൽ സംഭവിക്കുന്നത് കേരളത്തിലും സംഭവിച്ചു. ആക്രമണോത്സുകമായ ഭക്തിയും അന്ധവിശ്വാസങ്ങളും കസേരയേറ്റെടുത്തു. ഈ യാഥാർത്ഥ്യത്തെ നമ്മൾ നേർക്കുനേരെ നിന്ന് നോക്കിയേ മതിയാവൂ.

സമകാലികമായ പല സംഭവങ്ങളും ഈ അവസ്ഥയെ ബലപ്പെടുത്തുന്നു. പാപ്പിനിശ്ശേരി പഞ്ചായത്തിന്റെ മുൻ പഞ്ചായത്ത് പ്രസിഡന്റിന്റെ നിര്യാണവാർത്ത ഞെട്ടിക്കുകയുണ്ടായി. സിപിഐ(എം) അംഗമായിരുന്നു. പത്രവാർത്തയിൽ ഭാര്യ, മക്കൾ, മരുമക്കൾ എന്നിങ്ങനെയുള്ള വിശദാംശങ്ങൾ അവസാനിച്ചത് ഇങ്ങനെയായിരുന്നു, "സംസ്കാരം നാളെ വൈകുന്നേരം സമുദായ ശ്മശാനത്തിൽ.!" ഒരു പഞ്ചായത്ത് പ്രസിഡന്റ് ഒക്കെയാകണമെങ്കിൽ മാർക്സിസം, ലെനിനിസം പുസ്തകങ്ങളൊക്കെ മറിച്ച് നോക്കിയിരിക്കണ്ടേ? വെള്ളത്തിൽ മീൻ പോലെ ജനങ്ങൾക്കിടയിൽ പ്രവർത്തിക്കുമ്പോഴും അയാളുടെ ഉള്ളിൽ ദീർഘ നിദ്ര ചെയ്ത ജാതിചിന്ത ഉണ്ടായിരുന്നോ? മുമ്പ് കണ്ണൂർ പരിയാരത്തെ ഏരിയാ കമ്മിറ്റി അംഗം, മകൻ വിജാതീയ പെൺകുട്ടിയെ വിവാഹം ചെയ്യുന്നത് വിലക്കിയത് വാർത്തയായിരുന്നു. അന്ന് പാർട്ടി തന്നെ ഇടപെട്ട് അത് തിരുത്തുകയുണ്ടായി. പാപ്പിനിശ്ശേരി സംഭവത്തിൽ അതുണ്ടായില്ല.

പ്രസിദ്ധ നാടകനടൻ ഹരിദാസ് ചെറുകുന്നിന്റെ ഭാര്യയും നാടക നടിയുമായിരുന്ന തങ്കം അന്തരിച്ചപ്പോൾ കണ്ണപുരത്തെ കരയോഗം ഇടപെട്ട് അവരുടെ ശ്മശാനത്തിൽ സംസ്കരിക്കുന്നത് തടഞ്ഞിരുന്നു. സമുദായ ശ്മശാനങ്ങൾ പുതുതായി പിറവിയെടുക്കുന്നു. ചിലതിന് ഇടതുപക്ഷം തന്നെ നേതൃത്വം കൊടുക്കുന്നു. മരിച്ചാലും തൊടാൻ പാടില്ലാത്തവരായി, മനുഷ്യർ മോക്ഷത്തിനായും സർവ സൗഭാഗ്യങ്ങളുള്ള സ്വർഗത്തിനായും കരിഞ്ഞ് ചാരമായി മണ്ണിനടിയിൽ കണ്ണടച്ച് കിടക്കുന്നു.

ഏറ്റവും ഒടുവിൽ ഒരു തൊണ്ടച്ചൻ (വയനാട്ട് കുലവൻ) കാവിലെ കളിയാട്ടത്തിന് മുന്നോടിയായി ബ്രാഹ്മണരുടെ കാൽകഴുകിച്ചൂട്ടൽ എന്ന പുണ്യ, പരിപാവന, മോക്ഷദായകമായ കുകർമ്മവും നടന്നു. ബ്രാഹ്മണർ പുറത്താക്കിയവരുടെ ആരാധനാലായങ്ങളാണ് തെയ്യക്കാവുകൾ എന്നതുമാത്രമല്ല ഈ തിരിച്ചുവരവിലെ മലിനത. ബ്രാഹ്മണരെ ഉപരിസ്ഥാനത്ത് ഇരുത്തുകയും സ്വർഗത്തിലേക്കുള്ള പാസ്പോർട്ട് ഓഫീസായി പുണ്യപ്പെടുത്തുകയും ചെയ്യുന്ന അഴുക്കുബോധം ഉറപ്പിക്കാൻ ശ്രമിക്കുന്നു എന്നതുകൂടിയാണ്. നിസ്സാരമല്ല പിന്നോട്ടുള്ള ഈ

നടത്തം. നാം കരുതുന്നതിനേക്കാൾ വ്യാപകമായി, ആഴത്തിൽ ജാത്യാവേശം വേരുറപ്പിച്ചിട്ടുണ്ട്. മനുഷ്യൻ എന്ന വാക്കിന് കാലത്തിലൂടെയും ചരിത്രത്തിലൂടെയും നമ്മളുണ്ടാക്കിയ അർത്ഥവലിപ്പങ്ങളെയെല്ലാം പുറത്താക്കുന്ന തുണ്ടുകൾ മഹത്വവത്ക്കരിക്കപ്പെടുന്നുണ്ട്.

ചിന്തിക്കാനും പ്രണയിക്കാനും പ്രാപ്തരായ റോബോട്ടുകളെക്കുറിച്ച് ഊറ്റം കൊള്ളുന്ന ഒരു സമകാലികലോകത്താണ് നമ്മൾ മറ്റൊരു ഭാഗത്ത് ജാതിയുടെയും മതത്തിന്റെയും എച്ചിലിലകളിൽ കിടന്നുരുളുന്നത്. 'സർവം ശിഥിലമാകുന്നു' എന്നത് ചിനു അച്ബയുടെ ആഫ്രിക്കൻ നോവലിന്റെ പേര് മാത്രമല്ല, ഇന്നത്തെ കേരളത്തിന്റെ ഘടന കൂടിയാണ്.

12 മെയ് 2020

അനന്തരം ദൈവം കൊറോണയാൽ കൊല്ലപ്പെട്ടു!

എല്ലാവർക്കും നമസ്കാരം. ഇപ്പോൾ എല്ലാവരും ഇങ്ങനെയാണ്. കൈകൾ കൂപ്പിയുള്ള അഭിവാദ്യങ്ങളേ പാടുള്ളൂ. മറ്റുള്ളവരുടെ കൈകൾ ചേർത്തുപിടിക്കാൻ അനുവാദമില്ല, നമുക്ക്. അങ്ങയൊരവസ്ഥയി ലേക്ക് മനുഷ്യർ വന്നെത്തിയിരിക്കുന്നു എന്നതാണ് ഈ വർത്തമാനകാലത്തിന്റെ ഏറ്റവും വലിയ സവിശേഷത. നമുക്കാരെയും ചേർത്തു പിടിക്കാനാവില്ല, കൂടിനിന്ന് വർത്തമാനം പറയാൻ പാടില്ല, ഒരു ക്ലാസിൽ ഇരുന്നുകൂടാ, ഒരു മൈതാനത്ത് കളിച്ചുകൂടാ, ഒരു ചായപ്പീടികയിൽ ചായകുടിച്ച് പത്രം വായിച്ച് രാഷ്ട്രീയം പറയാനാവില്ല. മറ്റൊരാൾ തുമ്മുന്നതോ നമ്മിലേക്ക് നടന്നടുക്കുന്നതോ സഹിക്കാനാവില്ല. അങ്ങനെ നാമിതുവരെ അടുപ്പം എന്നു കരുതിയിരുന്നതെല്ലാം അകറ്റിനിർത്തേണ്ടവയാണ് എന്ന് വന്നിരിക്കുന്നു. രാജ്യത്തിന്റെ പുതിയ നിബന്ധനകൾ ഇതിനൊന്നും നമ്മളെ അനുവദിക്കുന്നില്ല.

കൊറോണയ്ക്ക് മനുഷ്യന്റെ ജീവിതബോധങ്ങളിൽ വമ്പിച്ച തിരുത്തലുകൾ വരുത്താൻ കഴിഞ്ഞു. ഇതുവരെ ചിന്തിച്ച കാര്യങ്ങളെക്കുറിച്ചല്ല, ഇപ്പോൾ നമ്മൾ ചിന്തിക്കുന്നത്. ഇതുവരെ പ്രവർത്തിച്ച കാര്യങ്ങളിലല്ല, ഇപ്പോൾ നമ്മുടെ പ്രവർത്തനം. ഇതുവരെ കണ്ട സ്വപ്നങ്ങളുടെ രീതിയനുസരിച്ചല്ല, ഇപ്പോൾ സ്വപ്നങ്ങൾ സംഭവിക്കുന്നത്. ഇതുവരെ പറഞ്ഞ കാര്യങ്ങളല്ല, പറയുന്നതും. കൊറോണ നമ്മളെയെല്ലാവരേയും ഒരേ ചിന്തയിലേക്ക് കൊണ്ടുവരുന്നു.

ഒരേ ചിന്തയിലേക്ക് കൊണ്ടുവരുന്നു എന്ന് പറയുമ്പോൾ, രാജ്യം ഭരിക്കുന്നവർ വമ്പു പറയുന്ന ഒരു രാഷ്ട്രം, ഒരു മതം, ഒരു ഭാഷ, ഒരു ദേശീയത

എന്ന അർത്ഥത്തിലല്ല, ഒരു സാമൂഹിക വിപത്തുണ്ടാകുമ്പോൾ മനുഷ്യരെല്ലാം ചേർന്നു നിൽക്കുമ്പോൾ, മനുഷ്യരെല്ലാം ചിന്തിക്കുന്നത്, ആ വിപത്ത് എങ്ങനെ ഇല്ലാതാകണം എന്നതിനെക്കുറിച്ചാണ്. രോഗത്തെക്കുറിച്ചുള്ള തന്റെ പ്രസിദ്ധമായ നോവലിൽ, പ്ലേഗിൽ, അൽബേർ കാമു പറയുന്നുണ്ട്: 'എന്താണ് എനിക്കായി കാത്തിരിക്കുന്നത് എന്ന് എനിക്ക് ഒരു ധാരണയുമില്ല. എല്ലാം അവസാനിക്കുമ്പോൾ എന്ത് സംഭവിക്കും എന്നും അറിയില്ല. ഈ സന്ദർഭത്തിൽ എനിക്കറിയുന്നത് ഇത്രമാത്രമാണ്. രോഗമുള്ള മനുഷ്യരുണ്ട്, അവർക്ക് ചികിത്സ വേണം'

അതാണ് ഇപ്പോഴത്തെ പ്രധാന കാര്യം. രോഗമുള്ള മനുഷ്യരുണ്ട്. അവർക്ക് സുഖമാകണം. അതുകൊണ്ടാണ് ലോകം മുഴുവൻ ഒരർത്ഥത്തിൽ ഒരേ തരത്തിൽ ചിന്തിക്കുന്നുവെന്ന് പറഞ്ഞത്. രോഗമുള്ള മനുഷ്യർക്ക് സുഖമാകാനായി എന്തുചെയ്യാൻ കഴിയും എന്ന ചിന്തയാണ് എല്ലാവരേയും ഒരുമിപ്പിക്കുന്നത്. ലോകത്തെ എണ്ണൂറ് കോടിയോളം ജനങ്ങളെ ഒരുമിപ്പിക്കുന്നത്.

മഹാരോഗങ്ങൾ, തടവറ, പ്രകൃതിദുരന്തങ്ങൾ, യുദ്ധം എന്നിവയൊക്കെ മനുഷ്യരെ പുതിയ അനുഭവങ്ങളുടേയും അറിവിന്റേയും ലോകങ്ങളിലേക്ക് നയിക്കുന്നു. ഇപ്പോൾ ഈ രോഗം അങ്ങനെ കൊണ്ടുപോയി എത്തിക്കുമ്പോൾ നമുക്ക് ആലോചിക്കാനുള്ളത്, ഈ മുഹൂർത്തത്തിൽ, എല്ലാവരിൽ നിന്നും അകലം പാലിക്കേണ്ട ഈ കാലത്തിൽ എന്താണ് ചേയ്യേണ്ടത്, എന്താണ് ചിന്തിക്കേണ്ടത് എന്നാണ്.

കോവിഡ്-19 എന്ന രോഗം മനുഷ്യർ ഇതുവരെ അറിഞ്ഞിട്ടുള്ള രോഗങ്ങളിൽനിന്നും വ്യത്യസ്തമാണ്. അതിന്റെ വ്യാപനം ഗുഢാത്മകമാണ്. അതിന്റെ രീതികൾ രൂക്ഷമാണ്. അത് ഒട്ടും ദയയില്ലാത്ത രോഗമാണ്. അതുകൊണ്ട് നമ്മുടെ വിശ്വാസങ്ങൾ ശിഥിലമാവുന്നുണ്ട്. വിശ്വാസങ്ങൾ എന്നാൽ മത/ദൈവവിശ്വാസങ്ങളെക്കുറിച്ചുമാത്രമല്ല, മറ്റു വിശ്വാസങ്ങളും ചിതറിപ്പോകുന്നുണ്ട്. ഇതുവരെയുള്ള പല ധാരണകളും നമുക്ക് മാറ്റിനിർത്തേണ്ടിവരുന്നു. അങ്ങനെ മാറ്റിനിർത്തുന്നതാണ് അതിജീവിക്കുവാൻ സഹായിക്കുക എന്ന് തിരിച്ചറിയുമ്പോൾ ശേഖരിച്ചു വെച്ച പ്രമാണങ്ങളെല്ലാം ദുർബലമായിരുന്നുവെന്നും മനസ്സിലാകുന്നു. മുറുകെ പിടിച്ചിരുന്നവയെല്ലാം ചോർന്നുപോകുന്നത് മനുഷ്യരെ വല്ലാതെ ചകിതരാക്കുന്നുണ്ട്.

ഈ വിപരീതകാലത്തിൽ നിന്ന് കരകയറണമെങ്കിൽ ശാസ്ത്രീയമായ അറിവുകളും പ്രയോഗങ്ങളും പരിഹാരങ്ങളും മാത്രമേ പിന്തുണയാകു എന്ന ബോധം വ്യാപകമായിട്ടുണ്ട്. ശാസ്ത്രനേട്ടങ്ങൾ എല്ലാം അനുഭവിച്ചു കൊണ്ടുതന്നെ വിശ്വാസത്തിന്റെ ഗുഢലോകത്തിൽ

അഭിരമിക്കാനായിരുന്നു ഭൂരിഭാഗം പേർക്കും താല്പര്യം. അതുകൊണ്ട് ആശുപത്രിയിലേക്ക് പോകുംവഴി അമ്പലത്തിൽ കയറി ഒരു പുഷ്പാഞ്ജലി കഴിക്കും. ചൊവ്വാഗ്രഹത്തിലേക്ക് ഉപഗ്രഹമയക്കുമ്പോൾ തേങ്ങയുടക്കും. മനുഷ്യൻ സ്രഷ്ടാവാകുന്നത് മനുഷ്യനുതന്നെ ഭയമുണ്ടാക്കിയിരുന്നു. അതെല്ലാം അടിമുടി ഉലഞ്ഞു. വുഹാനിൽ വൈദ്യശാസ്ത്രം പഠിക്കാൻ പോയി, കൊറോണ ബാധിച്ച് കേരളത്തിൽ തിരിച്ചെത്തിയ പെൺകുട്ടിതന്നെ മികച്ച അടയാളം. പ്രാർത്ഥിച്ചാൽ രോഗം മാറുമെന്ന് വിശ്വസിച്ചിരുന്ന പെൺകുട്ടി എന്തിനാണ് വൈദ്യശാസ്ത്രം പഠിക്കാൻ പോയത് എന്ന ചോദ്യം പ്രധാനമാണ്. പക്ഷെ അതിലും പ്രധാനമാണ് ആ കുട്ടി ചികിത്സ സ്വീകരിക്കാൻ സമ്മതിച്ചുവെന്നത്.

വിശ്വാസത്തെ, ഇന്റൻസീവ് കെയർ യൂണിറ്റിന് പുറത്തുനിർത്തി എന്നതാണ് അതിലെ വാസ്തവം. ഇത്തരത്തിലുള്ള മൂഢവിശ്വാസങ്ങളിൽ കുടുങ്ങിക്കിടക്കാൻ ഇപ്പോഴും ഇഷ്ടപ്പെടുന്നവരെ തിരുത്തുകയാണ് ശാസ്ത്രം ചെയ്തത്. അന്നേരം നടന്നതെന്താണ്? നമ്മുടെ ആരാധനാലയങ്ങൾ പൂട്ടി, ആചാരങ്ങളെക്കുറിച്ചും അനുഷ്ഠാനങ്ങളെക്കുറിച്ചും ആർക്കും വേവലാതിയില്ലാതായി, നടത്തിയേ തീരു എന്ന് കടുംപിടുത്തമുള്ള വിശ്വാസച്ചടങ്ങുകൾ നടന്നാൽ നടക്കട്ടെ, ഇല്ലെങ്കിൽ വേണ്ട എന്ന് ഉദാസീനതയിലേക്ക് വന്നു.

ശബരിമലയിലും, ഗുരുവായൂരിലും നിർബ്ബന്ധങ്ങൾ ഇല്ലാതായി. തൃശ്ശൂർപൂരത്തിന് ഒറ്റക്കണ്ണൻ ആനതന്നെ എഴുന്നള്ളിപ്പിന് വേണമെന്ന് ആർക്കും നിർബ്ബന്ധമില്ല. കാരണം എഴുന്നള്ളിപ്പുകൾ തന്നെ ഇല്ലാതായി. വത്തിക്കാനിൽ ആളൊഴിഞ്ഞു, മക്ക അടച്ചിട്ടു, അമ്പലങ്ങളിൽ നിത്യപൂജയില്ല, പള്ളികളിൽ കുർബ്ബാനയും കുമ്പസാരവുമില്ല. അഞ്ചുനേരം നിരസ്കരിച്ചില്ലെങ്കിലും കുഴപ്പമില്ല.

നിയമം തെറ്റിച്ച് ആരാധനാലയങ്ങളിൽ പ്രാർത്ഥന നടത്തുന്നവർക്കെതിരെ കേസെടുക്കുന്നു. ദൈവത്തെ പ്രാർത്ഥിക്കുമ്പോൾ ഭരണകൂടം ഇടപെട്ട് കേസെടുക്കുന്നതിൽ വലിയ തെറ്റൊന്നും കാണാത്ത അവസ്ഥയിലേക്ക് നമ്മൾ എത്തിയിട്ടുണ്ട്. ഒരു അമ്പലത്തിൽനിന്ന് പൂജാരിയേയും ഭക്തരേയും പോലീസ് അടിച്ചോടിക്കുന്ന ചെറുവീഡിയോ കണ്ട് നമ്മളെല്ലാം പൊട്ടിച്ചിരിച്ചു. മുമ്പായിരുന്നെങ്കിൽ അതൊരു ഭക്തി-വിഭക്തി പ്രശ്നമാകുമായിരുന്നു. മഹാരാഷ്ട്രയിലെ പൊതുനിരത്തിൽ രണ്ട് സന്ന്യാസിമാരെ, കള്ളന്മാരെന്ന് കരുതി പൊതുജനം തല്ലിക്കൊന്ന് കത്തിക്കാൻ ശ്രമിച്ചിട്ടും നാടു കത്തിയില്ല . പ്രധാനകാരണം തല്ലിക്കൊന്നവരിൽ ബി.ജെ.പിക്കാരും ഉണ്ടായിരുന്നു എന്നതാണ്.

എന്തായിരുന്നു കുറച്ച് മുമ്പത്തെ അവസ്ഥ? ആചാരസംരക്ഷണത്തിന് തീവ്രഹൈന്ദവരും കോൺഗ്രസ്സുകാരും തന്ത്രികളും പെൻഷൻപോലുമില്ലാത്ത റിട്ടയേഡ് രാജാക്കന്മാരുമൊക്കെ ചേർന്ന്, കുലപുരുഷന്മാരുടേയും കുലസ്ത്രീകളുടേയും ആക്രോശ സഹിതം ഇവിടെ ഈ കേരളത്തിൽ എന്തൊക്കെ കാട്ടിക്കൂട്ടി.'പത്തുപതിനായിരം കൊല്ലം പഴക്കമുള്ള' ആചാരം സംരക്ഷിക്കാനായി വത്സൻ തില്ലങ്കേരി ശാസ്താവിന് ആസനം കാട്ടികൊടുത്തതും കെ.സുരേന്ദ്രൻ ഹരിഹരപുത്രനെ പറ്റിച്ചുകൊണ്ട് സ്വന്തം ഇരുമുടിക്കെട്ട് താഴെയിട്ടതും വിശ്വാസിയായ സ്ത്രീയുടെ തലയിൽ യുവഭക്തൻ തേങ്ങയുടച്ചതും നമ്മൾ കണ്ടു. വിശ്വാസപ്രാർത്ഥനക്കാരൊക്കെ ലോക്ഡൗണിലാണ്, യോഹന്നാൻ സുവിശേഷക്കാരൊക്കെ എവിടെയോ എന്തോ? ഇസ്ലാമിനെ ദ്രോഹിച്ച ചൈനക്കാർക്ക് ദൈവം കൊടുത്ത ശിക്ഷയാണ് രോഗം എന്ന് മുസലിയാർ അലറുന്നത് നമ്മൾ കേട്ടു. അങ്ങേരും ഇപ്പോൾ വീട്ടിനുള്ളിൽ സാമൂഹികഅകലം പാലിച്ച് കഴിയുന്നുണ്ടാകും . ശ്രീശ്രീയും അമൃതാനന്ദമയിയും സർക്കാർ പറയുന്നത് കേട്ടു നടക്കണം എന്ന് വെളിപ്പെട്ട് സ്ഥാപനം പൂട്ടി. പേട്ടയിലെ ആ ധ്യാനകേന്ദ്രം ഏതവസ്ഥയിലോ എന്തോ? കൂടരുത് എന്നു പറഞ്ഞിട്ടും കൂട്ടംകൂടി ദൈവത്തെ പ്രാർത്ഥിച്ച തബ്ലീഗുകാർ നന്നായി രോഗം പരത്തി.

മരണഭയമുണ്ടാകുമ്പോൾ ആദ്യം മാറ്റിവെയ്ക്കേണ്ടത് ദൈവത്തേയും വിശ്വാസങ്ങളേയുമാണെങ്കിൽ മനുഷ്യൻ അതും ചെയ്യും എന്നാണ് ഇതെല്ലാം തെളിയിക്കുന്നത്. ഹിമാലയം പോലെ ഉറച്ച വിശ്വാസങ്ങൾ വെയിലത്ത് ഉരുകിയ മഞ്ഞുകട്ടപോലെയായത് വിസ്മയിപ്പിക്കുന്നുണ്ട്. മനുഷ്യരുടെ വിശ്വാസാധിഷ്ഠിത ജീവിതം വ്യാജവും അവനവനിൽ മാത്രം സൗഖ്യം കണ്ടെത്താനുമുള്ള കുറുക്കുവഴി തേടലുമാണ് എന്ന് അവിശ്വാസികൾ പറയാറുണ്ടായിരുന്നു. അതാവാം ശരിയെന്ന് വരുന്നു.

കാലങ്ങൾ മാറി, പുരാ-
ണാസ്ഥികൂടങ്ങൾക്കൊപ്പം
കാണുന്നു വിദ്യുച്ഛക്തി-
ത്തൂണുകൾ നെൽപ്പാടത്തിൽ
കുന്നിലെക്കരിംപന-
പോയതിൽ കുടിവെച്ചി-
രുന്ന യക്ഷിയിന്നഭ-
യാർത്ഥിനിയായിട്ടുണ്ടാം!

എന്ന്'യുഗപരിവർത്തനം' എന്ന കവിതയിൽ വൈലോപ്പിള്ളി ശാസ്ത്ര-വിശ്വാസ സംഘർഷത്തെക്കുറിച്ച് സൂചിപ്പിക്കുന്നുണ്ട്.

ദൈവം കൊല്ലപ്പെടുകയോ മാറിനില്ക്കുകയോ ചെയ്തിട്ടുണ്ട്. മഴമംഗ ലത്തിന്റെ നൈഷധം ചമ്പുവിൽ, നളൻ രാജ്യഭാരം ഏറ്റെടുത്തപ്പോൾ അതുവരെ ഭൂമിയെ താങ്ങിനിർത്തിയിരുന്ന മത്സ്യ-കൂർമ്മങ്ങൾ ഭാരം ഇറക്കിവെച്ച് കഴുത്തൊക്കെ ഇളക്കി നോക്കുന്ന രസകരമായ രംഗമുണ്ട്. അതുപോലെ ശാസ്ത്രം പൂർണ്ണമായും ഭരണം ഏറ്റെടുത്തപ്പോൾ സ്വതന്ത്ര നായ ദൈവം കൈകൾ കുടഞ്ഞ് കഴുത്ത് അങ്ങോട്ടും ഇങ്ങോട്ടും ഇളക്കി, ശരീരമൊന്നു കുടഞ്ഞ്, കാലുകൾ നിവർത്തിക്കൊണ്ട് ആശ്വസിക്കുന്ന രംഗവും വിഭാവനം ചെയ്യാവുന്നതാണ്. ആറുദിവസംകൊണ്ട് പ്രപഞ്ച സൃഷ്ടി നടത്തി എല്ലാം മനുഷ്യനെ ഏല്പിച്ച് ഏഴാംനാൾ ദൈവം നിവൃ ത്തനായെന്ന് ബൈബിളിൽ പറയുന്നുണ്ട്. അത് ശരിക്കും ഇപ്പോഴാണ് സംഭവിച്ചത് എന്നും പറയാവുന്നതാണ്.

മൂന്ന് പ്രധാന കാര്യങ്ങളാണ് ഈ മഹാമാരിയുടെ പാഠങ്ങളായി ഇനിയുള്ള ലോകത്തിന് പഠിക്കേണ്ടിവരിക.

ഒന്ന്,മുതലാളിത്തരാഷ്ട്ര സംവിധാനങ്ങളുടെ സമ്പൂർണ്ണ പരാ ജയമാണ്. ധാരാളിത്തംകൊണ്ട് സ്വപ്നലോകങ്ങളോ ഭൂമിയിലെ പറുദീസകളോ ആയി കണ്ടിരുന്ന അമേരിക്ക, യൂറോപ്പ് മുതലായ ഇടങ്ങൾ രോഗത്തിന്റ ആക്രമണത്തിനുമുന്നിൽ പതറി, ശിഥിലീകരിച്ചു പോകുന്നത് നാം കാണുന്നു. പ്രായമുള്ളവരേയും ആരോഗ്യം കുറഞ്ഞ വരേയും രോഗത്തിന്റെ ദയക്ക് വിട്ടുകൊണ്ട്, ഒരു തരത്തിലും വിജയി പ്പിക്കാൻ കഴിയാത്ത യുദ്ധത്തിൽ ഏർപ്പെട്ടുകൊണ്ടിരിക്കയാണ് ഈ രാജ്യങ്ങൾ. പൗരന്റെ ജീവിതത്തിൽ പ്രത്യേകിച്ച് ഉത്തരവാദിത്തം ഒന്നും ഇല്ലാത്തതും ലാഭേച്ഛമാത്രമുള്ളതുമായ സ്വകാര്യമേഖലയ്ക്ക് രാഷ്ട്രത്തെ വിട്ടുകൊടുക്കുമ്പോൾ സംഭവിക്കുന്ന അനിവാര്യമായ തിരിച്ചടികളാണ് ഇവ. ഇപ്പോഴും അടച്ചിടൽ, സാമൂഹികഅകലം പാലിക്കൽ മുതലായ നിർദ്ദേശങ്ങളോട് പ്രതിപത്തിയില്ലാത്ത ഡൊണാൾഡ് ട്രംപ്, ബ്രസീൽ പ്രസിഡണ്ട് ജൈർ ബൊൾസൊനാരോ തുടങ്ങിയവരുടെ നേതൃത്വം കൂടുതൽ സങ്കീർണ്ണമായ സ്ഥിതി ക്ഷണിച്ചുവരുത്തുന്നുണ്ട്. ഭരണാധി കാരികൾ തങ്ങൾക്കൊന്നും ചെയ്യാൻ കഴിയുന്നില്ല എന്നും പറഞ്ഞ് കരയുന്ന കാഴ്ചയും ലോകം കാണുകയുണ്ടായി.

രണ്ട്, ക്യൂബ പോലുള്ള, കേരളം പോലുള്ള ചെറിയ, താരതമ്യേന സാമ്പത്തിക ബലമില്ലാത്ത ഇടങ്ങളിൽ സാമൂഹികബോധമുള്ള സർക്കാറുകൾ എങ്ങനെയാണ് ചിട്ടയായി രോഗത്തെ പ്രതിരോധി ക്കുക എന്ന് കാണിച്ചുതന്നു. സ്വകാര്യമേഖലയിലെ വിശക്കുന്ന സിംഹ ങ്ങൾക്ക് ജനതയെ എറിഞ്ഞുകൊടുക്കാതെ, കൃത്യമായ ഇടപെടലുക ൾകൊണ്ട് ഉത്തരവാദിത്തമുള്ള ഭരണകൂടങ്ങൾ ചേയ്യേണ്ടത് എന്തെന്ന്

കാണിച്ചുകൊടുക്കുകയാണ് ഈ നാടുകൾ ചെയ്തത്.

മുമ്പ് പലതിനും മാതൃകയായിരുന്ന നമ്മുടെ കേരളം കൊവിഡ് പ്രതിരോധത്തിലും അങ്ങനെത്തന്നെ നിലകൊണ്ടു. ഒരു സർക്കാറിന്റെ പിന്തുണ ഉണ്ടെങ്കിലും ഈ കാര്യത്തിൽ ആരോഗ്യകാര്യമന്ത്രി കെ.കെ. ശൈലജടീച്ചറുടേയും സംഘത്തിന്റേയും പ്രവർത്തനം അന്യാദൃശമാണ്. നിപയുടെ കാലത്തുതന്നെ അവർ അത് തെളിയിച്ചതാണ്. മഹാരോഗത്തിന് എതിരായ പോരാട്ടം സമാധാനത്തിനുവേണ്ടിയുള്ള ശ്രമമാണെങ്കിൽ, സമ്മാനങ്ങൾ യഥാർത്ഥമൂല്യമുള്ള സമ്മാനമാണെങ്കിൽ സമാധാനത്തിനുള്ള നോബൽ സമ്മാനം ഈ സംഘത്തിന് വന്ന് ചേരേണ്ടതാണ്.

മൂന്ന്, വിശ്വാസങ്ങൾ തോറ്റാലും പിൻവാങ്ങില്ല എന്നും പതുങ്ങിനില്ക്കുകയേ ചെയ്യൂ എന്നും തിരിച്ചറിയേണ്ടിയിരിക്കുന്നു. മതപുസ്തകങ്ങൾ എന്തുതന്നെ പറഞ്ഞാലും നിലവിലുള്ള അധികാരങ്ങളും സൗകര്യങ്ങളും കൈവിടാൻ പൗരോഹിത്യം ഒട്ടും തയാറാകില്ല. ഈ കൊറോണക്കാലത്ത് തങ്ങളെത്തേടി വരുന്നവർ തീരെ കുറഞ്ഞിരിക്കുന്നു എന്നകാര്യം പൗരോഹിത്യത്തെ വല്ലാതെ അലോസരപ്പെടുത്തുന്നുണ്ട്. വരുമാനം കുറയുന്നു, മേൽക്കൈ നഷ്ടപ്പെടുന്നു എന്നിവയൊക്കെ പുറത്തുകാണിക്കാനാവാ ത്ത രോഷം അവരിൽ നുരയ്പ്പിക്കുന്നുണ്ട്. നാന്നൂറ് കൊല്ലം കഴിഞ്ഞ് കോപ്പർ നിക്കസിനോട് ക്ഷമ ചോദിച്ചപോലെ, സൗദിയിലെ ബഹിരാകാശയാത്രികന് നിബന്ധനകളോടെ പണ്ട് അനുവാദം കൊടുത്തപോലെ, 'ഗോ കൊറോണ' എന്ന് ആയിരംതവണ ഉരുവിടുന്നത് ആവർത്തിക്കാതിരിക്കുന്നതുപോലെ ചില താത്കാലിക വിട്ടുവീഴ്ചകൾക്ക് പൗരോഹിത്യം തയ്യാറാകും.

കൊറോണയിൽ നിന്ന് മുക്തമായ ലോകം ഈ പോരാട്ടങ്ങളെല്ലാം മറക്കുന്നതായിരിക്കും കൊറോണയെക്കാൾ വലിയ ദുരന്തം.

12 മെയ് 2020

കളി ഇങ്ങോട്ടു വേണ്ട

കൊറോണ പരന്ന് ലോകം ഞെട്ടിത്തരിച്ചപ്പോൾ മാത്രമല്ല, പ്രളയത്തിലും വരൾച്ചയിലും സാമ്പത്തികമാന്ദ്യത്തിലും ഗൾഫ് യുദ്ധത്തിലുമെല്ലാം പ്രശ്നങ്ങൾ ഉണ്ടാകുമ്പോൾ, സർക്കാർ ജീവനക്കാരുടെ ശംബളത്തിലും പെൻഷനിലും സാമ്പ്രദായികമായി കുതിരകേറുന്ന ഒരു വിഭാഗമുണ്ട്. അത്തരക്കാർ രണ്ടുമൂന്നു തരമുണ്ട്. പാവങ്ങളുടെ ജീവിതത്തെക്കുറിച്ച് വല്ലാതെ വേവലാതി കൊള്ളുന്നുവെന്ന് സ്വയം കരുതുന്നവർ ഒരു തരം. പബ്ലിക് സർവ്വീസ് കമ്മീഷൻ പരീക്ഷകൾ എഴുതിയിട്ടും സർക്കാർ ജോലി കിട്ടാതെ കുശുമ്പുള്ളവർ രണ്ടാംതരം. സ്വകാര്യ സ്ഥാപനങ്ങളിലെ നിരന്തരമായ സമ്മർദ്ദങ്ങൾ സഹിച്ച് ജോലിയെടുക്കുന്നവർ മൂന്നാംതരം.

സാമൂഹികമാധ്യമങ്ങളിൽ സാമ്പത്തിക സുരക്ഷിതരായി കഴിയുന്ന സർക്കാർ ജീവനക്കാർക്ക് നേരെ രോഷമുണർത്തുന്ന വിദ്വേഷ പോസ്റ്റുകളാണ് കൂടുതലും. ഒറ്റ വായനയിൽ ശരിയെന്നു തോന്നിക്കുന്ന വാദങ്ങൾ അത്രയൊന്നും നിർദോഷവുമല്ല. ഈ വാദഗതികളിൽ രഹസ്യമായി ഉള്ളടങ്ങിയിട്ടുള്ള രാഷ്ട്രീയ നിലപാടുകളെ അവഗണിക്കാനും വയ്യ.

മഹാമാരിയുടെ വ്യാപനം തടയാൻ നിബന്ധനകൾ പ്രഖ്യാപിച്ചപ്പോൾ വീട്ടിൽ വെറുതെയിരുന്ന് ശംബളം വാങ്ങുന്ന കശ്മലന്മാരായി, സർക്കാർ ജീവനക്കാർ. വെറുതെയിരിക്കുക/ശമ്പളം വാങ്ങുക എന്നീ വിപരീത പ്രയോഗങ്ങൾ ആരെയും ഒന്നു തെറ്റിദ്ധരിപ്പിക്കും. സർക്കാർ ജീവനക്കാർ സ്വയം അവധിയെടുത്ത് പോയതല്ല എന്നും ലോകം മുഴുവൻ അടച്ചിടുന്നതിന്റെ ഭാഗമായി വീട്ടിൽ ഇരിക്കുകയാണെന്നും

ആദ്യപ്രതികരണത്തിൽ പതിയില്ല. ജോലി എടുക്കുന്നതിനു മാത്രം കൂലി എന്നതൊക്കെ കടുത്ത വൃഷകപ്രയോഗങ്ങളാണ്. പതുക്കെയേ ഇത് മനസ്സിലാകൂ.

ജോലിചെയ്യാതെ ശംബളം വാങ്ങുന്നവർ = സർക്കാർ ജീവനക്കാർ എന്നൊരു സമവാക്യം പൊതുഇടത്തിൽ പതിച്ചുവെച്ചിട്ടുണ്ട്. അങ്ങനെയൊരു ധാരണയ്ക്ക് പ്രചാരം കിട്ടാൻ മാത്രം ഈ പറയുന്ന സർക്കാർ ജീവനക്കാരുടെ ഭാഗത്തുനിന്നും പരിശ്രമങ്ങൾ ഉണ്ടായിട്ടുണ്ട് എന്ന് ആദ്യം സമ്മതിക്കുന്നു. പക്ഷെ ജോലിചെയ്യാതെ ശംബളം വാങ്ങുന്നവരല്ല ഇക്കൂട്ടർ. സമൂഹത്തിന്റെ സമസ്തമേഖലകളിലും സർക്കാർ ജീവനക്കാരുടെ കയ്യൊപ്പ് വേണം എന്ന കാര്യവും ഇതിനോട് ചേർത്തു വെയ്ക്കണം.

ജനനത്തിന്റേയും മരണത്തിന്റേയും സാക്ഷ്യപത്രങ്ങൾക്ക് സർക്കാർ ശംബളം കൊടുക്കുന്നവർ തന്നെവേണം. കരം അടക്കുന്നതും ആനുകൂല്യങ്ങൾ വാങ്ങുന്നതും ഇവരുടെ കൈകളിലൂടെയാണ്. കൂടതൽ പേരും പഠിക്കുന്നതും പരീക്ഷ എഴുതുന്നതും ജയിക്കുന്നതും സർട്ടിഫിക്കറ്റുകൾ വാങ്ങുന്നതും ഇതേ ആൾക്കാർ വഴിയാണ്. കച്ചവടത്തിന്റെ നികുതി നിർണയിക്കുന്നതും കള്ളന്മാരിൽ നിന്ന് രക്ഷിക്കുന്നതും ചെലവുകുറഞ്ഞ വൈദ്യസഹായം കിട്ടുന്നതും സർക്കാർ ജീവനക്കാരാവാൻ വേണ്ട പരീക്ഷ നടത്തുന്നതും സർക്കാർ ജീവനക്കാർ തന്നെ. ഇനിയും പട്ടിക നീട്ടുന്നില്ല. മനസ്സിലാകണമെന്നുള്ളവർക്ക് മനസ്സിലാകും.

പിന്നെ കൈക്കൂലി, അവധികൾ എന്നിവ സംബന്ധിച്ച ആരോപണങ്ങളാണ്. കൈക്കൂലിക്കാര്യത്തിൽ കൊടുക്കുന്നവരും കുറ്റക്കാരാണ് എന്നറിയാമല്ലോ. രണ്ടുകൂട്ടരേയും പിടിക്കാനാണ് പോലീസ്. അവിടെയും കൈക്കൂലിയുണ്ട്. പോലീസിനെ നിലക്ക് നിർത്തേണ്ട സർക്കാരിലുമുണ്ട് കൈക്കൂലി. അതൊരു 'ആഗോള പ്രതിഭാസം' ആണെന്ന് ഒഴികഴിവ് പറയാം. ജനാധിപത്യസർക്കാരുകളുടെ കാലത്തുമാത്രമല്ല രാജഭരണകാലത്തും ഏകാധിപതികളുടെ നാട്ടിലും കൈക്കൂലിയുണ്ട്. തങ്ങൾക്ക് ഒരു കാര്യം ചെയ്തുതന്നതിന് പ്രത്യുപകാരമായി കൊട്ടാരം കാവൽക്കാരനെ കള്ള് കുടിക്കാൻ ക്ഷണിക്കുന്ന രംഗം കാളിദാസൻ ശാകുന്തളത്തിൽ എഴുതിയിട്ടുണ്ട്. ഏത് രൂപത്തിലുള്ള കൈക്കൂലിക്കും വലിയ ചരിത്രപശ്ചാത്തലമുണ്ട്.

കൈക്കൂലി ഒരു ഭരണപരവും രാഷ്ട്രീയവുമായ പ്രശ്നമാണ്. ഇച്ഛാശക്തിയുള്ള രാഷ്ട്രീയ പ്രവർത്തകർക്ക് എളുപ്പം തടുക്കാവുന്നതേയുള്ളൂ അത്. വളരെ വളരെ ശക്തമാണ്, പണം കൊടുത്ത് കാര്യം നേടുന്ന മനോഭാവത്തിന്റെ വിസ്തൃതിയും ആഴവും. എന്നാൽ അതിനുള്ള ശ്രമങ്ങൾ

വളരെ കുറയുന്നുണ്ട്. പാർട്ടിക്ക് കൈമാറിയ വലിയ മുതലാളിയുടെ വലിയ തുകയുടെ ചെക്ക് ഇ.എം.എസ് മടക്കിയയച്ചതായി ഒരു സംഭവമുണ്ട്. അതുപോലെ ആദ്യതവണ തമിഴ്നാട് മുഖ്യമന്ത്രിയായി അവരോധിതനായതിനുശേഷം എം.ജി.ആർ ആദ്യത്തെ രണ്ടുരണ്ടരക്കൊല്ലം ഒന്നും വാങ്ങാതെ പിടിച്ചുനിന്നുവത്രെ. പിന്നീട് അദ്ദേഹത്തെ വീഴ്ത്തി. ന്യൂസിലാന്റ്, പിന്നെ ഡെൻമാർക്ക് പോലുള്ള സ്കാന്റിനേവിയൻ രാജ്യങ്ങളൊക്കെ അഴിമതിരാഹിത്യത്തിന്റെ കാര്യത്തിൽ ആദ്യ സ്ഥാനങ്ങളിലാണ്. ഇന്ത്യ 130 നും മുകളിൽ വല്ലാത്ത മോശം സ്ഥാനത്തുമാത്രമാണ്.

സ്വകാര്യസംരംഭങ്ങളും വലിയ അഴിമിതയുടേയും കൈക്കൂലിയുടേയും കേന്ദ്രങ്ങളാണ് എന്ന കാര്യം നമ്മൾ സൗകര്യപൂർവ്വം മറയ്ക്കുന്നു. എതിർ കമ്പനികളിൽനിന്ന് കോഴ വാങ്ങി സ്വന്തം കമ്പനിയെ തകർക്കുന്ന സി.ഇ.ഒമാരെക്കുറിച്ച് കോർപ്പറേറ്റ് ലോകം ധാരാളം വേലാതിപ്പെടുന്നുണ്ട്. സ്വകാര്യ ആശുപത്രികളിൽ ഡോക്ടറെക്കാണാൻ ആദ്യ ടോക്കണുകൾ ലഭിക്കണമെങ്കിൽ, കൈമടക്കിയാൽ മതി എന്ന് ആർക്കാണ് അറിയാത്തത്. മരടിലെ ഇന്ന് പൊടിപടലമായി മാറിയ ബഹുനില ഫ്ലാറ്റുകളുടെ നിർമ്മാണക്കമ്പനികൾ എത്രയധികം കൈക്കൂലി രാഷ്ട്രീയ മേലാളന്മാർക്കും ഉദ്യോഗസ്ഥർക്കും കൊടുത്തിട്ടുണ്ടാവും എന്ന് ഊഹിക്കുകയേ നിവൃത്തിയുള്ളൂ.

എല്ലാ സർക്കാർ ജീവനക്കാരും കൈക്കൂലിക്കാരല്ല. ഭൂരിഭാഗവും അല്ല, രാവും പകലും എന്ന രീതിയിൽ ജോലിയെടുക്കുന്ന അനേകായിരങ്ങളെ ഓർത്തുകൊണ്ട് സർക്കാർ ജീവനക്കാരെ മുഴുവൻ ഒരു തൊഴുത്തിൽ കെട്ടിയിടുന്ന ഈ വാചാപരീക്ഷണം അവസാനിക്കണം.

വൻകിട സ്വകാര്യ സംരംഭങ്ങളുടെ സാമർത്ഥ്യമാണ് ജോലി തേടി വരുന്നവരോട് നിങ്ങൾക്കെത്ര ശംബളം വേണം എന്നു ചോദിക്കുന്നത്. പുതിയ ഉദ്യോഗാർത്ഥികളെ സംബന്ധിച്ചിടത്തോളമെങ്കിലും അതൊരു വാരിക്കുഴിയാണ്. പിന്നീട് നിങ്ങൾക്ക് ജോലി തരാതിരിക്കാനും കുറഞ്ഞുപോയാൽ കൂട്ടിത്തരാതിരിക്കാനുമുള്ള ഒരു കരാറിൽ ഒപ്പിടലാണത്.

സർക്കാർ ജീവനക്കാരുടെ ശംബളം അവർ ചോദിച്ചുവാങ്ങുന്നതല്ല. ചില ഉപാധികളും നിബന്ധനകളും (Terms and conditions) അനുസരിച്ചാണ് ഓരോ സർക്കാർ ജോലിയുടേയും ശംബളം തീരുമാനിച്ചിരിക്കുന്നത്. ജോലിക്ക് അപേക്ഷിക്കേണ്ട പി.എസ്.സി വിജ്ഞാപനത്തിൽത്തന്നെ ശംബളത്തിന്റെ വിശദാംശങ്ങളും നൽകിയിരിക്കും. മലയാളത്തിൽ ഇതിനൊക്കെക്കൂടി തൊഴിൽനിയമങ്ങൾ എന്നു പറയും. ചിക്കാഗോവിലെ വീഥികളിൽ വീണ ചോര എന്നൊക്കെ കേട്ടിട്ടുണ്ടാവുമല്ലോ. ചുരുങ്ങിയപക്ഷം മെയ് രണ്ടിന് പത്രങ്ങൾ വായിക്കാൻ

കിട്ടാതിരിക്കുമ്പോഴെങ്കിലും മെയ് ഒന്നിനെക്കുറിച്ച് ആലോചിക്കുന്നത് നല്ലതാണ്. ദിവസവും പന്ത്രണ്ടും ഇരുപതുമൊക്കെ മണിക്കൂറുകൾ തുടർച്ച യായി അദ്ധ്വാനിക്കേണ്ടി വന്നപ്പോൾ അത് കുറക്കാനും ജോലിസമയം എട്ടുമണിക്കൂറാക്കി നിജപ്പെടുത്താനും മറ്റ് ആനുകൂല്യങ്ങൾക്കുമായി 1886-ൽ അമേരിക്കയിലെ തൊഴിലാളികൾ ആരംഭിച്ചതും മുതലാളിമാർ ചോരയിൽ മുക്കിയതുമായ വർഗ്ഗസമരത്തിന്റെ ഓർമ്മപുതുക്കലാണ് മെയ് ദിനം. അതിനുശേഷം തൊഴിലാളികളുടെ അവകാശങ്ങൾ സംരക്ഷിച്ചുകൊണ്ടുള്ള തൊഴിൽ നിയമങ്ങൾ വന്നു. നമ്മുടെ രാജ്യത്ത് അതെല്ലാം ഇല്ലാതായിക്കൊണ്ടിരിക്കുന്നു. ആദ്യം സെസ് (SEZ) വന്നു. പ്രത്യേക സാമ്പത്തിക മേഖല മുതലാളിക്ക് എന്തും ചെയ്യാൻ തോന്നുന്ന ഇടമാക്കി തൊഴിൽ മേഖലയെ മാറ്റാനുള്ള ശ്രമം. ഇപ്പോൾ പന്ത്രണ്ട് മണിക്കൂർ ജോലി എന്ന നിയമവും വരുന്നു. ഇതൊന്നും സർക്കാർ ജീവനക്കാരുടെ വീഴ്ചകൊണ്ടുണ്ടായതല്ല. അതെല്ലാം രാഷ്ട്രീയ തീരുമാ നങ്ങളാണ്.

സർക്കാർ ജീവനക്കാർ 'കനത്ത'ശമ്പളം വാങ്ങുന്നതിൽ, രാജ്യ ത്തിന്റെ സാമ്പത്തിക സ്ഥിതിയോർത്ത് കരയുകയും കലിക്കുകയും ചെയ്യുന്ന ഒരൊറ്റ അവനും അവളും സർക്കാർ ജോലികിട്ടിയാൽ ഇത്തരം പ്രത്യേകാവകാശങ്ങളൊന്നും രാജ്യപുരോഗതിയെ ഓർത്ത് തങ്ങൾക്ക് വേണ്ട എന്ന് എഴുതിക്കൊടുക്കില്ല, ഉറപ്പ്. എന്നെ എപ്പോൾ വേണമെങ്കിലും പിരിച്ചുവിട്ടോളൂ എന്നും പറയില്ല. മകന് പെണ്ണന്വേഷി ക്കുമ്പോൾ, മകൾക്ക് വരനെ തേടുമ്പോൾ സർക്കാർ ജോലിയുള്ളവർക്ക് മുൻഗണന കൊടുക്കുന്നവരും സർക്കാർ ശംബളത്തെ പഴി പറയുന്നവ രിലുണ്ടാകും. സർക്കാർ ജോലിയില്ലാത്തതുകാരണം പെണ്ണുകിട്ടാതെ എത്ര യുവാക്കൾ പുരനിറഞ്ഞുനിൽക്കുന്ന നാടാണ് കേരളം എന്ന് നിങ്ങൾക്കറിയാമോ?

ശാസ്ത്രം അഥവാ സയൻസ് പോലെയാണ് സർക്കാർ ജീവനക്കാ രും. നിത്യജീവിതത്തിൽ നമുക്ക് ഏറ്റവുമധികം സഹായത്തിനെത്തു ന്നത്, പിന്തുണയ്ക്കുന്നത്, സയൻസാണ്. ഒരു മിക്സി വാങ്ങിയാലും ഒന്നു പൂജിക്കണം. അതുപോലെ ജീവിതത്തിന്റെ ഒട്ടുമിക്ക മേഖലകളിലും സർക്കാർ ജീവനക്കാരുടെ സഹായം വേണം. എങ്കിലും അവരെ പരിഹസിക്കുന്നതിലാണ് താല്പര്യം. മുതലാളിത്തത്തിന്റെ കൺകെട്ടു വിദ്യകളിലാണ് അഭിരമിക്കുന്നത്.

ഒരു ഗൾഫ് രാജ്യത്ത് മുപ്പതു വർഷത്തെ സർവ്വീസുണ്ടായിരുന്ന ഒരാളെ പിരിച്ചുവിട്ടതിന്റെ കഥ പറഞ്ഞ് സർക്കാർ ജീവനക്കാരുടെ സുര ക്ഷിതത്വത്തെ കളിയാക്കുകയായിരുന്നു സുഹൃത്ത്. അവിടെ സംഭവിച്ചത്

ഇത്രയുമാണ്. അയാൾ ജോലിചെയ്തിരുന്ന വൈദ്യുതബോർഡിലെ ഉന്നതോദ്യോഗസ്ഥനെയാണ് പിരിച്ചുവിട്ടത്. വൈദ്യുതി നിലച്ചത് ശരിയാക്കാൻ രണ്ടുദിവസത്തിൽ അധികം വേണ്ടിവന്നതാണ് കാരണമായി പറഞ്ഞത്. അയാളുടേതോ മറ്റാരുടേതോ തെറ്റിന് അയാളെ പറഞ്ഞുവിട്ടു. മുതലാളിത്തത്തിന്റെ വിജയക്കൊടിപോലെ വളഞ്ഞുനിന്ന കൂട്ടുകാരനോട് ഒരു കാര്യം ചോദിച്ചു. അയാൾ ചെയ്ത ശരികളുടെ പേരിലാണല്ലോ മുപ്പതുകൊല്ലംജോലി ചെയ്തത് . ഒരൊറ്റ തെറ്റിന്റെ പേരിൽ അയാളുടെ ശരികളെല്ലാം റദ്ദാക്കപ്പെട്ടത് എങ്ങനെയാണ്? കൂട്ടുകാരന് ഒരു മറുപടി ഉണ്ടായില്ല.

ശരിയാണ് നിലവിലുള്ള നിയമങ്ങളനുസരിച്ച് സർക്കാർ ജീവനക്കാരൻ ചെയ്യുന്ന തെറ്റുകൾ പരിശോധിക്കാനും നടപടികൾ എടുക്കാനും ജനാധിപത്യപരമായ ചില ക്രമങ്ങൾ ഉണ്ട്. അതിന് സമയം എടുത്തുവെന്ന് വരും. ഒരു തെറ്റിന് പിരിച്ചുവിടുക മുതലായ കലാപരിപാടികൾ ഇവിടെ നടക്കില്ല.

മറ്റൊന്നുണ്ട്, സർക്കാർ ജീവനക്കാരൻ ജോലിക്കു ചേരുമ്പോൾ ഉറപ്പുള്ള ഒരേയൊരും കാര്യം അയാൾ ഇന്ന ദിവസം വിരമിക്കും എന്നതാണ്. കേരളത്തിൽ പെൻഷൻ പ്രായം 55 ആയിരുന്നത് 56 ആക്കി.തമിഴ്നാട്ടിൽ 58 ആയിരുന്നത് 59 ആക്കി. പുതുശ്ശേരിയിൽ അധ്യാപകർക്ക് അത് 65 ആണെന്ന് തോന്നുന്നു. ഇതെല്ലാം അതിനായുള്ള നിയമങ്ങൾ അനുസരിച്ചാണ് നടക്കുന്നത്. വിരമിച്ചു കഴിഞ്ഞാൽ സർക്കാർ ജീവനക്കാർ പെൻഷന് അർഹരാണ്.

അവിടെയാണ് സർക്കാർ ജീവനക്കാരുടെ വിരോധിസംഘത്തിന് വേറൊരു കുരു പൊട്ടുന്നത്. ജോലിചെയ്യാത്തവർക്ക് എന്തിനാണ് മാസാമാസം ശംബളം എത്തിച്ചുകൊടുക്കുന്നത് എന്നൊരു ചോദ്യം. തൊഴിൽ ദാതാവിന്റെ ഔദാര്യമാണ് പെൻഷൻ എന്ന മുതലാളിത്തബോധം ഇവരിൽ ഉറച്ചിട്ടുണ്ട്. അങ്ങനെയല്ല, നിയമപ്രകാരം വൈകി നൽകുന്നതോ മാറ്റിവെക്കപ്പെട്ടതോ ആയ ശംബളം തന്നെയാണ് പെൻഷൻതുക. തൊഴിൽവർഷങ്ങളിൽ ഒരു നിശ്ചിത തുക ശേഖരിച്ച് തൊഴിലാളിയുടെ / ജീവനക്കാരന്റെ വിരമിക്കലിനുശേഷം പിന്തുണയ്ക്കുന്ന ഒരു സാമ്പത്തിക പരിപാടിയാണത്. പറയുന്നത് കേട്ടാൽത്തോന്നും ഇവിടത്തെ സർക്കാർ ജീവനക്കാർക്കുമാത്രമുള്ള ഒരു സവിശേഷാനുകൂല്യമാണ് ഇതെന്ന്. അമേരിക്കയടക്കം നിരവധി രാജ്യങ്ങൾ അവയുടെ പൗരന്മാർ ജോലിയിൽനിന്ന് വിരമിക്കുമ്പോൾ വരുമാനം ഉറപ്പാക്കാനായി ഫണ്ടുകൾ ഉണ്ടാക്കിയിട്ടുണ്ട്. എൺപതിലധികം രാജ്യങ്ങളിൽ സാമൂഹികപെൻഷൻ പദ്ധതിയുണ്ട്. മുൻ നിശ്ചിതമായ നിയമങ്ങൾ

അനുസരിച്ചോ കരാർ അനുസരിച്ചോ ഒരു വ്യക്തിക്ക്, വിരമിച്ചശേഷം കിട്ടുന്ന ശമ്പളമാണ് പെൺഷൻതുക എന്ന് നിർവചനം.

സ്വകാര്യ കമ്പനികളിൽ പലതിലും വിരമിക്കൽ പ്രായം നിജപ്പെടുത്തിയിട്ടില്ല. എന്റെ ഒരു സുഹൃത്തിന്റെ അച്ഛൻ 75-80 വയസ്സുവരെ പുരുഷോത്തം ഗോകുൽദാസ് എന്നൊരു തൊഴിൽശാലയുടെ മാനേജറായി ജോലിചെയ്തിരുന്നു. സർക്കാർ ജീവനക്കാർ ഇഷ്ടപ്പെട്ടാലും ഇല്ലെങ്കിലും നിർബന്ധിത വിരമിക്കലിന് വിധേയമാണ്. അതുവരെ കിട്ടിയിരുന്നതിന്റെ പകുതിയാണ് ഇനി വരുമാനം എന്നത് പെട്ടെന്ന് പൊരുത്തപ്പെടാൻ കഴിയുന്ന കാര്യമല്ല. ദീർഘായുസ്സിനെ തരണം ചെയ്യാനുള്ള രാഷ്ട്രത്തിന്റെ പിന്തുണയാണ് പെൻഷൻ.

ഇത് എല്ലാവർക്കും പ്രശ്നമല്ലേ എന്ന് ചോദിക്കാം, ശരിയാണ്. പ്രായമേറുന്തോറും തൊഴിൽ ചെയ്യാനുള്ള കഴിവുകൾ കുറഞ്ഞുവരും. അന്നേരം വരുമാനവും ഇല്ലാതായാൽ ഒരു തരത്തിലും മുന്നോട്ടുപോകാനാവില്ല. സ്വകാര്യസ്ഥാപനങ്ങളിൽ ജോലിചെയ്യുന്നവർ അഭിമുഖീകരിക്കുന്ന പ്രധാന പ്രശ്നങ്ങളിലൊന്നാണിത്. അതിനുള്ള പരിഹാരം സർക്കാർ ജീവനക്കാരെ തെറിപറയലല്ല.

സർക്കാർ ജീവനക്കാരുടെ ശമ്പളത്തേയും പെൻഷൻ ആനുകൂല്യങ്ങളേയും വിമർശിക്കുന്നവർ അറിഞ്ഞോ അറിയാതെയോ പൊതുമേഖലയുടെ തകർച്ചയാണ് ലക്ഷ്യമാക്കുന്നത്. ആനുകൂല്യങ്ങൾ എടുത്തുകളയുകയും ജീവനക്കാർ കുറയുകയും ചെയ്യുന്നതുകൊണ്ട് പൊതുമേഖല ചുരുങ്ങും. അപ്പോൾ സ്വകാര്യലാഭക്കൊതിക്കാർക്ക് ആ ഇടത്തിലേക്ക് കയറിക്കൂടാൻ കഴിയും. പുറംപണി (Out sourcing) എന്ന പേരിലൊക്കെ നടപ്പിലായിക്കഴിഞ്ഞ തൊഴിലാളിവിരുദ്ധമായ ജോലിസമ്പ്രദായം വ്യാപകമാവുന്നുണ്ടല്ലോ. അതോടൊപ്പമാണ് എല്ലാവർക്കും പത്തായിരം പെൻഷൻ എന്ന മറ്റൊരു കൺകേട്ട് വിദ്യ കേന്ദ്രസർക്കാർ വിഭാവനം ചെയ്യുന്നത്. ഒരു രാജ്യം ഒരു പെൻഷൻ.- കേൾക്കുമ്പോൾ ആകർഷവും ഫലത്തിൽ പ്രതിലോമകരവുമായ ചപ്പടാച്ചി വിദ്യകളുടെ അപൂർവ്വസ്രോതസ്സാണ് നമ്മുടെ കേന്ദ്രസർക്കാർ.

അപ്പോൾ ചില കാര്യങ്ങൾ ഉറപ്പിക്കാനുണ്ട്. പൊതുമേഖലയെ, പ്രത്യേകിച്ച് ആരോഗ്യമേഖലയെ പാടേ അവഗണിച്ചതിന്റെ ഫലമാണ് വലിയ മുതലാളിത്തരാജ്യങ്ങളിൽ ഈ കോറോണക്കാലത്തുണ്ടായ മരണങ്ങൾക്ക് കാരണം. ഞാനതിനെ സ്റ്റേറ്റിന്റെ കൂട്ടക്കുരുതി എന്ന് വിളിക്കുന്നു. കുറച്ചുപേരെ അക്ഷരാർത്ഥത്തിൽ ബലികൊടുക്കുകയാണ് ട്രംപും അതുപോലുള്ള മുതലാളിത്ത പ്രസിഡണ്ടുമാരും ചെയ്തത്.

മറിച്ച് പൊതുമേഖല ആരോഗ്യ സംവിധാനങ്ങൾ ശക്തമായ ക്യൂബ, കേരളം മുതലായ പ്രദേശങ്ങൾക്ക് കോവിഡ് രോഗത്തെ ഫലപ്രദമായി തടുക്കാൻ കഴിഞ്ഞു. മറ്റ് സാമൂഹികസേവന മേഖലകൾക്കും ഇത് പാഠവും ഉദാഹരണവുമാണ്. മുതലാളിത്തത്തിന്റെ നീചമായ ലാഭ ക്കൊതിയിലേക്ക് മനുഷ്യവ്യവഹാരങ്ങളെ മുഴുവൻ നീക്കിവെക്കുമ്പോൾ ഇത്തരം വിപത്തുകൾക്ക് ആക്കം കൂട്ടുകയേയുള്ളൂ.

12 മെയ് 2020

നിത്യാഭ്യാസമില്ലെങ്കിൽ ഉളുക്കും, ആന്റണിയായാലും

കുറച്ചുകാലത്തെ മിണ്ടാത്ത ഇടവേളയ്ക്കുശേഷം എ.കെ.ആന്റണി സ്വന്തം മൗനത്തെ മുറിച്ചുവെന്നതാണ് ഈയിടെ അദ്ദേഹം നൽകിയ ഒരു അഭിമുഖത്തിന്റെ ആദ്യാർത്ഥം. പ്രതികരിക്കാനുള്ള എത്രയോ സന്ദർഭങ്ങളുണ്ടായിരുന്നു. വളരെ മുതിർന്ന രാഷ്ട്രീയ നേതാവ് എന്നനിലയിൽ ഇന്ത്യ കടന്നുപോകുന്ന കാട്ടുതീയ്യിൽ എന്തെങ്കിലും ഒന്നുചെയ്യാൻ വിമുഖത കാണിച്ചവരിൽ ആന്റണിയെപ്പോലെ അദ്ദേഹം മാത്രമായിരിക്കും എന്നു പറഞ്ഞുകൂട. കോൺഗ്രസ്സിലെ കടൽക്കിഴവന്മാർ മുഴുവനും മൗനത്തിലായിരുന്നു. എ.കെ. ആന്റണിയാകട്ടെ പ്രധാനമന്ത്രിക്ക് കത്തുകൾ എഴുതിയും മന്ത്രിമാരെക്കണ്ട് സംസാരിച്ചും പാർലമെന്റ് യോഗങ്ങളിൽ പങ്കെടുത്തും, ചുളുവിൽ അടിച്ചെടുത്ത അംഗത്വം ഉപയോഗിക്കുക യായിരുന്നു. സഭകൾക്ക് പുറത്ത് ഒരു പൊതുമണ്ഡലം ഉണ്ടെന്നും പലതവണ മുഖ്യമന്ത്രിയും ഒരിക്കൽ വളരെ പ്രധാനപ്പെട്ട കേന്ദ്രമന്ത്രിയുമായ, കോൺഗ്രസ്സിന്റെ ഏറ്റവും മുഖ്യ നേതാക്കളിലൊരാളായ എ.കെ.ആന്റണിയിൽനിന്ന് മലയാളത്തിലെങ്കിലും, ചില പ്രസ്താവനകളെങ്കിലും, ആരും പ്രതീക്ഷിച്ചു പോവില്ലേ?

ഇതിൽ അത്ഭുതപ്പെടാനൊന്നുമില്ല. കഴിഞ്ഞ പൊതു തിരഞ്ഞെടുപ്പു കാലത്ത് എ.കെ.ആന്റണിയും മറ്റു ജ്ഞാനവൃദ്ധന്മാരും രാഹുൽ ഗാന്ധിയോട് കാണിച്ചതും ഈ മൗനകവചമായിരുന്നു. ആ തിരഞ്ഞെടുപ്പിനു തൊട്ടു മുൻപു മുതൽ തിരിച്ചറിവ് നേടിയ ഒരു പൊതുപ്രവർത്തകന്റെ ഭാഷ രാഹുൽ ഗാന്ധി നേടിയിരുന്നു. 'ഇന്ത്യയ്ക്ക് ശക്തനായ ഒരു

പ്രധാനമന്ത്രി മാത്രം പോര, ശക്തരായ മുഖ്യമന്ത്രിമാരും ശക്തരായ കലക്ടർമാരുംകൂടി വേണം' എന്ന അദ്ദേഹത്തിന്റെ അവസാനത്തെ നിലപാടുവരെ പരിശോധിച്ചാൽ ധാരാളം ഗൃഹപാഠം ചെയ്ത് പഠിച്ചെത്തിയ ഒരാളുടെ വിവേകപൂർണ്ണമായ സ്വരം കേൾക്കാം. ഈ രാഹുൽ ഗാന്ധി ഇന്ത്യ മുഴുവൻ നടന്ന് ഹിന്ദുത്വരാഷ്ട്രീയത്തിന്റെ അപകട സാധ്യതകളെക്കുറിച്ച്, കോൺഗ്രസ്സുകാരെ യെങ്കിലും ഉണർത്താൻ ശ്രമിച്ചപ്പോൾ, ഈ വൃദ്ധനേതാക്കൾ മുഴുവനും അനങ്ങാപ്പാറയായി കുത്തിയിരുന്നു. രാഹുൽഗാന്ധിക്ക് ജനങ്ങളിൽനിന്നല്ല, സ്വന്തം സംഘടനയിൽനിന്നാണ് ഉറച്ച പിന്തുണ കിട്ടാതെപോയത്. ഒടുവിൽ അദ്ദേഹത്തിന് സ്വന്തം സഹോദരിയെ ഇറക്കേണ്ടിവന്നു.

ഏറെക്കാലത്തിനു ശേഷം മിണ്ടിയപ്പോൾ അബദ്ധത്തിൽ വീണുപോയോ എന്നു സംശയം. അതങ്ങനെയാണ്, നിത്യാഭ്യാസിക്കേ ആനയെ എടുക്കാനാവൂ. കുറേക്കാലം വെറുതയിരുന്ന് വീണ്ടും കളിക്കാൻ വരുമ്പോൾ ആദ്യ ഓട്ടത്തിൽ കിതയ്ക്കും. ആദ്യ പന്തിന് ഔട്ടാകും.

'രാഷ്ട്രീയം പറയില്ല എന്ന മുഖവുരയോടെയാണ് മുൻകേരള മുഖ്യമന്ത്രിയും മുൻ കേന്ദ്ര പ്രതിരോധമന്ത്രിയുമായ എ.കെ.ആന്റണി അഭിമുഖത്തിന് തയ്യാറായത്' എന്ന ആമുഖത്തോടെയാണ് 'അഴിമുഖ'ത്തിൽ അരുൺ. ടി.വിജയൻ ആ അഭിമുഖം അവതരിപ്പിക്കുന്നത്. അതുതന്നെയാണ് ആദ്യപന്ത്. രാഷ്ട്രീയം പറയില്ല എന്ന് പറയുന്ന രാഷ്ട്രീയക്കാരെപ്പോലെ അശ്ലീലമായി വേറൊന്നുമില്ല. കേരളത്തിലെ പൊതുമണ്ഡലത്തിൽ ഇടയ്ക്ക് പ്രത്യക്ഷപ്പെടാറുള്ള മറ്റൊരു പ്രസ്താവനയാണ് 'വികസനത്തിൽ രാഷ്ട്രീയം പാടില്ല' എന്നത്. ഇടതുപക്ഷവും മറുപക്ഷവും വളരെ ഔദാര്യപൂർണമായ സമവായമായി കൊണ്ടാടുന്ന ഒരു വാചകമാണ്. അത് അത്യന്തം അപകടകരവുമാണ്. ഇടതുപക്ഷ വികസനസങ്കല്പങ്ങളും മുതലാളിത്ത വികസനസങ്കല്പങ്ങളും ഒന്നാണ് എന്ന് പറയുമ്പോൾ അവിടെ ഇല്ലാതാവുന്നത് ഇടതുപക്ഷമാണ്, മുതലാളിത്തമല്ല. എന്നിട്ട് എ.കെ.ആന്റണി രാഷ്ട്രീയം പറഞ്ഞില്ലേ? പൊതുവിൽ കൊറോണക്കാലത്തെക്കുറിച്ചും അതിന്റെ അതിജീവന സാധ്യതകളെക്കുറിച്ചുമൊക്കെ ഇലയ്ക്കും മുള്ളിനും കേടില്ലാത്തവിധം വിശദീകരിച്ച അദ്ദേഹം, കൃത്യസ്ഥലത്തെത്തിയപ്പോൾ 'രാഷ്ട്രീയം'പറഞ്ഞു. രാഷ്ട്രീയം എന്തെന്ന് വിവരമുള്ളവർ അതിന് ജീർണ്ണമായ കക്ഷിരാഷ്ട്രീയം കളിച്ചു എന്നേ പറയൂ. പാടിയ വായയ്ക്കും ആടിയ കാലിനും പാടാനും ആടാനുമിരിക്കാനാവില്ല.

'ലോകം മുഴുവൻ കേരള മോഡലിനെ പ്രശംസിക്കുകയാണ്, ആ പ്രശംസ ശരിക്കും കേരളം അർഹിക്കുന്നുണ്ടോ എന്നതാണ് ആ കൃത്യമായ സ്ഥലം. ഉടനെത്തന്നെ അഴുകിയ കക്ഷിരാഷ്ട്രീയം പുറത്തു

കക്കി. 'വല്ലാതങ്ങ് അഹങ്കരിക്കുകയൊന്നും വേണ്ട' എന്നതാണ് മറുപടിയിലെ ആദ്യവാചകം. പിന്നീടാണ് കേരളം ആരോഗ്യരംഗത്ത് നമ്പർ വൺ ആയത്, തിരുവിതാംകൂർ രാജാക്കന്മാരുടെ ശ്രദ്ധകൊണ്ടാണ് എന്ന വിലയിരുത്തൽ വരുന്നത്. ഇവയിലെ വക്രരാഷ്ട്രീയം ഓരോന്നായി ചികഞ്ഞുനോക്കാം.

1. വല്ലാതങ്ങ് അഹങ്കരിക്കുകയൊന്നും വേണ്ട എന്നത് ഇടതുപക്ഷ ജനാധിപത്യമുന്നണി ഭരിക്കുമ്പോഴുള്ള ഉപദേശമല്ലേ? ഇതുതന്നെ ഇപ്പോൾ രമേശ് ചെന്നിത്തലയോ ഉമ്മൻചാണ്ടിയോ അമരത്തുള്ള ഐക്യജനാധിപത്യമുന്നണി ഭരണമായിരുന്നെങ്കിലോ? ഇതുതന്നെ ആയിരിക്കില്ല എ.കെ.ആന്റണിയുടെ ഉത്തരത്തിലെ ആദ്യവാചകം എന്നതിന് മൂന്നുതരം. ഞങ്ങൾ മലയാളികൾക്ക് അപ്പോൾ, കെ.കെ. രാമചന്ദ്രൻ നായർ, പി.ശങ്കരൻ, വി.എസ്. ശിവകുമാർ തുടങ്ങിയ യു.ഡി.എഫ് ആരോഗ്യമന്ത്രിമാരെ ഓർമ്മ വരികയും തികഞ്ഞ രോഷത്തോടുള്ള ഒരു പരിഹാസച്ചിരി ഞങ്ങളുടെ ചുണ്ടിൽ വിരിയുകയും ചെയ്യുന്നുണ്ട്.

   മറിച്ച്, ഇപ്പോഴത്തെ ആരോഗ്യമന്ത്രി കെ.കെ. ശൈലജ ടീച്ചർ അസാമാന്യമായ ഊർജ്ജത്തോടെ ആദ്യം നിപയേയും, പിന്നെ കൊറോണയേയും നേരിടുന്നതിൽ സാമൂഹിക പ്രതിബദ്ധതയോടെ ഇടപെടുന്നുണ്ട്. ഇത്രയും സമ്മർദ്ദങ്ങൾക്കിടയിലും അവർ സൗമ്യയാണ്. ചോദ്യങ്ങൾക്കെല്ലാം പഠിച്ചു തയ്യാറായി വന്ന് ഉത്തരം നല്കുന്നു. ലോകോത്തരമായ ഒരു സംഘം ഇക്കാര്യത്തിൽ അവരെ സഹായിക്കാൻ കൂടെയുണ്ട്. 'കൊറോണയെ കശാപ്പു ചെയ്യുന്ന ആരോഗ്യമന്ത്രി' എന്നാണ് ദി ഗാർഡിയൻ എന്ന ബ്രിട്ടീഷ് പത്രം അവരെ വിശേഷിപ്പിക്കുന്നത്. ഏറ്റവുമൊടുവിൽ ആന്റണിയുടെ കൂട്ടുകാരനായ ശശി തരൂരും അവരെ പ്രശംസിച്ചുകഴിഞ്ഞു. കെ.കെ.ശൈലജ ടീച്ചർക്ക് അഹങ്കാരമുണ്ട് എന്ന് ആരും പറഞ്ഞുകണ്ടില്ല. ഒരിക്കലേ അവരെ ക്ഷുഭിതയായി കണ്ടിട്ടുള്ളൂ, അത് അർണാബ് ഗോസാമി എന്ന ഹിന്ദുത്വവർഗ്ഗീയവാദിയുടെ ചാനലിന്റെ പെൺകുട്ടി അവരെ ഇന്റർവ്യൂ ചെയ്യാൻ എത്തിയപ്പോൾ അർണാബിന്റെ അലവലാതി ചോദ്യങ്ങളിൽ മടുത്ത് അവർ മൈക്ക് ഊരി വലിച്ചെറിഞ്ഞപ്പോഴാണ്. വിജയങ്ങളെ വിളിച്ചു പറയുന്നത് അഹങ്കാരമായി കണക്കാക്കാനാവില്ല.

2. തിരുവിതാംകൂർ രാജവംശത്തിന്റെ പുരോഗമനപരമായ നടപടികളുടെ തുടർച്ചയാണ് ഈ നമ്പർ വൺ പദവി എന്നതാണ് മറ്റൊരു ആവേശം. ആരോഗ്യരംഗത്ത് തിരുവിതാംകൂർ ശ്രദ്ധിച്ചിരുന്ന

എന്നത് ഒരു വസ്തുതയാണ്. അതും ബ്രിട്ടീഷ് സാമ്രാജ്യത്വത്തിന്റെ മേൽനോട്ടത്തിൽ. കേണൽ മൺറോവിന്റെ നിർദ്ദേശമനുസരിച്ചാണ് 1813-ൽ റാണി ഗൗരിലക്ഷ്മി ബായി ഡോ. പ്രോവൻ എന്നൊരാളെ ആദ്യത്തെ പാശ്ചാത്യ ഡോക്ടറായി നിയമിക്കുന്നത്. ഇതിനെക്കുറിച്ച് കേരളസർവ്വകലാശാലയിലെ ഗവേഷക ചിന്തു ഐ.ബി ഇങ്ങനെ എഴുതി, 'ബ്രിട്ടീഷ് അധികൃതർ പാശ്ചാത്യവൈദ്യസമ്പ്രദായത്തിൽ രക്ഷാകർതൃത്വം നല്കി. കാരണം പാശ്ചാത്യവൈദ്യത്തിന് സാമ്രാജ്യത്വ അധിനിവേശത്തിന്റെ ഉപകരണമായി പ്രവർത്തിക്കാൻ കഴിയും എന്ന് അവർക്ക് അറിയാമായിരുന്നു. മുഖ്യധാരാ ഇന്ത്യൻ വൈദ്യത്തിനെ കീഴടക്കാൻ പാശ്ചാത്യ വൈദ്യത്തിന് അങ്ങനെ സാധിച്ചു.'

1918-ൽ തൈക്കാട്ട് ഒരു ആശുപത്രി റാണി ഗൗരിപാർവ്വതി ബായി സ്ഥാപിക്കുന്നുണ്ട്. മാർത്താണ്ഡവർമ്മയും സ്വാതിതിരുനാളും ഇത്തരം ആശുപത്രികൾ കെട്ടിപ്പൊക്കുന്നുണ്ട്. 1844-ൽ ഒരു ഡോ.കോളിൻ പാറ്റേഴ്സൺ ഫിസിഷ്യനായി നിയമിതനാവുന്നുണ്ട്. പക്ഷേ അത് കൊട്ടാരത്തിന്റേയും നായർപട്ടാളത്തിന്റേയും ആരോഗ്യം നോക്കാനായിരുന്നു. വാക്സിൻ ആദ്യമായി നടപ്പിലാക്കുന്നുണ്ട്. പക്ഷെ അത് ജനങ്ങൾ സ്വീകരിച്ചില്ലെന്നതാണ് സത്യം. ജയിൽപ്പുള്ളികളുടേയും സൈന്യത്തിന്റേയും ആരോഗ്യകാര്യങ്ങൾ ശ്രദ്ധിക്കുന്ന കൂട്ടത്തിൽ പൊതുജനങ്ങളുടെ ആരോഗ്യവും വേണ്ടത്ര പരിഗണനയിലുണ്ടായിരുന്നോ എന്ന് സംശയമാണ്. ജാതി തിരിച്ചുള്ള വാർഡുകളും മറ്റും നിലവിലുണ്ടായിരുന്നു. രാജകുടുംബം ആധുനിക ചികിത്സ സമ്പ്രദായം ആശ്ലേഷിക്കുകയും വളർത്തുകയും ചെയ്തത് ശരിയാണെങ്കിലും അന്നത്തെ ജാതിക്കൂട്ടിൽ നിന്ന് പുറത്തുകൊണ്ടുവന്ന് സാർവ്വത്രിക ആരോഗ്യസേവനം എന്ന ആശയം പ്രാവർത്തികമാക്കിയത് മിഷിണറിമാർ ആയിരുന്നു എന്ന് എ.കെ.ആന്റണിയുടെ രാജകുടുംബവാദത്തിന് മറുപടി പറഞ്ഞുകൊണ്ട് മനോജ് എബനേസർ 'അഴിമുഖം' പോർട്ടലിൽത്തന്നെ എഴുതുന്നുണ്ട്.

3. തിരുവിതാംകൂർ രാജകുടുംബത്തിന്റെ പുരോഗമന സ്വഭാവത്തെക്കുറിച്ച് വലിയ സംശയങ്ങളുണ്ട്. വലിയ സമരങ്ങൾക്കും ഗാന്ധിജിയുടേയും പെരിയാറിന്റേയുമൊക്കെ പങ്കാളിത്തത്തിനുശേഷം 1936-ൽ മാത്രമേ അവർണ്ണരുടെ ക്ഷേത്രപ്രവേശനം അനുവദിച്ചുകൊണ്ടുള്ള വിളംബരം ഉണ്ടാവുന്നുള്ളൂ. അതിനുമുമ്പ് അയ്യങ്കാളി കുറേയധികം തല്ലുകൊള്ളുന്നുണ്ട്, നിരത്തിലൂടെ

താഴ്ന്ന ജാതിക്കാർക്ക് വഴി നടക്കാൻ വേണ്ടി. ശ്രീനാരായണഗുരുവിന്റേയും കുമാരനാശാന്റേയും നിരവധി പ്രവർത്തനങ്ങൾ വേണ്ടിവരുന്നുണ്ട്. ഇതിനൊക്കെ തൊട്ടുമുമ്പാണ് വിവേകാനന്ദൻ ഭ്രാന്താലയം എന്ന് മുദ്രകുത്തിപ്പോകുന്നത്. ചാന്നാർ സമരം അമ്പതുകൊല്ലത്തോളം നീണ്ടുനിന്നു. പുലയാർ കോട്ടയുടെ അധിപനും പുലയരാജാവുമായിരുന്ന കാളിപ്പുലയൻ പത്മനാഭസ്വാമി ക്ഷേത്രത്തിൽ കയറാനുള്ള അവകാശത്തിനായി സ്വയം ബലിയായിട്ടുണ്ട്. മാർത്താണ്ഡവർമ്മയുടെ അമിതാധികാര പ്രയോഗങ്ങൾ ചൂണ്ടിക്കാണിക്കപ്പെട്ടിട്ടുണ്ട്. എട്ടുവീട്ടിൽ പിള്ളമാരുടെ കുടുംബങ്ങൾ കുളംതോണ്ടിയത് ഈ തരത്തിലാണ് എന്നും വാദമുണ്ട്.

4. കേരളം തിരുവിതാംകൂറിന്റെ തുടർച്ചയാണെന്ന് ചേർത്തലക്കാരൻ ആന്റണിക്ക് തോന്നാം. പക്ഷെ കൊച്ചിക്കാർക്കും മലബാറുകാർക്കും ദക്ഷിണ കാനറക്കാർക്കും അങ്ങനെ തോന്നണമെന്നില്ല. ഒരു അധാർമ്മിക വ്യവസ്ഥ എന്ന തീരുമാനത്തിലാണ്, ആധുനികകാലം രാജഭരണത്തെ കയ്യൊഴിഞ്ഞത്. ജനാധിപത്യ ഇന്ത്യ രൂപീകൃതമായത് 592-ഓളം നാട്ടുരാജ്യങ്ങളെ വിളക്കിച്ചേർത്താണ്. അങ്ങനെ ചേർക്കുമ്പോൾ ചേരില്ല എന്നു പറഞ്ഞ കുറച്ചു നാട്ടുരാജ്യങ്ങളിൽ ഒന്നാണ് തിരുവിതാംകൂർ.

5. അമേരിക്കൻ ചിന്തകനായ ഹെന്റി ഡേവിഡ് തോറോവിന്റെ ഒരാശയമാണ് 'നിസ്സഹകരണ പ്രസ്ഥാനം' (Civil disobedience Movement). ഗാന്ധിജി ആ ആശയം സ്വീകരിച്ച് ഇന്ത്യയിൽ ബ്രിട്ടീഷുകാർക്കെതിരായി വിജയകരമായി നടപ്പാക്കി. ഗാന്ധിജിയോട് അഹങ്കരിക്കരുത് എന്ന് എ.കെ.ആന്റണിയോ നമ്മളോ പറയുമോ? സോവിയറ്റ് യൂണിയന്റെ പഞ്ചവത്സരപദ്ധതിയാണ് ജവഹർലാൽ നെഹ്റു സ്വാതന്ത്ര്യാനന്തര ദരിദ്ര ഇന്ത്യയിൽ നടപ്പിലാക്കിയത്. ഒരു പുതിയ രാഷ്ട്രത്തിന് അസ്ഥിവാരമിടാൻ ആ പരിപാടി കാരണമായി. നെഹ്റുവിനോടും അത്ര അഹങ്കാരമൊന്നും വേണ്ട എന്ന് നമ്മളാരും പറയില്ല. ഗാന്ധിജിയും നെഹ്റുവും അഹങ്കാരികളാണെന്നും പറയില്ല. ശൈലജ ടീച്ചറുടേയും സംഘത്തിന്റേയും കാര്യത്തിൽ ഒട്ടും പറയില്ല.

കഴിഞ്ഞ ആറേഴുവർഷത്തെ മോദിഭരണത്തെക്കുറിച്ച് കാര്യമായ വിമർശനങ്ങൾ ഉന്നയിക്കാത്ത പ്രതിപക്ഷ നേതാക്കളിൽ ഒരാളാണ് എ.കെ.ആന്റണി. ഭൂരിപക്ഷ മതത്തെ അനുസരിച്ച് ജീവിക്കുകയാണ് ഇവിടത്തെ ന്യൂനപക്ഷമതസ്ഥർ ചെയ്യേണ്ടത് എന്ന ഉപദേശം അദ്ദേഹം ഒരിക്കൽ വിളംബരപ്പെടുത്തുകയുണ്ടായത് ഇവിടെ ഓർക്കാവുന്നതാണ്.

എല്ലാം പഴയ തമ്പ്രാക്കന്മാരുടെ ഔദാര്യമാണ് എന്ന് ജനാധിപത്യം പുലർത്തിയിട്ട് കൊല്ലം എഴുപതുകഴിഞ്ഞിട്ടും അതിന്റെ നേതാക്കളിലൊരാൾ പറയുന്നത് വളരെ അപകടകരമാണ്. ഭവ്യതയോടെ ജനങ്ങളെ സേവിച്ച രാജാക്കന്മാരും എന്തെങ്കിലും നേട്ടമുണ്ടാക്കുമ്പോൾ അഹങ്കാരികളാവുന്ന ജനാധിപത്യഭരണകർത്താക്കളും എന്നൊരു ഇരട്ടയെ പ്രക്ഷേപിക്കാൻ എ.കെ.ആന്റണി അറിയാതെ ശ്രമിച്ചുപോകുന്നുണ്ട്. അന്നേരം പഴയ ചൊല്ലുകളും തിരിച്ചുവരും. 'തന്നതു തന്നതു തിന്നുകൊണ്ടാൽ തമ്പുരാൻ പിന്നെയും തന്നുകൊള്ളും' എന്നും 'തിരുവായ്ക്ക് എതിർവാ ഇല്ല' എന്നുമൊക്കെയുള്ള പഴഞ്ചൊല്ലുകളും ഇതിനൊപ്പം പുനർജ്ജനിക്കാം.

അല്ലെങ്കിൽ കാര്യങ്ങൾ മറ്റൊരു തരത്തിലാവാം പ്ലാൻ ചെയ്യപ്പെട്ടത്. കൊറോണക്കാലത്ത് പുറന്തള്ളപ്പെട്ടവരാണല്ലോ പുരോഹിതന്മാർ. അവരെത്തേടി അധികമാരും ചെല്ലുന്നുമില്ല, വരുമാനവും കുറഞ്ഞു. അന്നേരമാണ് സർവ്വത്ര മതപ്രാർത്ഥനപോലുള്ള ശ്രദ്ധ ക്ഷണിക്കൽ പരിപാടികൾ അരങ്ങേറിയത്. കൊറോണക്കാലത്തിന് മുമ്പുതന്നെ രാഷ്ട്രീയത്തിൽ മറഞ്ഞുപോയ ഒരു നേതാവ്, 'ഞാനിവിടെ ഉണ്ട്' എന്ന് അറിയിക്കാൻ വേണ്ടി നടത്തിയ ഒരു ശ്രമമായിരുന്നു ഈ അഹങ്കാരവാദം എന്ന് കരുതാവുന്നതുമാണ്. എ.കെ.ആന്റണിയാകുമ്പോൾ പ്രത്യേകിച്ച്. തോണ്ടുമ്പോൾ അദ്ദേഹം വമ്പനയേ തോണ്ടൂ. ഇ.എം.എസ് ഉണ്ടായിരുന്നപ്പോൾ അങ്ങേരെ ഒന്നു കിഴുക്കി ആളാവുകയാണ് എ.കെ.ആന്റണിയുടെ നയം. തന്ത്രങ്ങൾ ആരും അദ്ദേഹത്തെ പഠിപ്പിക്കേണ്ട എന്ന് വീണ്ടും പറഞ്ഞുതരാൻ എം.എ.ജോൺ ഇപ്പോൾ നമ്മുടെ കൂടെയില്ല!

19 മെയ് 2020

വകതിരിവില്ലായ്മയുടെ നാനാർത്ഥങ്ങൾ

പേരെടുത്തു പറയാൻ കൊള്ളാത്ത വർഗ്ഗീയവാദി കേരളത്തിന്റെ ആരോഗ്യവകുപ്പമന്ത്രി കെ.കെ.ശൈലജട്ടീച്ചറെ നോക്കി ചോദിച്ചത്, ഇന്ത്യയിലെ നിയമവ്യവസ്ഥയനുസരിച്ച് കേസെടുക്കാൻ ഉള്ളടക്കം ഉള്ളതാണെന്ന് ഇതുവരെ ആരെങ്കിലും പറഞ്ഞോ എന്നറിയില്ല. തൊഴിൽപരവും ലിംഗപരവുമായ അധിക്ഷേപം അയാളുടെ ആർഷഭാരത ചോദ്യത്തിലുണ്ട്. 1. തൊഴിൽ പറഞ്ഞ് ചെറുതാക്കാൻ ശ്രമിക്കുക. 2. സ്ത്രീയെ അധിക്ഷേപിക്കുന്ന തരത്തിൽ സംസാരിക്കുക. 3. കർമ്മരംഗത്തുള്ള ഒരാളുടെ മനോവീര്യം തകർക്കാൻ മന:പൂർവ്വം ശ്രമിക്കുക. അവസാനത്തേതാണ് ഏറ്റവും കുടിലതയാർന്നത്. മഹാഭാരതത്തിൽ അർജ്ജുനനേക്കാൾ മിടുക്കോടെ ആയുധാഭ്യാസങ്ങൾ പ്രദർശിപ്പിച്ച കർണ്ണനോട് നിന്റെ അച്ഛനാരാണ് എന്നുചോദിച്ചാണ് മനോവീര്യം തകർത്തത്.

ശൈലജട്ടീച്ചർ വളരെ 'നൈസായി' ആ ചോദ്യം കൈകാര്യം ചെയ്തെങ്കിലും അതിലടങ്ങിയ പ്രശ്നം ബാക്കി നില്ക്കുന്നു. 'വെറും തുന്നൽ ടീച്ചറല്ലേ?' എന്നാണ് ലോകാസമസ്താ‌യുടെ ചോദ്യം. നിങ്ങൾ വെറും ഗവർണറല്ലേ എന്നോ നിങ്ങൾ വെറും പ്രധാനമന്ത്രിയല്ലേ എന്നോ ആരും ചോദിക്കാറില്ല എന്നിരിക്കെ, ആ 'വെറും' ബോധപൂർവ്വമായ അധിക്ഷേപമാണ്. മറ്റെല്ലാ സർക്കാർ ജീവനക്കാരേയും പോലെ, കൃത്യമായ ഉപാധികളും നിബന്ധനകളും ശംബള വ്യവസ്ഥയുമനുസരിച്ചാണ് തുന്നൽ ടീച്ചർമാരേയും നിയമിക്കുക. അപ്പോൾ അതിൽ ഒരു 'വെറും' ഇല്ല.

തൊഴിലിന്റെ അന്തസ്സി(Dignity of Labour) നെക്കുറിച്ചൊക്കെ ഇയാൾ ചെറിയ ക്ലാസിൽ വായിച്ച് പരീക്ഷയെഴുതി പാസ്സായിരിക്കും. പഠിച്ചിരിക്കില്ല, പക്ഷേ അതിനെ കൊച്ചാക്കുന്നത് നിയമവ്യവസ്ഥയിൽ പ്രശ്നമാണ് എന്ന് അയാൾ അറിയണമായിരുന്നു. വെറുപ്പിന്റെ മൊത്തവ്യാപാരമായ ഒരു വിഭാഗീയ പ്രത്യയശാസ്ത്രത്തിന്റെ പ്രചാരകന് ഇങ്ങനെയൊക്കെയേ പറയാൻ കഴിയൂ. ഇത്രയുംകാലം കേരളത്തിന്റെ പൊതുമണ്ഡലത്തിൽ ഒരു മേൽവിലാസവും ഇല്ലാതിരുന്ന കുറേ വിവരദോഷികൾക്ക് കേറിയിരുന്ന് എന്ത് മണ്ടത്തരവും നുണയും വൃത്തികേടും പറയാനുള്ള ഇടം നമ്മുടെ ടെലിവിഷൻ ചാനലുകൾ ഉണ്ടാക്കിക്കൊടുത്തിട്ടുണ്ട്. വല്ലാതെ ഒച്ചയെടുത്തും മറ്റുള്ളവരെ കേൾക്കാൻ തയ്യാറില്ലാതെ ആക്രോശിച്ചും അതവർ ആഘോഷിക്കുന്നുമുണ്ട്.

ശൂദ്രന് പേരിടുമ്പോൾ നിന്ദാസൂചകമായ നാമം തിരഞ്ഞെടുക്കണം എന്ന് നിഷ്കർഷിക്കുന്ന 'മനുസ്മൃതി' ഇന്ത്യയുടെ ഭരണഘടനയുടെ ആധാരമാ ക്കണമെന്ന് വാദിക്കുന്നവർ പ്രശ്നങ്ങളിൽ ഇടപെടുമ്പോൾ ഇങ്ങനെയൊക്കെയേ സംഭവിക്കൂ.

1. മംഗളസൂചകമായ പദം ബ്രാഹ്മണനും ബലത്തെ സൂചിപ്പിക്കുന്നത് ക്ഷത്രിയനും ധനപരമായത് വൈശ്യനും നിന്ദാസൂചകമായത് ശൂദ്രനും നാമകരണത്തിൽ സ്വീകരിക്കണം

   ഈ ഗ്രന്ഥം ഉരുവിട്ടു പഠിച്ച് വരുന്നവരുടെ മനോഭാവരൂപീകരണം എങ്ങനെയാണ് നടക്കുക എന്നറിയാൻ ചില മാതൃകകൾ കൂടി നോക്കാം.

2. പന്നിഅന്നാദിയുടെ ഗന്ധം, ഘ്രാണം കൊണ്ട് ഗ്രഹിച്ച് (ശ്രാദ്ധം) നിഷ്ഫലമാക്കി ത്തീർക്കുന്നു. കോഴി ചിറകടിക്കുന്ന കാറ്റുകൊണ്ട് നിഷ്ഫലമാക്കി ത്തീർക്കുന്നു. പട്ടി നോട്ടം കൊണ്ട് അശുദ്ധമാക്കുന്നു. ശൂദ്രർ സ്പർശം കൊണ്ട് ശ്രാദ്ധം നിഷ്ഫലമാക്കുന്നു.
3. സ്വര-വ്യഞ്ജന അക്ഷരവ്യക്തതയില്ലാതെയും ശൂദ്രസന്നിധിയിലും വേദം അധ്യയനം ചെയ്യരുത്
4. അസൂയപ്പെടാത ബ്രാഹ്മണാദി മൂന്നുവർണ്ണങ്ങളുടെയും ശുശ്രൂഷ എന്ന കർമ്മം മാത്രമാണ് ബ്രഹ്മാവ് ഒടുവിൽ ശൂദ്രന് കല്പിച്ചത്.
5. ശ്രാദ്ധത്തിൽ തറയിൽ വീണിട്ടുള്ള ഉച്ഛിഷ്ടം സത്യസന്ധരും സേവനതല്പരരുമായ ദാസജനങ്ങൾക്കുള്ള ഭാഗമാണെന്ന് പറയപ്പെടുന്നു.

കുളിച്ച് കുറിയിട്ട്, എത്ര നീചമനസ്കനായിട്ടാവും മനു ഇതുമുഴുവൻ എഴുതിയിട്ടുണ്ടാവുക എന്നത് ഒരു കാര്യം. ഇത് മനഃപ്പാഠമാക്കുന്നവർ

എത്ര അഴകിയ തലച്ചോറുമായിട്ടായിരിക്കും ജീവിക്കുന്നത് എന്ന് മറ്റൊരുകാര്യം.

തൊഴിൽ ഇടത്തിലും ലിംഗവിഷയത്തിലും കളിക്കളത്തിലും ഇത്തരത്തിലുള്ള വിവേചനപരമായ സമീപനങ്ങൾ സഹസ്രാം വർഷങ്ങളായി നിലനിൽക്കുന്നു. ജനാധിപത്യബോധങ്ങളുടെ വ്യാപനംകൊണ്ട് ഇതൊക്കെ കുറയ്ക്കാൻ കഴിഞ്ഞിട്ടുണ്ടെങ്കിലും തുടച്ചുനീക്കാൻ കഴിഞ്ഞിട്ടില്ല.

ജാതി/വംശ സൂചകമായ തമാശകൾ പറയുക, ജോലി തരംതാണതാണെന്ന് സൂചിപ്പിക്കുക, വംശീയ ന്യൂനപക്ഷങ്ങൾക്കെതിരെ വാക്കുകളോ ആംഗ്യങ്ങളോ പ്രയോഗിക്കുക, ജാതി/വംശത്തെക്കുറിക്കുന്ന പ്രാചീനമായ പ്രയോഗങ്ങൾ, സംവരണംകൊണ്ട് കിട്ടിയ ജോലിയെന്ന് പറയുക തുടങ്ങി പലതും തൊഴിലിടത്തിലെ അധിക്ഷേപങ്ങളുടെ പരിധിയിൽ വരും.

'കൊശവാ' എന്ന സംബോധനയാണ് ആദ്യം ഓർമ്മ വരുന്നത്. 'മൺപാത്രങ്ങൾ ഉണ്ടാക്കുന്നവനേ' എന്നല്ല ആ വിളിയുടെ അർത്ഥം. 'തരം താണവൻ' എന്നോ 'ഒന്നിനും കൊള്ളാത്തവൻ' എന്നോ എന്നാണ്. 'പണ്ടാരം' എന്ന ജാതിപ്പേര് ഒരു പ്രാകുന്ന വാക്കായിട്ട് ഉപയോഗിക്കാറുണ്ട്. ചെറ്റ, പുലയന്റെ കുടിലിനെ കുറിക്കുന്നതാണെങ്കിലും വ്യാപകമായി ഇന്ന് ഒരു ശകാരവാക്കാണ്. കൊറത്തി എന്നാൽ വൃത്തികെട്ടവൾ. 'നീയെന്താ മലയന്റെ കളി കളിക്കുന്നത്?' എന്നും 'നിനക്ക് പൊലയൻ കേറീനോ?' എന്നും വടക്കൻ കേരളത്തിൽ രണ്ട് പ്രയോഗങ്ങളുണ്ട്. ഈ പ്രയോഗങ്ങൾ ഇന്നും നിലവിലുണ്ട്.

പെണ്ണിനും ശൂദ്രനും ഒരേ സാമൂഹികനില കല്പിച്ചിട്ടുള്ള ജാതിവ്യവസ്ഥയിൽ 'നീയൊരു പെണ്ണുമാത്രമാണെന്നോർത്തോ' എന്നൊരു ഭീഷണി തുടരുന്നുണ്ട്. സ്ത്രീക്ക് നീക്കിവെച്ചിട്ടുള്ള വിലക്കുകളും പരിഹാസവും അനന്തമാണ്. ഇക്കാര്യത്തിൽ മനുമഹർഷി പറയുന്ന ഒരു കാര്യംകൂടി നോക്കാം.

സ്ത്രീകൾക്ക് വിവാഹമാണ് ഉപനയനം (വിദ്യാഭ്യാസം) എന്ന വൈദികക്രിയ വേദാധ്യയന രൂപമായ ഗുരുകുലവാസം, ഭർതൃശുശ്രൂഷയാകുന്നു. വീട്ടുപണികൾ രാവിലെയും വൈകുന്നേരവുമുള്ള അഗ്നിപരിചര്യ (പൂജ) യാകുന്നു.

തൊഴിലിടത്തിലും പൊതുസ്ഥലത്തും വീട്ടിലും അധിക്ഷേപങ്ങൾ നേരിടേണ്ടിവരുന്ന ഒരു വിഭാഗമാണ് സ്ത്രീ. അതിനെക്കുറിച്ചും ചർച്ചകൾ തുടരുകയുമാണല്ലോ. മനുസ്മൃതിയിലെ ഈ ചിന്തകൾ ഈ നൂറ്റാണ്ടിലും എങ്ങനെ തുടരുന്നുവെന്ന് കാണിച്ചുതരാൻ ചില മാതൃകകൾ അവതരിപ്പിക്കട്ടെ.

1. സ്ത്രീകളുടെ വസ്ത്രധാരണമാണ് പീഡനത്തിനു കാരണം
2. ആൺകുട്ടികൾ ശ്രമിച്ചാൽ വളരെ വേഗം വളച്ചെടുക്കാവുന്നവരാണ് പെൺകുട്ടികൾ
3. പുരുഷവർഗ്ഗത്തിന് വെറും പത്തുമിനിട്ടുമതി, സ്പേം എന്നു പറയുന്നതിനെ പെൺകുട്ടിയുടെ യൂട്രസിലേക്ക് അയക്കാൻ.
4. തൊണ്ണൂറ് ശതമാനം പെൺകുട്ടികളും രക്ഷിതാക്കളോട് കള്ളം പറഞ്ഞ് പ്രേമിച്ച് നടക്കുകയാണ്.
5. അമ്മമാർ പുരുഷന്മാരെപ്പോലെ വസ്ത്രം ധരിച്ചാൽ കുട്ടികൾ ട്രാൻസ്ജെൻഡർ ആകും

കേരളത്തിലെ വിദ്യാഭ്യാസവകുപ്പ് വല്ലാതെ അന്വേഷിച്ചിട്ട് ഋഷിതുല്യനാണെന്ന് കണ്ടെത്തിയ ഒരു ഡോ.രജത്കുമാറിന്റെ മഹദ് വചനങ്ങളാണിവ. (വകുപ്പിന് പിന്നീട് ആ പ്രയോഗം തിരുത്തേണ്ടിവന്നു) ഇയാൾ ഇതെവിടെനിന്നാണ് അറിവുകൾ കരസ്ഥമാക്കിയത് എന്നറിയാൻ ഒന്നും ഗണിച്ചു നോക്കേണ്ടതില്ല.

പുരുഷന്മാരെ ദുഷിപ്പിക്കുന്നത് സ്ത്രീകളുടെ സ്വഭാവമാണ്. അതുകൊണ്ട് വിവേകികൾക്ക് സ്ത്രീകളിൽ തെറ്റുപറ്റില്ല. എന്ന് മറ്റൊരു ഋഷി, മനുസ്മൃതിയിൽ വ്യക്തമായി പറയുന്നുണ്ട്. അയാളൊക്കെ ഇപ്പോഴും ജീവിച്ചിരിക്കുന്നുവെന്ന് ഡോ.രജത്കുമാർ സാക്ഷ്യപ്പെടുത്തുന്നു.

സ്ത്രീകളെക്കുറിച്ചുള്ള സവർണ്ണ/പുരുഷബോധത്തിന് മികച്ച ദൃഷ്ടാന്തമായി ഒരു നമ്പൂരി ഫലിതകഥയുണ്ട്. കുഞ്ഞുണ്ണിമാഷുടെ സമ്പാദനത്തിൽ നിന്ന്. അത് ഇങ്ങനെയാണ്:

നമ്പൂതിരി അമ്പലത്തിൽ തൊഴാൻ ചെന്നപ്പോൾ സുന്ദരിയായ ഒരു വാരസ്യാരെ കണ്ടു. ഉടൻ അവരോട്,

'ന്ന് രാത്രി വാരം കഴിഞ്ഞ് വാര്യത്തേക്ക് വര്ണ്ട്...ശ്ശി നേരമ്പോക്കാവാമല്ലോ'

അതുകേട്ട് വാരസ്യർ, 'അയ്യോ, അതുമാത്രം വയ്യ, വ്ട്ന്നേ! വേറെന്ത് വേണമെങ്കിലും അടിയൻ...'

'ന്നാപ്പത്തന്നെ വരാം. നിക്ക് നെന്റടുത്ത്ന്ന് അഷ്ടാധ്യായി വിസ്തരിച്ചൊന്ന് പഠിക്കണം'

'അതടിയനറിയില്ലല്ലോ വ്ട്ന്നേ!' 'അതന്ന്യാ ഏട് റേ, നെന്നോട് ആദ്യം പറഞ്ഞത്. നെനക്കൊന്നേറീല്ലു. അതങ്ങട് സന്തോഷായിട്ട് തരാക്കിത്തരാന്നു. അതന്നെ'

ഈ കഥയിലുമുണ്ടൊരു വാസ്തവനാളം!

കളിക്കളങ്ങളും തൊഴിലിടങ്ങൾ തന്നെയാണ്. കോടാനുകോടി സമ്പത്തിന്റെ തിരിമറി നടക്കുന്ന ഇടങ്ങളാണ് മൈതാനങ്ങൾ, എന്നാൽ അവിടെ അരങ്ങേറുന്ന വംശീയ/ജാതീയ അധിക്ഷേപങ്ങൾ നമ്മെ ഞെട്ടിക്കും.

1936-ലെ ഒളിംപിക്സ് തന്റെ നാട്ടിൽവെച്ച് നടക്കുമ്പോൾ, അഡോൾഫ് ഹിറ്റ്ലർ ജൂതന്മാരേയും കറുത്തവരേയും ഒഴിവാക്കാൻ ശ്രമിച്ചിരുന്നു. ഒടുവിൽ എക്കാലത്തേയും മികച്ച അത്ലെറ്റുകളിലൊരാളായ ജസ്സി ഓവൻസിന്റെ സമ്മാനച്ചടങ്ങിൽനിന്ന് ഇറങ്ങിപ്പോയാണ് ഹിറ്റ്ലർ തന്റെ നീരസം പ്രകടമാക്കിയത്. 'വെറും തുന്നൽടീച്ചർ' പ്രയോഗക്കാരന്റെ മനോഭാവം യാദൃശ്ചികതയല്ല എന്നുതന്നെയാണ് പറയേണ്ടത്. അഡോൾഫ് ഹിറ്റ്ലർ എന്ന ഫാസിസ്റ്റിനെ അനുകരിക്കുകയും ഗുരുവായി പ്രതിഷ്ഠിക്കുകയും ചെയ്ത ആചാര്യപരമ്പരയുടെ അനുയായി ആണല്ലോ അയാൾ. അതങ്ങനെയേ സംഭവിക്കൂ.

ജൂതന്മാരെ ഇങ്ങനെ അപമാനിക്കുകയും വംശഹത്യ നടത്തുകയും ചെയ്തതിന്റെ ഓർമ്മകൾ ജൂതന്മാരിൽ അവശേഷിക്കുന്നുണ്ടോ എന്നറിയില്ല. വംശീയാധിക്ഷേപങ്ങൾക്ക് ആ വിഭാഗവും പുകൾപെറ്റുകൊണ്ടിരിക്കുന്നു. കറുത്തവർ കുരങ്ങന്മാരാണെന്ന് യഹൂദപണ്ഡിതമേധാവികളിൽ ഒരാളായ യിറ്റ്സാക് യോസഫ് തിരുമൊഴിഞ്ഞത് വിവാദമാവുകയുണ്ടായി. കുരങ്ങ് എന്നു വിളിക്കുന്നതിനുമുമ്പ് ഹീബ്രുഭാഷയിലെ ഒരു അധിക്ഷേപപദവും അയാൾ ഉച്ചരിക്കുകയുണ്ടായത്രെ. പിടിവിട്ടുപോകും എന്നായപ്പോൾ, ജൂതനിയമപുസ്തകത്തിലെ ഒരു വാചകം വായിക്കുകയായിരുന്നു എന്ന് അയാളുടെ ഓഫീസിൽനിന്ന് വിശദീകരണം വന്നു. ജൂതനിയമപുസ്തകം തന്നെ ഇങ്ങനെയാണെങ്കിൽ ബെസ്റ്റ് എന്നു പറയേണ്ടിവരും.

ഈ കുരങ്ങന് മൈതാനങ്ങളിലെ ചീത്തപറയലിൽ വലിയ സ്ഥാനമുണ്ട്. ഏറ്റവുമധികം ഉപയോഗിക്കുന്ന വാക്കും ഇതുതന്നെ. കളിക്കളങ്ങളിൽ വെളുത്ത തൊലിയില്ലാത്തവർ നിരന്തരമായി വിവേചനങ്ങൾക്കും അധിക്ഷേപങ്ങൾക്കും ഇരയായിട്ടുണ്ട്. സറീന വില്ല്യംസ് മുതൽ മൊയീൻ അലിവരെയുള്ളവർ തൊലിനിറത്തിന്റേയും മതത്തിന്റേയും പേരിൽ തെറിവിളികൾ സഹിച്ചു. യൂറോപ്യൻ ഫുട്ബോൾ ലീഗിലും അമേരിക്കൻ റഗ്ബിയിലും എൻ.ഡി.എ ബാസ്കറ്റ് ബോളിലും ഐസ്ഹോക്കിയിലും ക്രിക്കറ്റിലും ബോക്സിംഗിലും ടെന്നീസിലുമെല്ലാം ഈ വിഷബോധത്തിന്റെ വേരുകൾ പടർന്നിറങ്ങിയിട്ടുണ്ട്.

യൂറോപ്യൻ ലീഗിലെ മികച്ച കളിക്കാരനായ മരിയോ ബെലോട്ടലി, കുരങ്ങുവിളിയും കൂവലും സഹിക്കാതെ എന്തുകൊണ്ട് എല്ലായിപ്പോഴും

ഞാൻ? (Why always me?) എന്ന് എഴുതിയ ഒരു ബനിയൻ ക്ലബ് ജഴ്സി ക്കടിയിൽനിന്ന് പ്രദർശിപ്പിച്ചുകൊണ്ടാണ് തന്റെ വേദനയും അമർഷവും പ്രകടിപ്പിച്ചത്. ഇംഗ്ലണ്ടിന്റെ മികച്ച പേസ് ബൗളറായ ജോഫ്രി ആർച്ച ർക്ക് ന്യൂസിലാന്റിൽവെച്ച് വർണ്ണവിവേചനം അനുഭവിക്കേണ്ടിവന്നത് ഈയടുത്തിടെയാണ്. ന്യൂസിലാന്റ് ക്രിക്കറ്റ് ബോർഡ് മാപ്പുപറഞ്ഞ് തടിതപ്പി. ഇന്ത്യൻ ക്രിക്കറ്റർ അഭിനവ് മുകുന്ദ് സഹകളിക്കാരിൽ നിന്നട ക്കം അവഹേളനങ്ങൾ അനുഭവിക്കേണ്ടി വന്നതിനെക്കുറിച്ച് പറഞ്ഞതും ഈയടുത്തകാലത്താണ്. ആസ്ത്രേലിയയുടെ ആൻഡ്രൂസിമ്മൺസിനെ കുരങ്ങൻ എന്നുവിളിച്ചതിന് ഹർഭജൻസിംഗ് മൂന്ന് കളിയിൽനിന്ന് വിലക്ക് നേരിടേണ്ടിവന്നു. ബോക്സിംഗ് നക്ഷത്രം കാഷ്യസ് ക്ലേ മതം മാറി മുഹമ്മദലിയായത് സാമൂഹിക നിരാസങ്ങളുടെ ഇരയായതുകൊണ്ടാണ് (അദ്ദേഹം ഇന്ത്യയ്ക്കുവേണ്ടിയല്ല സ്വർണ്ണമെഡലുകൾ നേടിയത് എന്നും പ്രത്യേകം ഓർമ്മിക്കണം!)

ജാതീയവും വംശീയവുമായ മേന്മ ബോധങ്ങളുടെ പ്രവർത്തനങ്ങൾ വിചിത്രമായ രീതികളിലാണ്. ഇന്ത്യയുടെ കപിൽദേവടക്കം കറുത്ത വർഗ്ഗക്കാരായ ഫാസ്റ്റ് ബൗളർമാരുടെ ഒരു നിര ലോകക്രിക്കറ്റിനെ അടക്കി ഭരിച്ചുകൊണ്ടിരുന്ന കാലമുണ്ടായിരുന്നു. ഈ 'നാണക്കേടി'ൽ നിന്ന് രക്ഷപ്പെടാൻ വെളുത്തവന്റെ കാഞ്ഞബുദ്ധി ഒരു കുറുക്കുവഴി കണ്ടെത്തി. ദക്ഷിണാഫ്രിക്കയുടെ അലൻ ഡൊണാൾഡിനെ അവർ 'ഏറ്റവും വേഗതയുള്ള വെള്ളക്കാരൻ ബൗളറാ'യി (Fastest White Bowler) അവരോധിച്ചു. വംശനാശം സംഭവിച്ച ഏഷ്യൻ ഒട്ടകപക്ഷി യും ഇന്നുള്ള സൊമാലി ഒട്ടകപ്പക്ഷിയും തമ്മിലുള്ള വ്യത്യാസംപോലും ഈ കറുത്തവനും വെളുത്തവനും തമ്മിലില്ല എന്ന് ആ മറുതകളെ ആരും പറഞ്ഞു മനസ്സിലാക്കിക്കൊടുത്തുമില്ല. വർണ്ണവിവേചനനയം മുറുകെ പിടിച്ചതുകൊണ്ട് ദശകങ്ങളോളം അന്തർദേശീയ കളിക്കളങ്ങളിൽനി ന്ന് പുറത്താക്കപ്പെട്ട രാജ്യമാണ് ദക്ഷിണാഫ്രിക്ക. ഇരുപത്തേഴ് വർഷം ജയിലിൽ കിടന്ന് പുറത്തുവന്ന്, നെൽസൺ മണ്ടേലയുടെ ആഫ്രിക്കൻ നാഷണൽ കോൺഗ്രസ്സ് അധികാരത്തിലെത്തിയതിനു ശേഷമുള്ള നടപടികളാലാണ് ആ വിലക്ക് നീങ്ങിയതും അല്ലൻ ഡൊണാൾഡിനും ഹാൻസെ ക്രോണ്യെക്കുമൊക്കെ മറ്റുള്ളവരോടൊപ്പം കളിക്കാനാ യതും എന്ന കാര്യം 'ഫാസ്റ്റസ്റ്റ് വൈറ്റ് ബൗള'റിന്റെ ഉപജ്ഞാതാക്കൾ മറന്നു.

വകതിരിവില്ലായ്മയുടെ ഈ നാനാർത്ഥങ്ങൾ തൊഴിലിടങ്ങളിൽ വളരെ ശക്തമാണ്, വ്യക്തമാണ്. വെറും തുന്നൽ ടീച്ചറിൽ പ്രതിദ്ധ്വ നിക്കുന്നത് അതാണ്. 'മലയാളം വാദ്ധ്യാരാണല്ലോ?' എന്നൊരു

ചോദ്യമുണ്ട്. അങ്ങനെയൊരു ഉദ്യോഗം ഇല്ല എന്നിരിക്കെ അതൊരു കളിയാക്കലുമാണ്. 'എട, ക്ലാസ് ഫോറേ' എന്ന വിളി എവിടെയൊക്കെയോ ഉണ്ടായിരുന്നു. ഇപ്പോഴും അങ്ങനെ പറയേണ്ടിവരുമ്പോൾ പുച്ഛരസം കരകവിയാറുണ്ട്. ശുപ്പകാരൻ, സബോഡിനേറ്റ്, വേലക്കാരി എന്നിവയെല്ലാം ഒരർത്ഥത്തിൽ അല്ലെങ്കിൽ മറ്റൊർത്ഥത്തിൽ, ഒരിക്കലല്ലെങ്കിൽ മറ്റൊരിക്കൽ നിന്ദാസൂചകമായി ഉപയോഗിച്ചിട്ടുണ്ട്. മകന് മോഹനൻ എന്ന് പേരിട്ടതിന്റെ പേരിൽ തകഴിയുടെ 'തോട്ടിയുടെ മകൻ' എന്ന നോവലിലെ പിച്ചമുത്തു ഒരുപാട് അവഹേളനങ്ങൾ സഹിക്കേണ്ടിവരുന്നു. മനുസ്മൃതിയിൽ നിഷ്കർഷിക്കുന്ന 'നിന്ദാസൂചകത്വം' ആ പേരിടലിൽ ഇല്ല എന്നതുതന്നെ കാരണം. വിധുവിൻസെന്റിന്റെ 'മാൻഹോൾ' എന്ന സിനിമയിലെ രംഗങ്ങൾ, ഇത്രയൊക്കെ കഴിഞ്ഞിട്ടും മനോഭാവങ്ങളിൽ പൂർണ്ണമായ തിരുത്തലുകൾ വരുത്തിയിട്ടില്ല എന്ന് സാക്ഷ്യപ്പെടുത്തുന്നു.

രോഹിത് വെമുല ഒരു പ്രതീകമായിക്കഴിഞ്ഞു. ജാതീയമായ അപമാനങ്ങൾ ആ കുട്ടി സഹിച്ചിരുന്നു. അതാണ് രോഹിത്തിനെ തളർത്തിയത്. ആത്മഹത്യചെയ്ത രോഹിതിന് നീതി ലഭിക്കണം എന്ന സമരത്തിൽ പങ്കെടുത്ത മറ്റൊരു പിന്നോക്ക വിഭാഗക്കാരനായ ഗവേഷ വിദ്യാർത്ഥി കൃഷ് പിന്നീട് ജവഹർലാൽ നെഹ്റു സർവ്വകലാശാലയിൽ ആത്മഹത്യ ചെയ്യുകയുണ്ടായി. ചെന്നൈയിലെ പുകൾപെറ്റ ബൗദ്ധിക നിർമ്മാണശാലയായ, ഐ.ഐ.ടിയിയിൽ പോലും ഇങ്ങനെ ഉള്ള വിവേചനത്തിന്റെ സാക്ഷ്യങ്ങൾ ഉണ്ടായിട്ടുണ്ട്. കറുത്തതിന്റെ പേരിലും ജാതിയിൽ 'താഴ്ന്ന'തിന്റെ പേരിലും കേരളത്തിലെ കാമ്പസ്സുകളിൽ വലിയ അപമാനങ്ങൾ നടക്കുന്നുണ്ട്. കണ്ണൂർ സർവ്വകലാശാലയുടെ ഒരു സിന്റിക്കേറ്റ് അംഗം, പഠനകാലത്ത് ജാതീയമായ നിന്ദകൾ ഏറ്റുവാങ്ങേണ്ടിവന്നതിനെക്കുറിച്ച് പറഞ്ഞിട്ടുണ്ട്. അദ്ദേഹത്തെ അപമാനിച്ചവരിൽ ഒരാൾ പിന്നീട് അതേ സർവ്വകലാശാലയിൽ സ്റ്റാറ്റ്യൂട്ടറി ഓഫീസറായി നിയമിതനായി!

അപമാനവീകരണം തുടരുകയാണ്. ജീൻമാപ്പിംഗ് നടപടികൾ പരിപൂർണത നേടുമ്പോൾ ജാതിയും മതവും ഇനവും മൊഴിയുമെല്ലാം നമ്മുടെ പാരമ്പര്യങ്ങളിൽ സ്ഥിരപ്രതിഷ്ഠ ലഭിച്ചോ എന്ന് പറയാനാകും. അതുവരെ ഇതിനെതിരായ നിലപാടുകൾ ശക്തിപ്പെടുത്തിക്കൊണ്ടിരിക്കയേ നിവൃത്തിയുള്ളൂ. അതുകൊണ്ടാണ് 1976-ൽ റേക്കോഡ് ചെയ്ത ബോബ് മാർലെയുടെ യുദ്ധം (War) എന്ന ഗാനം ഇപ്പോഴും പ്രസക്തവും പ്രധാനവുമായി നിലകൊള്ളുന്നത്. അതിലെ വരികൾ ഇങ്ങനെ: (സംഗീതമില്ലാത്ത സ്വതന്ത്ര വിവർത്തനം)

ഒരു വംശം ശ്രേഷ്ഠം, മറ്റൊന്ന് നികൃഷ്ടം
എന്ന് മുറുകെപ്പിടിക്കും ദർശനം
അവസാനമായും സ്ഥിരമായും
നിന്ദിക്കപ്പെട്ടുകയും
ഉപേക്ഷിക്കപ്പെട്ടുകയും
ചെയ്യും വരെ
എല്ലായിടത്തും യുദ്ധമാണ്
ഞാൻ പറയുന്നു, യുദ്ധം.
ഏത് രാജ്യത്തേയും
ഒന്നാന്തരം രണ്ടാന്തരം പൗരത്വം
ഇല്ലാതാകും വരെ,
മനുഷ്യന്റെ തൊലിനിറം
കണ്ണിന്റെ നിറത്തേക്കാൾ
പ്രാധാന്യമില്ലാതാകും വരെ
ഞാൻ പറയുന്നു, യുദ്ധം
അടിസ്ഥാന മനുഷ്യാവകാശങ്ങൾ
എല്ലാർക്കും ഉറപ്പുവരുത്തും വരെ
വംശപരിഗണയില്ലാതെ
യുദ്ധമാണ്
എന്നേക്കും നില്ക്കും സമാധാനം
ലോകപൗരത്വം
അന്തർദേശീയ നീതിയുടെ ഭരണം
ഒന്നും നിലനിൽക്കാതെ,
ക്ഷണികമിഥ്യയെത്തേടലും
ഒന്നും നേടാനാവാതെ പോകലും
തുടർന്നാൽ,
നോക്കൂ, എല്ലായിടത്തും യുദ്ധമാണ്
യുദ്ധം.
അജ്ഞരും അസന്തുഷ്ടരുമായ
ഭരണകൂടങ്ങൾ
അംഗോളയിലും മൊസാംബികിലും
ദക്ഷിണാഫ്രിക്കയിലും
നമ്മുടെ സഹോദരങ്ങളെ
മനുഷ്യത്വമില്ലാതെ
തടവിൽ വെച്ചിരിക്കുന്നത്

മറിച്ചിട്ടിട്ടില്ലെങ്കിൽ
മുച്ചൂട്ടും നശിപ്പിച്ചില്ലെങ്കിൽ....
യുദ്ധമാണ് കിഴക്ക്
യുദ്ധമാണ് പടിഞ്ഞാറ്
യുദ്ധമാണ് വടക്കും
യുദ്ധമാണ് തെക്കും
യുദ്ധം എന്ന് കിംവദന്തി
ആ ദിവസം വരെ
ആഫ്രിക്കൻ വൻകര
സമാധാനം എന്തെന്നിറിയില്ല
ഞങ്ങൾ ആഫ്രിക്കക്കാർ പൊരുതും
അത്യാവശ്യമെന്ന് ഞങ്ങൾക്കറിയാം
പിന്നെ ഞങ്ങൾ ജയിക്കും
എന്നും ഞങ്ങൾക്കറിയാം
കാരണം വിജയത്തിൽ
ഞങ്ങൾ ശുഭാപ്തി വിശ്വാസികളാണ്
നന്മയോ തിന്മയോ
നന്മയോ തിന്മയോ...ഹ...
നന്മയ്ക്കോ തിന്മയ്ക്കോ...ഹ...
നന്മയ്ക്കോ തിന്മയ്ക്കോ
നന്മയോ തിന്മയോ
നന്മയോ തിന്മയോ....

26 മെയ് 2020

സ്വകാര്യവും രഹസ്യവുമായ ചികിത്സ

കഴിഞ്ഞ മാർച്ച് 12ന് ലോകത്തിൽ 2,36,887 കോവിഡ് രോഗികൾ ഉണ്ടായിരുന്നു. 9828 മരണവും സംഭവിച്ചു. എൺപതു ദിവത്തിനുശേഷം മെയ് 31 ആകുമ്പോഴേക്കും രോഗികളുടെ എണ്ണം 60,66,354 ആയും മരണസംഖ്യ 3,67,545 ആയും ഉയർന്നു. ഇരുന്നൂറ്റിപതിമൂന്ന് രാജ്യങ്ങളിലും പ്രവിശ്യകളിലും ഈ രോഗത്തിന്റെ വ്യാപനം ഉണ്ടായി. വടക്കൻ കൊറിയ അടക്കം പന്ത്രണ്ട് കൊച്ചുരാജ്യങ്ങളിലാണ് ഇതുവരെയും കോവിഡ് എത്താതിരുന്നത്.

ഇതിൽ വൻശക്തികളെന്നോ സമ്പന്ന രാഷ്ട്രങ്ങളെന്നോ ബഹുമാനം കൂട്ടി വിളിക്കുന്ന യു.എസ്.എ, ബ്രസീൽ, സ്പെയിൻ, ബ്രിട്ടൻ, ജർമ്മനി, ഫ്രാൻസ്, റഷ്യ, ഇറ്റലി എന്നീ രാജ്യങ്ങളിലെ സ്ഥിതിവിവരക്കണക്കുകൾ പലതരത്തിൽ ഉൽക്കണ്ഠപ്പെടുത്തുന്നതാണ്. എന്തുകൊണ്ടെന്നാൽ 63 ശതമാനം രോഗികൾ ഈ എട്ടുരാജ്യങ്ങളിലാണുള്ളത്. 74 ശതമാനം മരണങ്ങളും ഈ നാട്ടുകളിൽത്തന്നെ. ഓർക്കണം, ലോകജനസംഖ്യയുടെ 12 ശതമാനം മനുഷ്യർ മാത്രം ജീവിക്കുന്ന രാജ്യങ്ങളാണിവ. രോഗികളുടെ എണ്ണം കൂടിയെങ്കിലും റഷ്യയും ജർമ്മനിയും മരണം നന്നായി നിയന്ത്രിച്ചിട്ടുണ്ട് എന്ന കാര്യവും ഇവിടെ എടുത്തുപറയണം. സമയവും ആവശ്യവുമുള്ളവർ താഴെ കൊടുത്ത പട്ടിക ഒന്നു വായിച്ചു നോക്കുക.

യു.എസ്.എ
ജനസംഖ്യ - 3,31,002,651
രോഗികൾ - 1,796,840
മരണം - 1,04630
ജർമ്മനി
ജനസംഖ്യ - 83,517,045
രോഗികൾ - 1,83,113
മരണം - 8595
റഷ്യ
ജനസംഖ്യ - 1,45,934,462
രോഗികൾ - 3,96,575
മരണം - 4,555
സ്പെയിൻ
ജനസംഖ്യ - 46,754,778
രോഗികൾ - 2,85,644
മരണം - 27,121
യു.കെ
ജനസംഖ്യ - 67,461,826
രോഗികൾ - 2,712,22
മരണം - 38161
ഇറ്റലി
ജനസംഖ്യ - 60,461,826
രോഗികൾ - 2,32,248
മരണം - 33,229
ഫ്രാൻസ്
ജനസംഖ്യ - 65,517,045
രോഗികൾ - 1,86,835
മരണം - 28,714
ബ്രസീൽ
ജനസംഖ്യ - 2,12,559,417
രോഗികൾ - 468338
മരണം - 27,944
ആകെ
ജനസംഖ്യ - 1,013,389,701
രോഗികൾ - 38,29,815
മരണം - 2,72,952

ലോകം
ജനസംഖ്യ - 800 കോടിയോളം
രോഗികൾ - 60,66,354
മരണം - 3,67,545

ഈ എട്ടു രാജ്യങ്ങൾക്കും സമാനമായ ഒരു വ്യവസ്ഥയുണ്ട്. അതിന് രണ്ടു തരത്തിൽ അർത്ഥം പറയാം. ജനങ്ങൾ തിരഞ്ഞെടുക്കുന്ന സർക്കാറുകൾ, സ്വന്തം കഴിവുകളിൽ സംശയാലുക്കളായതുകൊണ്ട് സ്വകാര്യസംരംഭകർക്ക് രാജ്യത്തെ വിട്ടുകൊടുക്കുന്നു എന്നതാണ് ഒന്നാമത്തെ അർത്ഥം. ജനങ്ങൾ തിരഞ്ഞെടുത്തതാണെങ്കിലും ജനങ്ങൾക്കു വേണ്ടിയുള്ള ഉത്തരവാദിത്തങ്ങൾ ഏറ്റെടുക്കാൻ അവിടത്തെ സർക്കാറുകൾ തയ്യാറില്ല എന്നതാണ് രണ്ടാമത്തെ അർത്ഥം. എന്തായാലും സമ്പൂർണ്ണ മുതലാളിത്തത്തിന്റെ ലാഭേച്ഛമാത്രം കലർന്ന ഒരു സമ്പ്രദായത്തെ വരിച്ചവരാണവർ.

ഒരു രാജ്യത്തിന്റെ ഭരണകൂടം, കച്ചവടം നടത്താനുള്ളതല്ല എന്നതാണ് ഈ സമ്പൂർണ്ണ മുതലാളിത്തത്തിന്റെ പ്രമാണം. തീവണ്ടികൾ ഓടിക്കുകയോ വ്യവസായശാലകൾ നടത്തുകയോ വൈദ്യുതി ഉണ്ടാക്കുകയോ ധാതുക്കൾ ഖനനം ചെയ്യുകയോ തുറമുഖങ്ങളും വിമാനത്താവളങ്ങളും നടത്തുകയോ ഒന്നും സർക്കാർ ചെയ്യേണ്ടതില്ല. അതെല്ലാം മിടുക്കുള്ള മുതലാളിമാർ ചെയ്യട്ടെ. ലാഭമുണ്ടാക്കിക്കോട്ടെ. അതിൽനിന്ന് നികുതി കിട്ടുമല്ലോ. സർക്കാർ പകരം രാജ്യരക്ഷ, ആഭ്യന്തര നിയമപാലനം, വിദേശകാര്യം മുതലായവ മാത്രം ശ്രദ്ധിക്കുക.

ആരോഗ്യകാര്യങ്ങളിലും ഈ മുതലാളിത്തത്തിന്റെ നയം വേറൊന്നല്ല. അതുകൊണ്ട് ജനങ്ങളുടെ ആരോഗ്യം സർക്കാറിന്റെ ഉത്തരവാദിത്തമല്ല. പിന്നെ സ്വകാര്യമുതലാളിമാരുടെ ഉത്തരവാദിത്തമാണോ? അതുമല്ല. അവർക്ക് കാശുകൊടുക്കുന്നു, അവർ ചികിത്സിക്കുന്നു. അതുമാത്രം. അപ്പോൾ ആരോഗ്യവും രോഗമോചനവും പണം കൊടുത്തുവാങ്ങാനുള്ള ചരക്ക് മാത്രമാണ്. ഇൻഷുറൻസ് കമ്പനികളുടെ ഔദാര്യങ്ങൾക്കും ജനം കാത്തുനിൽക്കേണ്ടിവരും.

ഏറിയും കുറഞ്ഞും ഈ സമ്പ്രദായങ്ങൾ പിന്തുടരുന്ന ഈ എട്ട് രാജ്യങ്ങളിലാണ് കോവിഡ് മരണങ്ങളുടെ 74 ശതമാനവും ഉണ്ടായത്. ആകെ 213 രാജ്യങ്ങളിലാണ് കോവിഡ് വ്യാപിച്ചത്. ഇതൊക്കെയൊന്ന് ആവർത്തിക്കട്ടെ. താൻ നിസ്സഹായനാണ് എന്ന് ഇതിലൊരു രാജാവ് കരയുന്നത് നമ്മൾ കണ്ടു. എത്ര നിരുത്തരവാദപരമായാണ് രാജ്യത്തലവന്മാർ ഈ ഗുരുതരമായ അവസ്ഥ കൈകാര്യം ചെയ്തത് എന്നതിന് അമേരിക്കയുടേയും ബ്രസീലിന്റേയും പ്രസിഡണ്ടുമാർ

തന്നെ ഉദാഹരണം. ചരിത്രത്തിലെ അനീതിയായി അത് രേഖപ്പെടു ത്തിയിരിക്കും. ജനങ്ങളെ അവരുടെ പ്രതിരോധശേഷിയ്ക്കും കൈയ്യിലെ പണത്തിനും വിട്ടുകൊടുത്തുകൊണ്ട് വിടുവായത്തം പറയുകയായിരുന്നു ഇവർ രണ്ടുപേരും.

ആരോഗ്യവിഷയത്തിൽ അമേരിക്കയിലെ സ്ഥിതി നോക്കുക. അമേരിക്കയിൽ ആരോഗ്യപരിരക്ഷ എന്നത് ഇൻഷ്വറൻസിനെ അടി സ്ഥാനമാക്കിയുള്ള ഒരു വ്യവസായമാണ്. വ്യക്തികളോ കുടുംബങ്ങളോ ആരോഗ്യ ആനുകൂല്യങ്ങൾ സ്വകാര്യവ്യക്തികൾ നടത്തുന്ന ആശുപത്രി കളിൽനിന്നോ ക്ലിനിക്കുകളിൽനിന്നോ നേടണം. പക്ഷെ അതിനായി ആദ്യം അവർ ഇൻഷ്വറൻസ് വാങ്ങണം. നിങ്ങൾ ഒരു വലിയ കമ്പനി യിലാണ് ജോലി ചെയ്യുന്നതെങ്കിൽ ചിലപ്പോൾ കമ്പനിഇൻഷ്വറൻസ് തുകയുടെ 50 ശതമാനം വഹിച്ചു എന്നു വരാം. ആരോഗ്യപരിപാലനം അമേരിക്കയിൽ വളരെ വിലപിടിപ്പുള്ള സംഗതിയാണ്. പല കുടുംബങ്ങ ൾക്കും ഇൻഷ്വറൻസ് പ്രീമിയം തുക താങ്ങാൻ കഴിയില്ല. പ്രത്യേകിച്ചും ജോലിചെയ്യുന്ന കമ്പനിയുടെ സഹായമില്ലാതെ. ആരോഗ്യസംവിധാന ങ്ങൾ മികച്ചതാണെങ്കിലും ചികിത്സ ചെലവേറിയതാണ്. അടിസ്ഥാന ആരോഗ്യപരിരക്ഷ എല്ലാവർക്കും ലഭ്യമാകുന്നില്ല. എവിടേയും എന്നപോലെ അമേരിക്കയിലും പാവപ്പെട്ടവൻ തന്നെയാണ് ഏറ്റവും ബുദ്ധിമുട്ടുന്നത്.

ഇന്ത്യയെ അമേരിക്കയാക്കി മാറ്റുകയാണ് ഇവിടത്തെ പ്രധാന രാഷ്ട്രീയപ്പാർട്ടികളിൽ ഭൂരിപക്ഷത്തിന്റേയും രഹസ്യവും പരസ്യവുമായ കാര്യപരിപാടി. അവിടത്തെ സമ്പന്നത എന്ന ആകർഷണം മാത്രമല്ല, അവരുടെ ധിക്കാരഭീഷണികളും ഇതിന് കാരണമാണ്. വാസ്തവത്തിൽ ഇന്ത്യക്ക് പിന്തുടരാനാവുന്ന ഒരു രാജ്യമോ സാമ്പത്തിക നയമോ അല്ല അമേരിക്ക. അവിടെ സമ്പന്നർ കൂടുതലും ദരിദ്രർ കുറവുമാണെ ങ്കിൽ ഇവിടെ മറിച്ചാണ് സ്ഥിതി. ഇന്ത്യൻ ജനസംഖ്യയിൽ മൂന്നിൽ രണ്ടുഭാഗം ദരിദ്രരാണ്. അമേരിക്കയിലെ കണക്കുകൂട്ടൽ രീതിയനുസ രിച്ച് അവിടെ 12 ശതമാനത്തോളം ആണ് ദരിദ്രർ. ഭരണകൂടത്തിന്റെ ശക്തവും സ്ഥിരവുമായ പിന്തുണയില്ലാതെ ഇവിടത്തെ ജനങ്ങൾക്ക് പിടിച്ചുനിൽക്കാനാവില്ല.

ഇന്ത്യയുടേത് സമ്മിശ്ര സമ്പദ്ഘടനയാണെന്ന് ആദ്യഭരണകർത്താ ക്കൾ തീരുമാനിക്കുന്നത്, സർക്കാറിനുമാത്രം ഒരു പുതിയ രാഷ്ട്രത്തെ പിടിച്ചുയർത്താൻ കഴിയില്ല എന്ന തോന്നൽ കൊണ്ടാവാം. അങ്ങനെ തീരുമാനിക്കുമ്പോൾ നിരുപാധികമായ ഒരു സ്വകാര്യമേഖലയല്ല ജവഹർലാൽ നെഹ്റുവും കൂട്ടരും വിഭാവനം ചെയ്തത്. സാമൂഹികമായ

ഉത്തരവാദിത്തങ്ങൾ ഏറ്റെടുക്കുന്ന ഒരു സ്വകാര്യമേഖലയാണ്. സ്വാതന്ത്ര്യ വായു ശ്വസിക്കുന്ന ആദ്യ ആവേശങ്ങളിൽ ഈ ധർമ്മം കുറച്ചെങ്കിലും പാലിക്കപ്പെട്ടു എന്നുപറയാം. പക്ഷെ തുടർന്നുള്ള ഭരണകൂടങ്ങൾ സ്വകാര്യമേഖലയ്ക്ക് കർശനമായ നിബന്ധനകൾ മുന്നോട്ട് വെക്കുന്നതിലോ അത് നടപ്പിലാക്കുന്നതിലോ ഉദാസീനമായിരുന്നു.

ആരോഗ്യരംഗത്തും ഇതുതന്നെയാണ് അവസ്ഥ. ഇന്ത്യയിലെ 80 ശതമാനം ആരോഗ്യപ്രശ്നങ്ങളും കൈകാര്യം ചെയ്യുന്നത് സ്വകാര്യമേഖലയാണ്. അവിടെ ഇന്ത്യൻ നിയമങ്ങൾക്ക് കടന്നുചെല്ലാൻ കഴിയാത്ത വിധം സുശക്തമായ മുതലാളിത്ത മതിലുകൾ ഉയർന്നു നിൽക്കുന്നുണ്ട്. 2010ൽ പാസ്സായ ക്ലിനിക്കൽ എസ്റ്റാബ്ലിഷ്മെന്റ് ആക്ട് നടപ്പിലാക്കാൻ ശ്രമിക്കുമ്പോഴും ഐ.എം.എ എന്ന സംഘടനയടക്കം ഇടപെടാൻ തുടങ്ങി. ഹരിയാനയിൽ നടപ്പിലാക്കാൻ തുടങ്ങുമ്പോൾ സമരം ആരംഭിച്ചു. ഇന്ത്യൻ മെഡിക്കൽ അസോസിയേഷൻ എന്ന സംഘടനയുടെ സെക്രട്ടറി ജനറലിന്റെ വാദം ഇതായിരുന്നു, അന്ന്: പൊതു ആരോഗ്യ സംവിധാനം പുഷ്ടിപ്പെടുത്തുന്നതിൽ പരാജയമായ ഗവൺമെന്റ് എന്തിനാണ് സ്വകാര്യമേഖലയെ നിയന്ത്രിക്കാൻ ഒരുമ്പെടുന്നത്?

ഡോക്ടർമാരുടെ ഒരേയൊരു അഖിലേന്ത്യാ സംഘടനയായ ഐ.എം.എക്ക് അംഗങ്ങളുടെ താല്പര്യം സംരക്ഷിക്കാൻ ഉത്തരവാദിത്തം ഉണ്ടെന്നത് ശരിതന്നെ. പക്ഷെ ഈ സംഘടനയുടെ പല നിലപാടുകളും ഏകപക്ഷീയവും സമൂഹനിരപേക്ഷവുമാണ്. ക്ലിനിക്കൽ എസ്റ്റാബ്ലിഷ്മെന്റ് ആക്ട് 2010 നടപ്പിലാക്കുന്നതിനെ എതിർക്കുമ്പോൾ മുന്നോട്ടുവെച്ച ഒരു വാദം, മികച്ച സൗകര്യങ്ങളും കുറഞ്ഞ നിരക്കുകളും ഒത്തുപോകില്ല എന്നതാണ്. അതുപോലെ ഈ ആക്ട് നടപ്പിലാക്കിയാൽ 80 ശതമാനം രോഗികളെ കൈകാര്യം ചെയ്യുന്ന ഡോക്ടർമാരെ അത് ബാധിക്കും എന്ന വാദവും അവർ മുന്നോട്ടുവെച്ചു.

എന്റെ കഴിവും ബോദ്ധ്യവും അനുസരിച്ച് രോഗികളുടെ നന്മക്കായി ഉചിതമായ ചികിത്സാവിധികൾ നിഷ്കർഷിക്കുകയും ആർക്കും ഉപദ്രവം വരുത്താതിരിക്കുകയും ചെയ്തുകൊള്ളാം എന്നും മറ്റും പഠിച്ചിറങ്ങുമ്പോൾ മഹാചാര്യൻ ഹിപ്പോക്രാറ്റസിന്റെ പ്രതിജ്ഞ ചൊല്ലുന്നവരാണിവർ. പക്ഷെ ചെയ്യുന്നത് ഇങ്ങനെയൊക്കെത്തന്നെയാണോ എന്ന കാര്യത്തിൽ പൊതുസമൂഹത്തിൽ വലിയ അഭിപ്രായവ്യത്യാസമുണ്ട്.

ഡോക്ടർമാരിൽനിന്ന് മോശം പെരുമാറ്റവും വേണ്ടാത്ത ചികിത്സയും ലഭിച്ചതിന്റെ തെളിവുകൾ പൊതുജനത്തിന് ഒരുപാട് തിരുത്താനുണ്ടാവും. അതിനുള്ള പ്രധാനകാരണം മറ്റേത് കച്ചവടത്തേയുംപോലെ

ലാഭാധിഷ്ഠിതമാണ് വൈദ്യശാസ്ത്രരംഗവും എന്നതാണ്. വലിയ മൂലധന നിക്ഷേപത്തോടെ ആശുപത്രികളും ആശുപത്രിശൃംഖലകളും ഉണ്ടാക്കുമ്പോൾ എത്രയും പെട്ടെന്ന് എല്ലാം തിരിച്ചുപിടിക്കാനുള്ള ആർത്തി അതിന്റെ മുതലാളിമാർക്ക് ഉണ്ടാവും. അങ്ങനെ വരുമ്പോൾ തങ്ങളുടെ പണിക്കാരായ ഡോക്ടർമാർക്ക് ചില ലക്ഷ്യങ്ങൾ തീരുമാനിക്കും, ഉടമസ്ഥർ. അത് പ്രാപിക്കാനായി പരമാചാര്യന്റെ പ്രതിജ്ഞയൊക്കെ മറക്കേണ്ടിവരും. രോഗി ഒരു കസ്റ്റമറാണ്. അയാളിൽനിന്നേ ഈ പറയുന്ന ലക്ഷ്യം (target) നേടാനാകൂ. മരുന്ന് കമ്പനികളും ആശുപത്രി മുതലാളിയും ഡോക്ടർമാരും ചേർന്ന ഒരു ദൂഷിതവലയത്തിൽ കുടുങ്ങിപ്പോയ ഇരമാത്രമാകും അന്നേരം രോഗി.

തെരുവിൽ പ്രസംഗിച്ചാൽ പൊതുതാല്പര്യ ഹർജിയും സ്കൂളിൽ സമരം ചെയ്താൽ സ്വമേധയാ കേസുമൊക്കെ വരുന്ന നാട്ടിൽ ചികിത്സാപ്പിഴവു കൊണ്ട് രോഗി മരിക്കുകയാണെങ്കിൽ വലിയ പ്രശ്നമൊന്നും സാധാരണ ഉണ്ടാകാറില്ല. ഉണ്ടായാൽത്തന്നെ അത് വളരെ പെട്ടെന്ന് ഒതുങ്ങുന്നതും കാണാറുണ്ട്. എന്നുവെച്ചാൽ ഇംഗ്ലീഷിൽ അക്കൗണ്ടബിലിറ്റി എന്നും മലയാളത്തിൽ ഉത്തരവാദിത്തം എന്നും പറയുന്ന ഒരേർപ്പാട് നമ്മുടെ സ്വകാര്യ ആശുപത്രികൾക്ക് ബാധകമല്ല എന്ന് തോന്നിപ്പോകും.

തെറ്റായ രോഗനിർണ്ണയംകൊണ്ടും അലംഭാവംകൊണ്ടും തെറ്റായ മരുന്നുനിർദ്ദേശംകൊണ്ടും അശ്രദ്ധകൊണ്ടും രോഗികൾക്ക് ജീവഹാനി സംഭവിക്കുമ്പോൾ ഒരു തരത്തിലുള്ള ഉത്തരവാദിത്തവും ഏൽക്കാതെ സ്വകാര്യ ആശുപത്രികൾ ഒഴിഞ്ഞുമാറും. ഡങ്കപ്പനി ചികിത്സക്ക് ഒരു കുട്ടിയ്ക്ക് 18 ലക്ഷം രൂപയുടെ ബില്ല് കൊടുത്തതും സൈനൽ പരുക്ക് ഭേദമാകുവാൻ 83 ലക്ഷം രൂപയുടെ ചെലവുവന്നതും ഈയടുത്തിടെ വാർത്തയിൽ ഇടംപിടിച്ചതാണ്. എറണാകുളത്തെ ദൈവസാന്നിദ്ധ്യമുള്ള ആശുപത്രിയിൽ രണ്ടരലക്ഷം രൂപയുടെ ഹൃദയശസ്ത്രക്രിയ പാക്കേജിൽ പ്രവേശിച്ച രോഗി പത്തുലക്ഷം അടക്കേണ്ടിവന്നതും മരിച്ചുപോയതും നേരിട്ടറിയാം. മൂന്ന് ഗുരുതരമായ ചികിത്സാപ്പിഴവാണ് അദ്ദേഹത്തിന്റെ മരണകാരണമായത്. ഒന്ന്: ശസ്ത്രക്രിയക്കുശേഷം പിറ്റേ ദിവസംതന്നെ ആളുമാറി, ഖരരൂപത്തിൽ ഭക്ഷിക്കാൻ കൊടുത്തു. രണ്ട്: അദ്ദേഹത്തിന്റെ മകൾ യദൃച്ഛയാ നോക്കുമ്പോൾ മൂക്കിൽ വെച്ച ഓക്സിജൻ മാസ്കിന് സിലിണ്ടറിൽ കണക്ഷൻ കൊടുത്തിട്ടില്ല. മൂന്ന്: ചികിത്സയിലെവിടെയോ വെച്ച് രേഖപ്പെടുത്തിയ രക്തഗ്രൂപ്പ് മാറിപ്പോയത് ഗ്രൂപ്പ് അറിയാവുന്ന ഭാര്യയാണ് കണ്ടുപിടിച്ചത്. ആദ്യമാദ്യം വലിയ രോഷത്തോടുകൂടി കേസുകൊടുക്കും എന്നൊക്കെ വീട്ടുകാർ പറഞ്ഞിരുന്നെങ്കിലും പിന്നീട് ആരൊക്കെയോ ചേർന്ന് തണുപ്പിക്കുകയാണുണ്ടായത്.

ഐ.സി.യുവിലും, വെന്റിലേറ്ററിലുമുള്ള നിഗൂഢമായ പ്രവേശിപ്പിക്കലുകൾ, ആവശ്യത്തിനും അനാവശ്യത്തിനുമുള്ള ലാബ്ടെസ്റ്റുകൾ, അവയുടെ അമിതമായ നിരക്കുകൾ, ഡോക്ടർ നിർദ്ദേശിച്ച മരുന്നുകൾ ആവശ്യമുള്ളവയാണോ എന്ന സന്ദേഹം, അവ രോഗികൾക്ക് യഥാസമയം കൊടുക്കുന്നുണ്ടോ എന്ന സംശയം, ഡോക്ടർമാരുടെ ധിക്കാരപരമായ പെരുമാറ്റങ്ങൾ, വൃത്തിയും വെടിപ്പുമുള്ള അക്ഷരങ്ങളിൽ മരുന്നിന്റെ പേരെഴുതണം എന്ന നിയമം ലംഘിക്കൽ എന്നിങ്ങനെ സാധാരണ മനുഷ്യരുടെ മനസ്സിലേക്ക് ഓടിയെത്തുന്ന ആശുപത്രിയോർമ്മകൾ നിരവധിയാണ്.

സർക്കാർ ഉടമസ്ഥതയുള്ള ആരോഗ്യസേവന സ്ഥാപനങ്ങളെ ശക്തിപ്പെടുത്തിയും സ്വകാര്യമേഖലയുടെ പ്രവർത്തനങ്ങളെ അംഗീകരിച്ചുകൊണ്ടുതന്നെ സാമൂഹികമായ ഉത്തരവാദിത്തങ്ങൾ നിറവേറ്റുന്നതിന് ആവശ്യമായ നിയമങ്ങളും നിബന്ധനകളും കർശനമായി നടപ്പാക്കിക്കൊണ്ടും മാത്രമേ ആരോഗ്യമുള്ള ഒരു വൈദ്യമേഖല നിർമ്മിച്ചെടുക്കാനാവൂ. ഏത് നിയമവും അനുസരിക്കപ്പെടാതെ പോകുന്നത് സ്വകാര്യ ആരോഗ്യ സേവനരംഗത്ത് പതിവാണ്. കോഴിക്കോട്ടെ പ്രസിദ്ധനായ ഒരു കാർഡിയോളജിസ്റ്റിനോട് ഡോക്ടർ, വായിച്ചാൽ മനസ്സിലാകുന്ന തരത്തിൽ മരുന്നിന്റെ പേര് എഴുതണമെന്നുണ്ടല്ലോ? എന്നു ചോദിച്ചപ്പോൾ ഡോക്ടർ പറഞ്ഞത് എനിക്ക് വേറെ പണിയുണ്ട് എന്നാണ്. കണ്ണൂർ ഗവ.മെഡിക്കൽ കോളേജിലെ ഒരു ഡോക്ടറോട് മരുന്നിന്റെ ഡോസ് എന്തെങ്കിലും റിയാക്ഷൻ ഉണ്ടാക്കുമോ എന്നു ചോദിച്ചപ്പോൾ എന്റെ മരുന്നിൽ വിശ്വാസമില്ലെങ്കിൽ എന്റടുത്ത് വരണ്ട എന്ന മറുപടിയാണ് കിട്ടിയത്. ഈ ധാർഷ്ട്യങ്ങൾ സ്വകാര്യഡോക്ടർമാരിൽ മാത്രമല്ല സർക്കാർ ഡോക്ടർമാരിലും വ്യാപകമാണ്.

സർക്കാരും സ്വകാര്യവുമായ ആരോഗ്യസേവന രംഗത്തെ നിരവധി രോഗങ്ങൾക്ക് കൃത്യമായ മരുന്നാണ് ക്ലിനിക്കൽ എസ്റ്റാബ്ലിഷ്മെന്റ് ആക്ട് 2010. എന്തെല്ലാം തരം ആശുപത്രികളും ക്ലിനിക്കുകളും ഉണ്ടാവാം അതെല്ലാം ഏതു തരത്തിലായിരിക്കണം എന്നെല്ലാം ഈ നിയമം നിർദ്ദേശിക്കുന്നു. രോഗികളുടെ അവകാശം കടമ എന്നിവയെക്കുറിച്ച് രോഗിക്ക് ആദ്യം കൃത്യമായ അറിവ് നൽകണം എന്നും ചികിത്സച്ചെലവ് എന്താകും എന്നും മൂന്നാം കക്ഷി സേവനങ്ങൾ (ഇൻഷുറൻസ് മുതലായവ) എന്തൊക്കെയാണെന്നും രോഗിയെ അറിയിച്ചിരിക്കണം, ആശുപത്രിയുടെ പ്രഖ്യാപിത നിരക്കുകൾ അനുസരിച്ചേ ബില്ല് കണക്കാക്കാൻ പാടുള്ളൂ, ആ നിരക്കുകൾ ആദ്യമേ രോഗിയെ അറിയിച്ചിരിക്കണം, രോഗത്തിന്റെ ഗൗരവത്തെക്കുറിച്ച് ബോധ്യപ്പെടുത്തണം എന്നിങ്ങനെ

പലതരം നിബന്ധനകൾ ഈ നിയമത്തിൽ ഉണ്ട്. ഒരു മരുന്നുകുറിപ്പിൽ (Prescription) രോഗിയുടെ പേര്, തിയതി, മരുന്നിന്റെ പേര്, അളവ്, കൊടുക്കേണ്ട രീതി, കാലയളവ്, ഡോക്ടറുടെ പേര്, സ്ഥാനം, രജിസ്ട്രേഷൻ നമ്പർ എന്നിവയെല്ലാം വ്യക്തമായി എഴുതിയിരിക്കണം എന്ന നിബന്ധന വായിക്കുമ്പോൾ ഒരിക്കലെങ്കിലും ഒരാശുപത്രിയിൽ കിടക്കുകയോ ക്ലിനിക്കിൽ പോയി ഡോകട്റെ കാണുകയോ ചെയ്തിട്ടുള്ളവർക്ക് ചിരിവരും. ഒരിക്കലും നടക്കാത്ത സുന്ദരമായ സ്വപ്നം.

അന്നേരം പഴഞ്ചൊല്ല് ഇറങ്ങിവരും. പൂച്ചക്ക് ആര് മണികെട്ടും? ഇന്ത്യ മഹാരാജ്യം, ജി.ഡി.പിയുടെ 1.28 ശതമാനമാണ് പൊതുആരോഗ്യത്തിന് ചെലവാക്കുന്നത്. ലൈബീരിയ, ബംഗ്ലാദേശ്, നേപ്പാൾ തുടങ്ങിയ രാജ്യങ്ങൾ ഇതിലും കൂടുതൽ, അവരുടെ ജനതയുടെ ആരോഗ്യകാര്യത്തിനായി ചെലവാക്കുന്നുണ്ട്. സ്വകാര്യമേഖലയുടെ ലാഭേച്ഛയ്ക്ക് ജനങ്ങളെ എറിഞ്ഞുകൊടുക്കുക എന്ന ആഗോളവൽകൃത അനീതിയിൽനിന്ന് ഭരണകൂടം പാഠങ്ങൾ പഠിക്കണം. പഠിക്കും എന്നതിന് തെളിവൊന്നുമില്ലെങ്കിലും സ്വകാര്യ ആരോഗ്യ വ്യവസായവും നമ്മുടെ പുകൾപെറ്റ രാഷ്ട്രീയ നേതൃത്വവും തമ്മിലുള്ള അവിശുദ്ധ ബന്ധം എല്ലാവർക്കും അറിയാവുന്നതാണ്. കേരളത്തിലെ വൻകിട ആശുപത്രികളുടെ ഓഹരി ഉടമകൾ ഇവിടത്തെ മഹാനേതാക്കരുടെ വലിയ കൂട്ടുകാരനാണ്. പലർക്കും ഇത്തരം ആശുപത്രികളിൽ വൻനിക്ഷേപം ഉണ്ട്. ഇന്ത്യയിലെ പഴയൊരു ചീഫ്ജസ്റ്റിസ് തന്നെ മെഡിക്കൽകോളേജ് അനുവദിക്കുന്ന വിഷയത്തിൽ ആരോപണ വിധേയനായത് ഓർക്കുക. അഴിമതിയുടെ വളക്കൂറുള്ള നിലമാണ് സ്വകാര്യമെഡിക്കൽ കോളേജുകളും അവയ്ക്ക് അനുവദിക്കപ്പെടുന്ന കോഴ്സുകളും.

ഏതുതരം കേസായാലും, രോഗി കേസുകൊടുത്ത കേസായാലും അഡ്മിഷൻ സംബന്ധിച്ച കേസായാലും സ്വകാര്യ ആശുപത്രി കച്ചവടത്തെ തൊട്ടാൽ തൊട്ടോൻ വിവരമറിയും. കേരളത്തിലെ മെഡിക്കൽ വിദ്യാഭ്യാസത്തെ നിയന്ത്രിക്കാനുള്ള ഒരു കമ്മിറ്റി എല്ലാ വർഷവും അപഹാസ്യമായി തോറ്റ് തൊപ്പിയിടുന്നത് നമ്മൾ കണ്ടുകൊണ്ടിരിക്കുന്നു.

എല്ലാം അറിഞ്ഞു കഴിഞ്ഞാലും പഴഞ്ചൊല്ല് ബാക്കിയാകും: പൂച്ചയ്ക്കാര് മണികെട്ടും?

3 ജൂൺ 2020

രണ്ട് കൊലപാതകങ്ങളിൽ തുടങ്ങാം

ലോകം മുഴുവൻ ഒരു രോഗത്തിന് മുന്നിൽ പേടിച്ച് വിറച്ച് നിൽക്കുന്ന ഈ കാലത്ത്, കേരളത്തിൽ ആദ്യം കേട്ട കൊലപാതകം അതിർത്തിത്തർക്കത്തിന്റെ പേരിലായിരുന്നു. ഒരു മനുഷ്യൻ വേറൊരു മനുഷ്യനെ കുത്തിക്കൊന്നു. ഏറ്റവും ഒടുവിലത്തെ കൊലപാതകവും അതിർത്തിയുടെ പേരിലായിരുന്നു. കുറച്ച് മനുഷ്യർ ചേർന്ന് ഒരു ആനയെ പഴത്തിൽ പടക്കം ഒളിപ്പിച്ചുവെച്ച് കൊന്നു.

കൊല്ലപ്പെട്ട ആനയ്ക്കുവേണ്ടി എന്തെങ്കിലും പറഞ്ഞാൽ വികസന പുരോഗമനവാദികളുടെ കൊലവിളി ഉയരും. നട്ടുനനച്ചുണ്ടാക്കിയത് ആന തിന്നാൽ, ഇതല്ല ഇതിനപ്പുറവും നടക്കും എന്നാണ് മനുഷ്യമാത്ര വാദികളുടെ നിലപാട്. ആനകൾക്ക് നട്ടുനനച്ച് വളർത്താൻ അറിയില്ല എന്നും പനമ്പട്ടയല്ല, കാട്ടിൽനിന്ന് കിട്ടുന്നതാണ് അവയുടെ ആഹാരമെന്നും ഇവർക്കൊന്നും അറിയായ്കയല്ല. ആനകളുടെ അതിർത്തിയിലേക്ക് മനുഷ്യർ കടന്നതാണോ മനുഷ്യരുടെ അതിർത്തിയിലേക്ക് ആനകൾ വന്നതാണോ എന്നതാണിവിടെ ചോദ്യം.

മനുഷ്യരടക്കം എല്ലാ ജീവികളും താമസിക്കുന്ന ഈ ഭൂമി ഇന്ന് നേരിടുന്ന പ്രധാന പാരിസ്ഥിതിക പ്രശ്നങ്ങളിൽ മുഖ്യമായതാണ് കാടില്ലാതാവൽ. കാട്ടിലെ മരങ്ങൾ ഭീതിദമാം വിധം മുറിച്ചുമാറ്റുന്നു. മുമ്പുള്ളതിന്റെ പകുതി മഴക്കാടുകളേ ഇന്ന് നിലനിൽക്കുന്നുള്ളു. മരം മുറിയുടെ കണക്കുകേട്ടാൽ മനസ്സുള്ളവർ ഞെട്ടും. ഒരു സെക്കന്റിൽ ഒന്നര ഏക്കർ വെച്ചാണ് മഴക്കാടുകൾ മുറിച്ചുനീക്കുന്നത്. ലോകത്തിന്റെ പ്രാണവായു

കലവറയായ ആമസോൺ മഴക്കാടുകൾ ബ്രസീലിന്റെ പ്രസിഡണ്ട് തോന്നിയപോലെ മുറിക്കാനനുവദിച്ചതിന്റെ ഫലങ്ങൾ ഉടനെത്തന്നെ കണ്ടുതുടങ്ങിയിരുന്നു. ശ്രീമാൻ ബൊൾസനാരോവിനെ കാടിന്റെ ആരാച്ചാർ എന്ന് ചരിത്രത്തിൽ രേഖപ്പെടുത്തും. ഇക്കണക്കിനുപോയാൽ വരുന്ന നാല്പതുകൊല്ലത്തിനുള്ളിൽ ലോകത്തെ മഴക്കാടുകൾ ഇല്ലാതാകും എന്നാണ് കണക്ക്.

കാടുകളും മരങ്ങളും ഇല്ലാതാവുമ്പോൾ എന്താണ് സംഭവിക്കുക? മരമില്ലാത്ത കടലിൽ മഴ പെയ്യുന്നില്ലേ എന്ന കേരളീയമായ ഒരു വിഡ്ഢിച്ചോദ്യം ഇപ്പോഴും ഇവിടെയൊക്കെയുണ്ട്. ആദ്യ കേൾവിയിൽ ഗംഭീരമെന്നു തോന്നിക്കുന്ന ഈ ചോദ്യത്തിൽ അറിവില്ലായ്മ കുന്നോളം ഉണ്ട്. കാടിനും മരങ്ങൾക്കും മഴ പെയ്യിക്കൽ മാത്രമല്ല ധർമ്മം. മരങ്ങൾ കുറയുമ്പോൾ പ്രാണവായു (Oxygen) കുറയുന്നു. കാടുകൾ കുറയുന്നതിന് ഒരു വിശദീകരണം വേണ്ടല്ലോ. കാടുകൾ കുറയുമ്പോൾ ജീവജാലങ്ങളുടെ ആവാസസ്ഥലങ്ങളുടെ വിസ്തീർണം കുറയുന്നു. ജൈവസമ്പത്ത് മറയുന്നു. കാർബൺഡൈ ഓക്സൈഡ് വലിച്ചെടുത്താണ് മരങ്ങൾ ഫോട്ടോസിന്തസിസ് എന്ന ഭക്ഷണം പാകം ചെയ്യൽ നടത്തുന്നത്. മരങ്ങൾ കുറഞ്ഞാൽ കാർബൺഡൈ ഓക്സൈഡ് കൂടുന്നു. കാലാവസ്ഥാവ്യതിയാനത്തിന്റെ പ്രധാന കാരണം ഇതാണ്.

കാടുകൾ കുറഞ്ഞാൽ അത്രയും ജൈവവൈവിദ്ധ്യം ഇല്ലാതാകുന്നു. മൃഗങ്ങളുടേയും ചെടികളുടേയും ഇനങ്ങൾക്ക് വംശനാശം സംഭവിക്കുന്നു. പ്രകൃതിയുടെ സന്തുലനം കുറയുന്നു. വരൾച്ചയും മണ്ണിടിച്ചലുമൊക്കെയുണ്ടാവുന്നു. ഭൂമിയിലെ ഓരോ ജീവജാലവും പരസ്പരാശ്രിതത്വമുള്ളതാണെന്ന് വീണ്ടും പറയേണ്ടിവരുന്നുണ്ട്. ഒന്നിനെന്തെങ്കിലും സംഭവിച്ചാൽ എല്ലാറ്റിനേയും അത് ബാധിക്കും.

ബൈബിളിലെ നോഹയുടെ പെട്ടകം നല്ലൊരു പ്രതീകാത്മക കഥയാണ്. പ്രളയം ലോകനാശത്തിന് കാരണമാകും എന്നറിഞ്ഞപ്പോൾ നോഹ, രക്ഷപ്പെടാനായി ഒരു വലിയ പെട്ടകം ഉണ്ടാക്കുന്നു. അതിൽ അനേകം അറകൾ, പെട്ടകത്തിൽ കയറ്റാനായി നോഹ മനുഷ്യരെ മാത്രമല്ല, എല്ലാ ജീവജാലങ്ങളുടേയും ഓരോ ജോഡിയെയാണ് തിരഞ്ഞെടുത്തത്. പ്രളയശേഷം നാട് പുലർന്നപ്പോൾ എല്ലാവരേയും ഉൾക്കൊണ്ട നോഹയ്ക്കല്ല പിന്തുടർച്ചയുണ്ടായത് എന്നതാണ് ആ കഥയുടെ അനുബന്ധ പാഠം. ഇങ്ങ്, ഇരുപത്തിയൊന്നാം നൂറ്റാണ്ടിൽ 'ഇതരചരാചരങ്ങളുടെ ചരിത്രപുസ്തകം' എന്ന പേരിൽ അയ്മനം ജോൺ ഒരു കഥയെഴുതി. അത് നോഹയുടെ കഥയുടെ തുടർച്ചയായിരുന്നു. മറ്റു ജീവജാലങ്ങൾ ചരിത്രമെഴുതിയാൽ എങ്ങനെയായിരിക്കും

എന്നതാണാകഥയിലെ ചോദ്യം. മനുഷ്യർ കൊന്നൊടുക്കിയ ജീവജാല ങ്ങളുടെ കഥ ആരും എഴുതിയിട്ടില്ല. അത് മനുഷ്യർ കൊന്നൊടുക്കിയ മനുഷ്യരേക്കാൾ കോടാനുകോടി അധികമാണ്.

ഈ ജൂൺ 5ന് ഒരു ലോകപരിസ്ഥിതിദിനംകൂടി കടന്നുപോയി. ആചരണവും അനാചരണവും വ്യാപകമായി ഉണ്ടായി. അന്ന് ഒരു സീതിഹാജിയുംഒരു നിയമസഭയും മാത്രമേ ഉണ്ടായിരുന്നുള്ളു എന്നതു കൊണ്ട് ഒരു മണ്ടൻ ചോദ്യമേ ഉണ്ടായുള്ളു. ഇന്ന് നിരവധി സാമൂഹിക മാധ്യമങ്ങൾ ഉള്ളതുകൊണ്ട് ഒരുപാട് മണ്ടൻ ചോദ്യങ്ങൾ, ഒരുപാട് മണ്ടൻമാർ ചോദിക്കുകയുണ്ടായി. ജൂൺ അഞ്ചിന് മാത്രമേ മരം നടാവൂ എന്നുണ്ടോ ? മരം വെച്ചു പിടിപ്പിച്ചാൽ എല്ലാമായോ ? ഇതുവരെ വെച്ച മരങ്ങളെല്ലാം വളർന്നെങ്കിൽ കേരളം കാടാകുമായിരുന്നില്ലേ ? കപട പരിസ്ഥിതിവാദികൾക്കും പരിസ്ഥിതി മൗലികവാദികൾക്കും ആളാവാനുള്ള പരിപാടിയല്ലേ ? ചോദ്യങ്ങളുടെ സാംപിളുകൾ ഇങ്ങനെയാണ്.

അറിയുന്നവർക്കു വേണ്ടിയോ ചെയ്യുന്നവർക്കു വേണ്ടിയോ അല്ല, ഐക്യരാഷ്ട്രസഭയുടെ ഇത്തരം ദിനാചരണങ്ങൾ. അറിയാത്തവർക്കും ചെയ്യാത്തവർക്കും അവബോധം ഉണ്ടാക്കാൻ വേണ്ടിയാണ്. എല്ലാ വർഷവും ഗാന്ധി പിറന്ന നാളിൽ, ഒക്ടോബർ 2ന് ലോകസമാധാന ദിനം ആയി ആചരിക്കുന്നത്, മറ്റുള്ള ദിവസങ്ങളിൽ സമാധാനം വേണ്ട എന്ന അർത്ഥത്തിലല്ല. സമാധാനത്തിന് ഒരു ഊന്നൽ, അതാണ് ഉദ്ദേശ്യം.

ജൂൺ അഞ്ചിന് മലയാളികൾക്കെങ്കിലും കല്ലേൻ പൊക്കുടൻ എന്ന പൊക്കുടേട്ടനെ ഓർമ്മ വരണം. ഭൂമിയുടെ ശ്വാസകോശമായ കണ്ടൽക്കാടുകൾ ഉണ്ടാക്കിയെടുക്കാൻ അദ്ദേഹം അവഹേളനങ്ങൾ പോലും സഹിച്ചിട്ടുണ്ട്. കണ്ടലിന്റെയും ഒരളവിൽ പ്രകൃതിയുടേയും വിജ്ഞാനകോശമായിരുന്നു പൊക്കുടൻ. പിന്തുണ ലഭിക്കേണ്ടവരിൽനിന്ന് ലഭിക്കാഞ്ഞത് അദ്ദേഹത്തെ രോഷാകുലനാക്കിയിരുന്നു. പക്ഷെ അദ്ദേഹം പുഴയോരങ്ങളിലും കൈപ്പാടുകളിലും ശ്വാസകോശങ്ങൾ നട്ടുപിടിപ്പിച്ചു. ജൂൺ അഞ്ചിനെങ്കിലും നമുക്ക് സൈലന്റ് വാലി എന്നും ജോൺസി എന്നും ശിവപ്രസാദ് മാഷ് എന്നുമൊക്കെ ഓർമ്മ വരണം. എങ്കിലേ നമ്മൾ മലയാളികളാകൂ.

പക്ഷെ നമ്മൾ ഇപ്പോൾ ചൂടുകൂടുന്ന വേനലിനെക്കുറിച്ചും മഴ കൂടുന്ന വർഷകാലത്തെക്കുറിച്ചും ആശങ്കപ്പെടുന്നുണ്ട്. മാർച്ച്-ഏപ്രിലിൽ പൂക്കുന്ന കൊന്നകൾ ഡിസംബർ-ജനുവരിയിൽ പൂക്കാൻ തുടങ്ങുന്നത് ചൂട് കൂടുന്നതുകൊണ്ടാണ് എന്ന് നമ്മൾ തീരുമാനിച്ചുകഴിഞ്ഞു. കഴിഞ്ഞ കുറേ വർഷങ്ങളായി വേനൽ അതികഠിനമാണ്. കേരളത്തിൽ

മുമ്പൊരിക്കലും ഉണ്ടാവാത്ത അളവിലേക്ക് ഉഷ്ണമാപിനി ഉയരുന്നുണ്ട്. തുടർന്നുവരുന്ന, നമ്മുടേതു മാത്രമെന്ന് നാം അഹങ്കരിച്ചിരുന്ന കാലവർഷം കഴിഞ്ഞ രണ്ടു വർഷമായി മലയാളികളെ ഉൽകണ്ഠയിലാഴ്ത്തുന്നു. തിരുവാതിര ഞാറ്റുവേല വിദേശികൾക്ക് കൊണ്ടുപോകാനാവില്ലല്ലോ എന്ന് ഒരു സാമൂതിരിയും ഇനി അഭിമാനിക്കില്ല. ഇത് മൂന്നാം വർഷം. ഇനിയും പ്രളയമുണ്ടാകുമോ എന്നാണ് നാം ഭയപ്പാടോടെ ഉറ്റുനോക്കുന്നത്. ഇവിടെ മാത്രമല്ല ചൂടിന്റെ പര്യായമായ ഗൾഫ് നാടുകളിലും ചൂട് കൂടുന്നുണ്ട്. ലോകമെങ്ങും ഉണ്ടായിരുന്ന കാലാവസ്ഥാക്രമം ഇന്ന് നിലനില്ക്കുന്നില്ല.

കാലാവസ്ഥാ വ്യതിയാനം ഉണ്ടാവുന്നുണ്ട് എന്ന യാഥാർത്ഥ്യബോധത്തിലേക്ക് മനുഷ്യർ ഉണർന്നിട്ടുണ്ട്. ചൂടായും തണുപ്പായും കൊടുങ്കാറ്റായും ക്ഷാമമായും വരൾച്ചയായും കാട്ടുതീയായും ഉഷ്ണവാതമായുമൊക്കെ നമ്മൾ അതിനെ കാണുകയും അനുഭവിക്കുകയും ചെയ്യുന്നു. ചെറിയ താപവ്യതിയാനംപോലും വലിയ കൃഷിനാശമുണ്ടാക്കുന്നു. വരൾച്ചയുണ്ടാക്കുന്നു. ക്ഷാമങ്ങൾ ഉണ്ടാക്കുന്നു. ഓസോൺ പാളിയിലെ വിള്ളൽ, ഹരിതഗൃഹവാതകങ്ങൾ എന്നിവയെല്ലാം താരതമ്യേന സുപരിചിതമായ വാക്കുകളാണിന്ന്.

ചൂട് ക്രമാതീതമായി കൂടുന്നതുകൊണ്ട് ധ്രുവങ്ങളിലെ മഞ്ഞുരാജ്യങ്ങൾ ഉരുകുന്നു എന്നതാണ് മറ്റൊരവസ്ഥ. ഒരു ചെറിയ പാത്രത്തിൽ നാല് ഐസ് മുട്ടായികൾ ഉരുകിയാൽ എന്തെന്ന് നമുക്കറിയാം. അപ്പോൾ എതാണ്ട് നാലുകിലോമീറ്റർ ഉയരത്തിൽ ഉറച്ചതും ഇന്ത്യ, റഷ്യ, ചൈന എന്നീ രാജ്യങ്ങൾ ചേർന്നതിനേക്കാൾ വലുതുമായ, ലോകത്തിലെ കരയുടെ ആറിലൊന്ന് വരുന്ന ആർട്ടിക് പ്രദേശത്തെ മഞ്ഞ് ഉരുകാൻ തുടങ്ങിയാൽ ആ വെള്ളമെല്ലാം എവിടെപ്പോകും? ഈ ഭൂമിയല്ലാതെ വേറൊരു ഭൂമി നമുക്കില്ല. എണ്ണ, പ്രകൃതിവാതക പദ്ധതികൾ, മീൻപിടുത്തം, ഖനനം, കപ്പലോട്ടം എന്നിവയാലാണ് ആർട്ടിക്കിലെ തൂവെള്ള മഞ്ഞുലോകം കളങ്കിതമാവുന്നതും ഉരുകുന്നതും. മറ്റിടങ്ങളേക്കാൾ രണ്ടു മൂന്നിരട്ടി ചൂടാണ് ഇപ്പോൾ ആർട്ടിക്കിന് സഹിക്കേണ്ടി വരുന്നത്. ഒരു ദശാബ്ദത്തിൽ ഒമ്പതു ശതമാനം എന്ന കണക്കിൽ മഞ്ഞുകവചം ചുരുങ്ങിക്കൊണ്ടിരിക്കുന്നു എന്നാണ് കണക്ക്. ഒഴുക്കിപ്പരക്കാൻ ഇടമില്ലാത്ത ജലത്തോളം അക്രമാസക്തമായി മറ്റൊന്നില്ല.

"ഇനി വരുന്നൊരു തലമുറയ്ക്ക്
ഇവിടെ വാസം സാധ്യമോ ?
മലിനമായ ജലാശയം അതി
മലിനമായൊരു ഭൂമിയും..."

എന്നു തുടങ്ങുന്ന ഒരു ഗാനം ഈയിടെ വൈറലാവുകയുണ്ടായി. മുമ്പെന്നോ എഴുതിയ ഈ പാട്ടിന്റെ സത്തയിലേക്ക് ഒരു ജനത ഉണർന്നതിന്റെ അടയാളമായി ഈ സ്വീകാര്യതയെ കണക്കാക്കാം. മാലിന്യം എന്നു പറയുമ്പോൾ, ചപ്പുചവറുകൾ മുതൽ ആണവ പാഴ്വസ്തുക്കൾ വരെ എല്ലാം അടങ്ങും. മനുഷ്യകുലത്തിന്റെ മലിനമായ മനസ്സു പോലെ വായുവും വെള്ളവും മണ്ണും വിണ്ണുമെല്ലാം മലിനമായിക്കഴിഞ്ഞു. 92 ശതമാനം ലോകജനതയും മലിനമായ വായുവുള്ള ഇടങ്ങളിലാണ് താമസിക്കുന്നത്. ഈ മലിനത ലോകത്ത് നടക്കുന്ന മരണങ്ങളുടെ 12 ശതമാനത്തിന് കാരണമായിത്തീരുന്നു. 83% ടാപ്പ് വെള്ളത്തിലും മൈക്രോ പ്ലാസ്റ്റിക്കിന്റെ അംശങ്ങൾ കണ്ടെത്തിയിട്ടുണ്ട്. കൃഷിയുടേയും വ്യവസായത്തിന്റെയും സമ്മാനമായി നമ്മുടെ നദികളും ജലാശയങ്ങളും സമുദ്രങ്ങളും വേണ്ടത്ര കലങ്ങിയിട്ടുണ്ട്. രാസമലിനീകരണം എന്നു കേൾക്കുമ്പോൾ മലയാളിക്ക് ആദ്യം കാസർഗോട്ടെ എൻഡോസൾഫാൻ മഴയെക്കുറിച്ച് ഓർമ്മവരും. ഇനിയും പൂർണ്ണമായും പരിഹരിക്കപ്പെട്ടിട്ടില്ലാത്ത നശീകരണങ്ങളായി അത് നിലനിൽക്കുന്നു. 'പർവ്വതനിരയുടെ പനിനീര്' എന്ന് സിനിമാപ്പാട്ടിലുണ്ടായിരുന്ന പെരിയാർ എത്രമാത്രം മലിനമാണ് എന്ന് ഇന്ന് നമുക്കറിയാം. ഇതെല്ലാം കാരണം ഈ ഭൂമിയുടെ 70 ശതമാനം വെള്ളമാണെങ്കിലും 2.5 ശതമാനം മാത്രമെ നല്ല വെള്ളമായി എണ്ണൂറ് കോടിയോളം മനുഷ്യർക്കും ജീവജാലങ്ങൾക്കും കിട്ടുന്നുള്ളു. അതുതന്നെ അതിസമ്പന്ന രാജ്യങ്ങളുടെ ധൂർത്തിനു ശേഷമുള്ള ഇത്തിരിയേ ദരിദ്രരാജ്യങ്ങൾക്ക് ലഭിക്കു.

ലക്ഷക്കണക്കിന് ടൺ പ്ലാസ്റ്റിക് മാലിന്യമാണ് ഇതുവരെ ലോകത്തെ കടലുകളിലേക്ക് ഒഴുകിയെത്തിയിട്ടുള്ളത്. അതുകൂടാതെ എല്ലാത്തരം പാഴ്വസ്തുക്കളും കൊണ്ടുപോയി തള്ളാനുള്ള കുപ്പയായിട്ടാണ് കടലുകളെ മനുഷ്യൻ തീരുമാനിച്ചിട്ടുള്ളത്. അതുകാരണം പ്രാണവായുവിന് പ്രവേശനമില്ലാത്തതും ജീവികളുടെ നിലനില്പ് അപകടത്തിലായതുമായ നൂറ്റമ്പതോളം മൃതമേഖല (Dead zone) കൾ സമുദ്രങ്ങളിൽ ഉണ്ടായിട്ടുണ്ടെന്ന് കണ്ടെത്തിയിട്ടുണ്ട്. കരയിലുള്ളവർക്ക് കടലിലെ ഈ മൃതമേഖലയെ പേടിക്കേണ്ട എന്നു കരുതരുത്. ഈ മേഖലകളിൽ മത്സ്യങ്ങൾക്ക് പ്രജനനം നടത്താൻ കഴിയില്ല. ലോകത്തെ മത്സ്യപ്രിയർക്ക് കേൾക്കാൻ ഇഷ്ടമില്ലാത്ത വാർത്തയാകും ഇത്. അതുമാത്രമല്ല നമ്മുടെ ശരീരത്തിലെ ഭാഗങ്ങളിലേക്ക് ഓക്സിജൻ കൊടുക്കുന്നത് തടസ്സപ്പെടുമ്പോഴാണ് തരിപ്പും വേദനയും ജീവഹാനിപോലും സംഭവിക്കുന്നത്. പ്രകൃതിയിൽ ഇത്തരം പ്രാണവായുരഹിത മേഖലകൾ ഉണ്ടാകുമ്പോൾ സമാനമായ വൈകല്യങ്ങൾ പ്രകൃതിയിലും സംഭവിക്കും.

തീർച്ചയായും സമ്പന്നരാഷ്ട്രങ്ങളുടെ ധൂർത്തും അഹങ്കാരവും പ്രകൃതി ചിന്തകളിൽ പ്രധാന വിഷയമാണ്. പ്രകൃതിവിഭവങ്ങളും മറ്റ് കാര്യങ്ങളും ഒരു തരത്തിലുള്ള സന്തുലനവും ഇല്ലാതെയാണ് ഉപയോഗിക്കപ്പെട്ടുന്നത്. ഭക്ഷ്യവസ്തുക്കൾ, ഇന്ധനം, മരം പോലുള്ള പ്രകൃതിവിഭവങ്ങൾ, വെള്ളം, സ്ഥലം എല്ലാം വലിയ അളവിൽ ഉപയോഗിക്കുന്നത് ഇന്ന് വൈറസിനാൽ തരിപ്പണമായ വൻശക്തികളാണ്. യു.എസ് എന്ന അമേരിക്ക, ഉണ്ടാക്കിയ ഭക്ഷണത്തിന്റെ 30 മുതൽ 50 വരെ ശതമാനം പാഴാക്കിക്കളയുന്നു എന്നൊരു സ്ഥിതിവിവരം. പരിസ്ഥിതി നിയമങ്ങൾ കർശനമാക്കുകയും ആവശ്യമുള്ള മരം കോസ്റ്റോറിക്കപോലുള്ള ദരിദ്രരാജ്യങ്ങളിൽനിന്ന് ഇറക്കുമതി ചെയ്യുകയും ചെയ്യുന്ന അമേരിക്ക മാത്രമാണ് ഇന്നും പാരീസ് ഉടമ്പടിയിൽ ഒപ്പുവയ്ക്കാത്ത ഏക 'വമ്പൻ' രാഷ്ട്രം. ഉപഭോഗാസക്തിയും ലാഭക്കൊതിയും മൂത്ത മുതലാളിത്ത രാജ്യങ്ങൾ പ്രകൃതിക്കേല്പ്പിക്കുന്ന പരിക്കുകളും ഒന്നിനും വയ്യാത്ത ദരിദ്രരാജ്യങ്ങൾ ഉണ്ടാക്കുന്ന പരിക്കുകളും ഒരേ അളവുകോൽകൊണ്ട് അളക്കാവുന്നതല്ല. ഒരേ കുറ്റം ചാർത്താവുന്നതുമല്ല. ഇന്ത്യയിലെ കന്നുകാലികളുടെ ബാഹുല്യമാണ് ഓസോൺ പാളിയുടെ വിള്ളലിന് പ്രധാന കാരണം എന്നൊരു വാദം ഒരിക്കൽ ഉയർന്നിരുന്നു. വൻകിട രാജ്യങ്ങളിൽ ഒരാൾ ഉപയോഗിക്കുന്നത്, ഇന്ത്യപോലുള്ള രാജ്യങ്ങളിൽ 35 പേർക്ക് ഉപയോഗമാകും എന്നാണ് കണക്ക്. ലോക ജനസംഖ്യയുടെ 5 ശതമാനം മാത്രം ജനസംഖ്യയുള്ള അമേരിക്കയിലാണ് ലോകത്തെ 50 ശതമാനം വരെ മാലിന്യം ഉണ്ടാവുന്നത്. ലോകത്തെ 84 ശതമാനം വിഭവങ്ങളും ആഹരിക്കുന്നത് ഇന്ത്യയടക്കം 25 രാജ്യങ്ങളാണ്. ആ പട്ടികയിൽ രണ്ടാംസ്ഥാനത്തുള്ള ജപ്പാൻ എട്ടര ശതമാനം ആഹരിക്കുമ്പോൾ ഒന്നാം സ്ഥാനത്തുള്ള അമേരിക്ക വിഴുങ്ങുന്നത് 29 ശതമാനമാണ്. ആദ്യ ആറ് സ്ഥാനക്കാരിൽ (അമേരിക്ക, ജപ്പാൻ, ജർമ്മനി, ചൈന, ഫ്രാൻസ്, ബ്രിട്ടൻ എന്നിങ്ങനെയാണ് ക്രമം) അഞ്ചുപേർ കഴിക്കുന്നതിനേക്കാൾ (27.5%) കൂടുതൽ അമേരിക്ക ഒറ്റയ്ക്ക് കഴിക്കുന്നുമുണ്ട്. ലോകത്ത് ഏതാണ്ട് 200 രാജ്യങ്ങളാണുള്ളതെന്നും ശ്രദ്ധിക്കണം.

സമ്പന്നരും ദരിദ്രരും തമ്മിലുള്ള അന്തരം പരിസ്ഥിതി പഠനങ്ങളിലെ മുഖ്യവിഷയമായാൽ മാത്രമേ സന്തുലിതമായ ഫലങ്ങൾ ഉണ്ടാവൂ. കൈക്കരുത്തും പണക്കൊഴുപ്പും കൊണ്ട് മേൽക്കൈ നേടിയ രാജ്യങ്ങൾക്ക് ഈ കാര്യത്തിൽ കൂടുതൽ ഉത്തരവാദിത്തം ഉണ്ട്. അത് പലപ്പോഴും എടുത്തു കാട്ടപ്പെടാറില്ല. ഇനിയും ഒരമ്പത് വർഷത്തേക്കുള്ള വിഭവങ്ങളേ ലോകത്ത് അവശേഷിക്കുന്നുള്ളൂ എന്നൊക്കെ, പിരിയുന്ന നേരത്ത് സ്റ്റീഫൻ ഹോക്കിംഗിനെപ്പോലുള്ളവർ മുന്നറിയിപ്പ് നൽകിയിരുന്നു.

ഭൂമിയുടെ അവകാശികളെക്കുറിച്ച് ബഷീർ ചോദിച്ചിട്ടുണ്ട്. അങ്ങനെ എല്ലാവരും ഉൾക്കൊള്ളുന്ന ഭൂമി പുനർനിർമ്മിക്കുന്നതിന് ആവശ്യമായ സാമഗ്രികൾ ഒരുക്കുന്നതിന് നിർദ്ദയമായ പൊളിച്ചുമാറ്റലുകൾ ആവശ്യമായി വരും. പ്രപഞ്ചം സൃഷ്ടിച്ച് എല്ലാം മനുഷ്യനെ ഏല്പിച്ച് വിശ്രമിക്കുന്ന ദൈവം എന്ന കഥയാണ് ആദ്യം പൊളിക്കേണ്ടത്. 140 ലക്ഷം വർഷം മുമ്പ് ഭൂമിയിൽ ഉണ്ടായ അരണയെക്കുറിച്ച് കഷ്ടിച്ച് രണ്ടുലക്ഷം വർഷം മുമ്പ് ആവിർഭവിച്ച മനുഷ്യർ പിന്നെയും ആയിരത്താണ്ടു കഴിഞ്ഞ് മൂന്ന് അന്ധവിശ്വാസങ്ങൾ പ്രചരിപ്പിച്ചിട്ടുണ്ട്. അരണ കടിച്ചാൽ ഉടനെ മരണം എന്നും അരണയ്ക്ക് ചെറിയ ഓർമ്മയാണെന്നും അരണയുടെ വായിൽ മാണിക്യക്കല്ലുണ്ടെന്നും. നാലായിരമോ രണ്ടായിരമോ ആയിരത്തഞ്ഞൂറോ വർഷങ്ങൾക്കു മുമ്പുണ്ടായ മതഗ്രന്ഥങ്ങളിലെ വെളിപാടുകളല്ല, ശാസ്ത്രീയമായ അന്വേഷണമാണ് സമഗ്രഭൂമിയെ പുനർനിർമ്മിക്കുന്നതിന് ആധാരമാവേണ്ടത്. അപ്പോൾ ഇവിടത്തെ ഇരുവശത്തുമുള്ള ഇടതും വലതും രാഷ്ട്രീയക്കാർക്കും മതപുരോഹിതർക്കും സമ്പന്നകർഷകർക്കും സ്വീകാര്യമല്ലാത്ത് ഗാഡ്ഗിൽ കമ്മിറ്റി ശുപാർശകൾ, വേദങ്ങൾ വീണ്ടെടുത്തപോലെ, വീണ്ടെടുക്കേണ്ടിവരും.

ഒടുവിൽ ഈ വിഷയത്തിലെ കൃത്യമായ ഒരു നിരീക്ഷണം കൂടി ഇവിടെ ചേർക്കേണ്ടതുണ്ട്. അധ്യാപകനും ചിത്രികലാനിരൂപകനുമായ ഏ.ടി.മോഹൻരാജ് ഇങ്ങനെ എഴുതി, 'മനുഷ്യ കേന്ദ്രീകൃതമായ ലോകവീക്ഷണം വലിച്ചെറിയുക. മാനവവാദം അപകടകരമെന്ന് ഈ കോവിഡ് കാലത്തും തിരിച്ചറിയാതാവുന്നത് കഷ്ടമാണ്. അണുക്കൾ അനുവദിക്കുകയാണെങ്കിൽ മാത്രമേ മനുഷ്യന് ഈ ഭൂമിയിൽ ജീവൻ നിലനിർത്തുവാൻ കഴിയൂ. പക്ഷികൾ, മൃഗങ്ങൾ, ചെടികൾ എല്ലാറ്റിനും ഭൂമിയിൽ മനുഷ്യനോളമോ അതിലധികമോ പ്രാധാന്യമുണ്ട്. മനുഷ്യരുടെ ഇന്ദ്രിയങ്ങൾക്ക് പക്ഷിമൃഗങ്ങളേക്കാൾ ശേഷി കുറവാണ്. നീതിസാരത്തിൽ പറയുന്നതുപോലെ മൃഗങ്ങളിൽ നിന്ന് പഠിക്കണം. മാനവവാദത്തെ നിയന്ത്രിക്കുന്ന മാനവവാദാനന്തര കാഴ്ചപ്പാട് നമുക്കും സ്വീകരിക്കാം'.

11 ജൂൺ 2020

സയനോര ഫിലിപ്പും ജോർജ് ഫ്ലോയിഡും

ഒന്ന്

'കറുത്ത ജീവിതങ്ങൾ കാര്യമുള്ളതാണ്' (Black Lives Matters) എന്ന മുദ്രാവാക്യം ഉയർത്തി അമേരിക്കയിലെ അമ്പത് സംസ്ഥാനങ്ങളിലും ലോകത്തെ മറ്റു രാജ്യങ്ങളിലും പ്രക്ഷോഭങ്ങൾ നടക്കുകയാണ്. 'എനിക്ക് ശ്വാസം മുട്ടുന്നു' എന്ന ജോർജ് ഫ്ലോയിഡിന്റെ അവസാന വാക്കുകളും ഇതിന്റെ കൂടെ വേദനാജനകമായി ഉണ്ട്. അമേരിക്കൻ ഭരണകൂടമോ ലോകരാഷ്ട്രങ്ങളോ ഒട്ടും പ്രതീക്ഷിക്കാത്ത തലത്തിലേക്കും തരത്തിലേക്കും ആ പ്രതിഷേധം വളരുന്നു.

അമേരിക്കയിലെ പാഠപുസ്തക-ഭരണകൂട ചരിത്രനിർമ്മിതികളൊക്കെ ചോദ്യം ചെയ്യപ്പെട്ടു തുടങ്ങി. 'ആത്മസംതൃപ്തിയോടെ ഇരിക്കേണ്ട കാലം കഴിഞ്ഞു' (The time for being complacent is over) എന്ന് ഉറച്ചുകൊണ്ട്, പാരമ്പര്യത്തെയും ചരിത്രപാഠങ്ങളേയും ചോദ്യം ചെയ്യാൻ അവിടെ തുടങ്ങിക്കഴിഞ്ഞു. അപ്പോൾ ദേശീയസ്മാരകങ്ങളായും അഭിമാനസ്തംഭങ്ങളായും ഉയർന്നു നില്ക്കുന്ന പ്രതിമകളും നിലം പതിക്കാൻ തുടങ്ങി. 2015-ൽ ത്തന്നെ ബോസ്റ്റണിൽ ഇങ്ങനെയൊരു സംഭവം നടന്നിരുന്നു. 1979-ൽ അവിടെ ഉയർന്ന ക്രിസ്റ്റഫർ കൊളംബസിന്റെ പ്രതിമ അന്ന് നാട്ടുകാർ വലിച്ചു പറിച്ചു കളഞ്ഞിരുന്നു. അതൊരു പ്രസ്ഥാനമായി രൂപമാറ്റം വരുന്നത് ജോർജ് ഫ്ലോയിഡിന്റെ കൊലയ്ക്കുശേഷമുള്ള പ്രതിഷേധ പ്രളയത്തിലാണ്. അമേരിക്കയിലെ പല സംസ്ഥാനങ്ങളിലും 'ദേശീയ നാണക്കേട്' എന്ന നിലയിൽ, ഉയർന്നു

നിൽക്കുന്ന കൊളംബസ് പ്രതിമകൾ നിലം പൊത്തുകയുണ്ടായി. പ്രക്ഷോഭത്തിൽ പങ്കെടുക്കാൻ ആഹ്വാനം ചെയ്തുകൊണ്ട് വെർജീനിയയുടെ തലസ്ഥാനമായ റിച്ച്മോണ്ടിലെ തദ്ദേശീയ സമിതി (Indigenous Society) ഇങ്ങനെ ട്വീറ്റ് ചെയ്തു. 'ബൈഡ്പാർക്കിൽ മറ്റൊരു വംശീയ സ്മാരകത്തിനെതിരെ പ്രതിഷേധിക്കാൻ നമ്മൾ ഒത്തു ചേരുകയാണ്. ക്രിസ്റ്റഫർ കൊളംബസ് തദ്ദേശീയരെ കൂട്ടക്കുരുതിചെയ്ത ഒരു കൊലപാതകിയാണ്. നാട്ടുകാരെ വംശഹത്യചെയ്യുന്ന സംസ്കാരം ഇന്നും മുഖ്യധാരയിൽ നിലനില്ക്കുന്നുണ്ട് എന്നതാണ് നമ്മളീകാണുന്നത്. നിങ്ങളുടെ വിവേകവും പെരുമ്പറകളും ചിലങ്കകളും വസ്ത്രങ്ങളും മുഖാവരണങ്ങളും എടുത്ത് അങ്ങോട്ട് വരിക'

പ്രക്ഷോഭകരെ സംബന്ധിച്ചിടത്തോളം വംശഹത്യക്കാരനായ കൊളംബസിന്റെ പേരിലുള്ള ദിനാചരണം 'തദ്ദേശീയരുടെ ദിനാചരണ'മാക്കി മാറ്റണം എന്നതാണ് ഒരാവശ്യം. 1492 ഒക്ടോബർ 12 നാണ് ഇറ്റലിക്കാരനായ നാവികൻ, ക്രിസ്റ്റഫർ കൊളംബസ് അമേരിക്കയിൽ കാലുകുത്തുന്നത്. (കൊളംബസ് അമേരിക്ക കണ്ടുപിടിച്ച എന്ന് എത്ര നിഷ്കളങ്കമായായിരുന്നു നമ്മൾ ചെറുപ്പത്തിൽ ചരിത്രം പഠിച്ചിരുന്നത് എന്നുകൂടി ഇവിടെ ഓർക്കണം) ഒക്ടോബർ 12 അമേരിക്കയിൽ അവധിയോടുകൂടിയ ദിനാചരണമാണ്. അതിന്റെ ഉള്ളടക്കം നേരെ വിപരീതമാക്കണം എന്നതാണ് പ്രക്ഷോഭത്തിന്റെ ഒരു പൊരുൾ.

സോവിയറ്റ് യൂണിയനെ തകർത്ത് റഷ്യയിൽ ലെനിന്റെ പ്രതിമ താഴെയിട്ടപ്പോഴും ബർലിൻ മതിൽ തകർത്തപ്പോഴുമുള്ള അട്ടഹാസങ്ങളൊന്നും കൊളംബസ് എന്ന നരഭോജിയുടെ പ്രതീകാത്മക പതനത്തിൽ ഇവിടെ കണ്ടില്ല. ഇന്നത്തെ ഭാഷയിൽ പറയുകയാണെങ്കിൽ, ചാനൽ ചർച്ചകൾക്കുപോലും വേണ്ടത്ര വിധേയമായില്ല. കമ്മ്യൂണിസത്തിൽ നന്മയുടെ സ്വപ്നമുണ്ടായിരുന്നു. കൊളംബസിൽ കൊലവെറിയുള്ള സാമ്രാജ്യദാഹം മാത്രമേ ഉണ്ടായിരുന്നുള്ളൂ.

അന്ന്, ഇന്ത്യ എന്ന വിദൂര സങ്കല്പംപോലുമില്ലാതിരുന്ന കാലത്ത്, ഈ ഉപഭൂഖണ്ഡം തേടിപ്പുറപ്പെട്ട ആ പരിചയസമ്പന്നനായ അഡ്മിറൽ ആണ് വഴിതെറ്റി അമേരിക്കഭൂഖണ്ഡത്തിൽ എത്തിയത്. അവിടന്നിങ്ങോട്ട് വെള്ളക്കാരന്റെ നിർവ്വചനാതീതമായ കൊടുംക്രൂരതകൾ നടമാടുകയായിരുന്നു. റെഡ്ഇന്ത്യക്കാർ അടക്കമുള്ള ആ നാടിന്റെ സ്വന്തക്കാരെ മുഴുവൻ കൊന്നൊടുക്കി. ആഫ്രിക്കയിൽ നിന്നും മറ്റും കറുത്ത വർഗ്ഗക്കാരെ കപ്പൽ ലോഡുകളായി കൊണ്ടിറക്കി, അടിമകളാക്കിവെച്ച് വെള്ളത്തൊലിയുള്ളവർ അവരുടെ അമേരിക്ക കെട്ടിയുണ്ടാക്കി. വെള്ളക്കാരുടെ നീചതകളെക്കുറിച്ചുള്ള ആയിരക്കണക്കിന്

കഥകൾ ഇന്ന് ലോകത്തിനറിയാം. അടിമത്തം നിർത്തലാക്കിയതിന്റെ മഹത്വം എബ്രഹാം ലിങ്കന് ചാർത്തിക്കൊടുക്കാറുണ്ടെങ്കിലും അമേരിക്കയിൽ 1860 കളിൽ നടന്ന ആഭ്യന്തര കലാപമാണ് അതിന് വഴിയൊരുക്കിയത് എന്നതാണ് വാസ്തവം. നിയമമുണ്ടായി. പക്ഷെ ഒന്നും അടങ്ങിയില്ല. പിന്നീട് മാർട്ടിൻ ലൂതർകിംഗ് ജൂനിയറിനെപ്പോലുള്ളവർ 'വിവേചനരഹിതമായ അമേരിക്ക' സ്വപ്നം കണ്ടുവെങ്കിലും അതൊന്നും വേണ്ടത്ര ഭദ്രമായ രീതിയിൽ നടപ്പിലായില്ല എന്നതാണ് സമീപകാല സമരങ്ങൾ ചൂണ്ടിക്കാണിക്കുന്നത്. അമേരിക്കയുടെ ഭൂത-വർത്തമാനങ്ങൾ ഒട്ടും നിഷ്കളങ്കമല്ല.

രണ്ട്

അമേരിക്കയിൽ വിവേചന വിരുദ്ധത പ്രക്ഷോഭമായി മാറി. ഇവിടെ നമ്മുടെ കേരളത്തിൽ കാര്യങ്ങൾ ഭദ്രമാണോ? അങ്ങനെ തീരുമാനിക്കാൻ വരട്ടെ. നമ്മുടെ വൈരൂപ്യങ്ങൾ നമ്മൾ തന്നെ പ്രഖ്യാപിക്കുന്നതാണ് നല്ലത്. പരിചയത്തിൽ ഒരു പ്രസവം നടന്നു എന്നുകേട്ടാൽ ആദ്യം ചോദിക്കുക, കുട്ടി ആണോ പെണ്ണോ എന്നാണ്. അത് മനുഷ്യസ്ത്രീയാണെങ്കിലും പശുവാണെങ്കിലും. മനുഷ്യനിൽ ആണും പശുവിൽ പെണ്ണും സാമ്പ്രദായികമായി സന്തോഷം ഉണ്ടാക്കും എന്നാണ്. പക്ഷെ തലശ്ശേരി താലൂക്കിൽ ഈ മുഹൂർത്തത്തിൽ ഉണ്ടാവുന്ന ചോദ്യം വേറെയാണ് എന്നാണ് പറയാറ്. കുട്ടി വെളുത്തിട്ടാണോ കറുത്തിട്ടാണോ എന്നാണ് ചോദ്യം. ഒരു പക്ഷെ ലോകത്തിലെ വെളുത്ത തൊലിയുള്ള മനുഷ്യരുടെ നാടുകളിലൊഴികെ മറ്റെല്ലായിടത്തും ഈ ചോദ്യം വലിയ ആകാംക്ഷയോടെ, ഒരു തരത്തിലല്ലെങ്കിൽ മറ്റൊരു തരത്തിൽ ചോദിക്കുന്നുണ്ട്. തലശ്ശേരിയിൽ മാത്രമാകില്ല.

തലശ്ശേരിയിൽ, വെള്ളക്കാരൻ ക്രിക്കറ്റും കേക്കും സർക്കസും മാത്രമല്ല ((3 C – Cricket, Cake and Circus) വെളുപ്പിന്റെ ഒരു ജീൻ കൂടി വിതരണം ചെയ്തിട്ടുണ്ട്. അത് വളരെ സ്വാഭാവികവുമാണ്. അതുകൊണ്ട് ഓന് അല്ലെങ്കിൽ ഓൾക്ക് 'നല്ല കളറാപ്പാ' എന്നു പറഞ്ഞാൽ, കുട്ടി നല്ലപോലെ വെളുത്തിട്ടാണ് എന്നുമാത്രമാണ് അർത്ഥം. ഈ അർത്ഥം മറ്റിടങ്ങളിലും നിലനില്ക്കുന്നുണ്ട്. തമിഴിൽ നല്ല വെള്ളനിറമാണ് എന്നു പറയേണ്ടതിനു പകരം 'നല്ല സികപ്പാ' (ചുവപ്പാണ്) എന്നു പറയും. തുടുത്തത് എന്നർത്ഥം. തമിഴ്നാട്ടിലെ കറുത്ത നിറമുള്ള ആൺകുട്ടികളെ പറ്റിയുള്ള വലിയ പരാതി, അവർ വലുതായി ജോലിയൊക്കെ കിട്ടിക്കഴിഞ്ഞാൽ നല്ല സികപ്പ് പെണ്ണിനെ കണ്ട് കല്ല്യാണം കഴിക്കും എന്നതാണ്. ഉണ്ടാകുന്ന കുട്ടികൾ വെളുക്കും. അങ്ങനെ കറുപ്പിനെ

ളുത്തുകളയാം.

കറുപ്പിന് എന്തുകൊണ്ടാണ് 'മോശം' എന്ന അർത്ഥം വരുന്നത്? അതെങ്ങനെയാണ് സംഭവിച്ചത്? നമ്മുടെ ഭാഷാ പ്രയോഗത്തിലും അതിന്റെ തെളിവുകൾ കാണാം. മൂന്നു ഗുണങ്ങളെക്കുറിച്ചാണ് പറയുക. സാത്വികഗുണം, രജോഗുണം, തമോഗുണം. ഇതിൽ തമോഗുണം മാത്രമാണ് നിറത്തോട് ചേർന്നത്. എല്ലാ മോശം കാര്യങ്ങളുടേയും ഇരിപ്പിടമാണ് തമസ്സ് അല്ലെങ്കിൽ ഇരുട്ട്, കറുപ്പ് ഗുണം എന്നാണർത്ഥം. കറുത്തകൈ, കറുത്ത് മനസ്സ്, ഇരുണ്ട ബുദ്ധി എന്നിങ്ങനെ നിരവധി പ്രയോഗങ്ങൾ ഉണ്ട്. ഇംഗ്ലീഷിലാകട്ടെ നിത്യോപയോഗത്തിലുള്ള നിരവധി വാക്കുകൾ, നല്ലതല്ലാത്തവയെ കുറിക്കുന്ന വാക്കുകൾ കറുപ്പ് ചേർന്നതായിട്ടുണ്ട്. Blackmail, Black Sheep, Black Out, Black Friday, Blacklist തുടങ്ങിയ പല വാക്കുകളിലും പ്രയോഗങ്ങളിലും കറുപ്പ് മോശം അർത്ഥത്തെക്കുറിക്കുന്നു. മറുഭാഗത്ത് വെള്ള ശാന്തിയുടേയും സമാധാനത്തിന്റേയും മാന്യതയുടേയും നിറമായി ഉറച്ചുനിൽക്കുന്നു.

അതുകൊണ്ട് നമ്മുടെ തീരുമാനങ്ങളിൽ കറുപ്പ് ഒരു മോശം നിറവും കറുത്തവർ മോശക്കാരുമാണ്. വെളുത്തവരാണോ കറുത്തവരാണോ കുറ്റവാസനയുള്ളവർ എന്ന് ചോദ്യം വരുമ്പോൾ, കറുത്തവർ എന്ന് സ്വാഭാവികമായി വായിൽ വരുന്നുണ്ട്. എന്നാൽ അമേരിക്കയിലെതന്നെ കണക്കനുസരിച്ച് രണ്ടു നിറക്കാരിലുമുള്ള കുറ്റവാസന തുല്ല്യമാണ്. ഇങ്ങിനെ എന്തെല്ലാം കണക്കുകളും സ്ഥിതിവിവരങ്ങളും നിരത്തിയാലും കറുപ്പിനോടുള്ള വൈമുഖ്യം നീങ്ങുന്നില്ല.

അതുകൊണ്ട് കറുത്തനിറക്കാർക്ക് സ്വയം ജാള്യതയുണ്ടാക്കുന്ന ഒരേയൊരു കാരണം അവരുടെ തൊലിയുടെ കറുപ്പുനിറമാണ് എന്നതാണ്. വെളുപ്പിന് ഒന്നും ന്യായീകരിക്കേണ്ട. കറുപ്പിന് അങ്ങനെയല്ല. എല്ലാറ്റിനും ന്യായീകരണങ്ങൾ മുന്നോട്ടുവെക്കേണ്ടിവരും. ബുദ്ധിയുണ്ട് എന്നതിന്, ശക്തിയുണ്ട് എന്നതിന്, നല്ലവണ്ണം കളിക്കും എന്നതിന്, പാട്ടുപാടാനും ഡാൻസ് ചെയ്യാനും അറിയാമെന്നതിന് അങ്ങനെ എല്ലാറ്റിനും തെളിവുകൾ ഹാജരാക്കേണ്ടിവരും.

മലയാളത്തിൽ മതാതീതമായി കവിതകൾ എഴുതിത്തുടങ്ങിയവരിൽ പ്രമുഖനായ വെണ്മണി മഹൻ നമ്പൂതിരിപ്പാട് തന്റെ നിറത്തെ ന്യായീകരിച്ചത് ഇങ്ങനെ:

മുറാളനായ കമലോത്ഭവനെന്റെ ദേഹം
സൃഷ്ടിച്ചതിലധികം മഷി കുട്ടി ദുഷ്ടൻ.

ഇവിടെയും, ഒരു കാര്യം ശ്രദ്ധിക്കാം. മഷികുട്ടി എന്ന പ്രയോഗത്തിന് സ്വാഭാവികമായോ പരമ്പരാഗതമായോ ചേരുന്ന അർത്ഥം കറുത്ത

മഷി എന്നതന്നെയാണ്, എത്ര നിറത്തിൽ മഷിയുണ്ടെങ്കിലും. മഷിയുടെ നിരവധി നിറങ്ങൾ ഈ'മഷിക്കുട്ടി'ൽ പെടുത്താൻ കഴിയില്ല. നമുക്ക് ശരീരത്തിൽ രണ്ടിടത്തേ കറുപ്പ് തേക്കാൻ പ്രിയമുള്ളൂ. നരച്ചാൽ തലമുടിയിലും സുന്ദരമാക്കാൻ കണ്ണിലും.

സുറുമയെഴുതിയ മിഴികളെ
പ്രണയമധുര തേൻതുളുമ്പും
സൂര്യകാന്തിപ്പൂക്കളേ -

എന്ന് കറുപ്പപ്പോൾ സൂര്യകാന്തിയുടെ കാന്തിയുണ്ടാക്കും!

നാടൻപാട്ടിന്റേയും അതിരപ്പിള്ളിയുടേയും കാവൽക്കാരിയായ പ്രസീത ചാലക്കുടി, സ്റ്റേജ്ഷോയിലെ ഒരു പാട്ടിനിടയിൽ, 'ഞാൻ വെളുത്ത കുപ്പായം ഇട്ടു വന്നിട്ടും നിങ്ങൾക്കെന്നെ കാണാൻ പറ്റുന്നില്ല അല്ലേ?' എന്ന് ചാലക്കുടി ഭാഷയിൽ കാണികളോട് ചോദിക്കുന്നുണ്ട്. കറുപ്പിനെ മറികടക്കാൻ സ്വയമൊരു ഹാസ്യതയായി ഒന്ന് നിവർന്നു നില്ക്കേണ്ടിവരുന്നു.

രണ്ട് രാമൻമാർ ഉണ്ടായിരുന്നതുകൊണ്ട്, തന്നെ കറുത്ത പട്ടേരി രാമൻ എന്നാണ് ആളുകൾ വിളിച്ചിരുന്നത് എന്ന് വി.ടി.ഭട്ടതിരിപ്പാട് 'കണ്ണീരും കിനാവും' എന്ന ആത്മകഥയിൽ പറയുന്നുണ്ട്. എന്റെ ഒരു കൂട്ടുകാരനെ 'വെളുത്ത ശശി' എന്നാണ് വിളിച്ചിരുന്നത്. അതിൽ ഒരു പരിഹാസം ഉണ്ടായിരുന്നു. കാരണം ശശി സാമാന്യത്തിലധികം കറുത്തിട്ടാണ്. എന്റെ സഹോദരിയും സ്നേഹം നിറഞ്ഞ പരിഹാസങ്ങൾ, കറുത്തതിന്റെ പേരിൽ നേരിട്ടിട്ടുണ്ട് എന്ന് പറയണം. അതിനെ അവൾ മറികടന്നത് നന്നായി പഠിച്ച്, മികച്ച ജോലി സമ്പാദിച്ച് മികച്ച ഗവേഷണങ്ങൾ നടത്തിയാണ്. അന്നേരം ആ സഹോദരിയുടെ മകൾ പറയും, 'ഭാഗ്യം ഞാൻ അമ്മയെപ്പോലെ ആയില്ല!'

കേരളത്തിലെ ജാതി-അയിത്ത വിരുദ്ധപ്പോരാട്ടത്തിലെ പ്രധാനപ്പെട്ട ഒരു പേരാണ് പണ്ഡിറ്റ് കെ.പി.കറുപ്പന്റേത്. ജാതിക്കുമ്മി, ബാലാകലേശം തുടങ്ങിയ കൃതികൾ ഈ സമരത്തിലെ മൂർച്ചയുള്ള ആയുധങ്ങളാണ്. അദ്ദേഹത്തെക്കുറിച്ച് വിക്കിപ്പീഡിയ പറയുന്നത് വായിച്ചപ്പോൾ ഒന്ന് അന്തിച്ചുപോയി. "The Malayalam meaning of Karuppan, ഈസ് a person of black colour but Ironically Karuppan had a very fair complexion" (കറുപ്പൻ എന്ന വാക്കിന്റെ മലയാളം അർത്ഥം കറുത്ത നിറമുള്ളയാൾ എന്നാണ്. വിരോധാഭാസമെന്നു പറയട്ടെ കറുപ്പന് വളരെ സുന്ദരമായ പ്രകൃതമായിരുന്നു) വിക്കിയിൽ ആരോ നിറച്ചതാണല്ലോ. വിക്കി എഴുതിയില്ലല്ലോ. ഇതാണ് നമ്മുടെ മനോഭാവം.

വെളുപ്പിന് സ്വയം ഒന്നും തെളിയിക്കേണ്ടതില്ല എന്നു പറഞ്ഞല്ലോ. പക്ഷെ കറുപ്പിന് അങ്ങനെയല്ല. എപ്പോഴും സ്വയം തെളിയിച്ചു കൊണ്ടേയിരിക്കണം. അതുകൊണ്ട് ഇന്ത്യയുടെ പുരാണാഖ്യാന(Myth)ങ്ങളിലെ ഏറ്റവും ബഹുമുഖനായ കഥാപാത്രം ശ്രീകൃഷ്ണന് ഒരു നിറം നിശ്ചയിക്കാൻ പണ്ട് മുതൽക്കേ ചില പ്രശ്നങ്ങൾ ഉണ്ടായിരുന്നു. വിശേഷിച്ചും വലിയൊരു ജനവിഭാഗത്തിന്റെ ആരാധനാപാത്രമായ, ദൈവമായവനെ, കറുപ്പൻ എന്ന് വിളിക്കാമോ? തീർച്ചയായും ആര്യവർഗ്ഗത്തിന്റെ സ്പോൺസർഷിപ്പിൽ നടന്ന വൈഷ്ണവ പ്രസ്ഥാനത്തിന്റെ കാലത്താവാം ശ്രീകൃഷ്ണൻ, പിന്നോക്കക്കാരനായ, യാദവനായ, കൃഷ്ണൻ വിഷ്ണുവിന്റെ അവതരമായത്. ഈ ആരാധനാമൂർത്തിക്ക് ലോകത്തിലെവിടേയും നിലവിലില്ലാത്ത ഒരു നിറമാണ് ചാർത്തിക്കൊടുത്തത്. നീലക്കാർവർണ്ണൻ.

'കാക്കക്കറുമ്പൻ കണ്ടാൽ കുറുമ്പൻ
കാർവർണ്ണൻ നീലക്കാർവർണ്ണൻ...'

എന്ന് സിനിമാപ്പാട്ട്. കറുത്തവനാണ് എന്ന് കഥയിൽ പറഞ്ഞു. കറുപ്പിനെ അംഗീകരിക്കാൻ കഴിയില്ല. അപ്പോഴാണ് കൃഷ്ണന്റെ കാര്യത്തിൽ മാത്രം മഴമേഘങ്ങളുടെ നിറം നീലയായത്. 'ഇഷ്ടമുണ്ടെങ്കിൽ നീല എന്നും ഇഷ്ടമില്ലെങ്കിൽ കറുപ്പ്' എന്നും പറയുമെന്ന് എം.എൻ. വിജയൻ പറഞ്ഞിട്ടുണ്ട്. കറുത്തവനെ അങ്ങനെയാണ് ആര്യനാക്കിയത്. അങ്ങനെയാണ് ശ്രീകൃഷ്ണജയന്തി എന്ന ആചാരത്തിൽ കടുംനീലയോ വയലറ്റോ പെയിന്റടിച്ച, 'കറുത്ത' കൃഷ്ണന്മാരെക്കൊണ്ട് നമ്മുടെ നഗരവീഥികൾ നിറയുന്നത്.

കറുത്തവരുടെ മികച്ച ലൈംഗികശേഷി, വെളുത്ത ഭർത്താക്കന്മാരുടേയും കാമുകന്മാരുടേയും ഉറക്കമില്ലായ്മക്ക് കാരണമായിട്ടുണ്ട് എന്ന ചില പഠനങ്ങൾ മുമ്പ് വായിച്ചതായി ഓർക്കുന്നു. സമൂഹം കൂടുതൽ പരിഷ്കൃത(Civilised) മാകുമ്പോൾ ഉണ്ടാകുന്ന മാറ്റമനുസരിച്ച് ഏറ്റവും ചുരുങ്ങിയ കാലംകൊണ്ട്, ഇടപെട്ട മേഖലകളിൽ, മുന്നിലെത്താൻ കറുത്തവർക്ക് കഴിയുന്നതും വെളുത്തവന്റെ ആശങ്കമേഖലയാണ്. ബാസ്കറ്റ് ബോളിലും അത്ലെറ്റിക്സിലും ക്രിക്കറ്റിലും ഫുട്ബോളിലും ഒക്കെ നോക്കു. കറുത്ത തിളക്കങ്ങൾക്ക് വല്ലാത്ത തിളക്കമുണ്ട്. അപ്പോൾ വെള്ളക്കാർക്ക് ചെയ്യാവുന്നത് ഗാലറിയിലിരുന്ന് 'കുരങ്ങാ' എന്ന്, ഗോളടിച്ചവനെ വിളിക്കുകയാണ്. അല്ലെങ്കിൽ മറ്റെന്തെങ്കിലും ആംഗ്യം കൊണ്ട് നിന്ദിക്കുകയാണ്.

ഇത്തരം പരിഹാസങ്ങൾ എങ്ങനെയാണ് മുറിവേൽപ്പിക്കുക എന്ന് അനുഭവിച്ചവർക്കേ പറയാനാകൂ. അടികൊള്ളുന്ന എല്ലാവർക്കും

ചാടിയെഴുന്നേൽക്കാനാവില്ല. ജോർജ് ഫ്ലോയിഡിനെപ്പോലെ ശാരീരികമായ കരുത്തുണ്ടായാലും ചിലർ ശ്വാസംമുട്ടിത്തീരും. മറ്റുചിലർ സമനിലതെറ്റി ജീവിതം കൈമോശം വന്നവരാകും. ഇനിയും ചിലർ അനന്തമായ ലഹരികളിൽ ജീവിതം ഒഴുക്കിക്കളയും.

നിന്ദനങ്ങളെ കീഴ്പ്പെടുത്തുന്നവരുമുണ്ട്. കാഷ്യസ് ക്ലേ എന്ന മുഹമ്മദലി ഇടിക്കൂട്ടിൽ വസന്തം വിരിയിച്ച് മറുപടി കൊടുത്തു. വെള്ളക്കാരുടെ കളിയായ ക്രിക്കറ്റിലെ ആദ്യത്തെ രണ്ട് ലോകകപ്പ് വിജയങ്ങളും കരിമ്പന്മാരായ വെസ്റ്റ് ഇൻഡീസിനായിരുന്നു. കൂവിവിളിച്ചവരെക്കൊണ്ട് കൈയ്യടിപ്പിച്ച് ബെലോട്ടെലിയെപ്പോലുള്ളവർ ഉയർന്നുനില്ക്കും. ബോബ് മാർലേ തന്റെ ശബ്ദംകൊണ്ട് പരിഹാസങ്ങളെ അടക്കും. മൈക്കൽ ജോർഡാനെപ്പോലുള്ളവർ, ബാസ്ക്കറ്റ് ബോളിൽ എതിരാളിയുടെ കൊട്ടയിൽ പോയിന്റുകൾ നിറച്ച് ചുണ്ടത്ത് കൈവെച്ച് പറയും 'മിണ്ടരുത്' സെറീനാ വില്ല്യംസ് ടെന്നീസ് കോർട്ട് അടക്കിവാഴും. പണ്ടൊരു ആദിവാസിയായ, കറുത്തൊരു ആസ്ത്രേലിയക്കാരിയുണ്ടായിരുന്നു. ഇവോൺ ഗൂലഗോങ് കൗളി. അവർ ടെന്നീസിൽ വലിയ ഉയരത്തിലെത്തി.

ഇവയോട് ചേർത്തുവെച്ച് വായിക്കേണ്ടതാണ് നമ്മുടെ ഗായിക, സയനോര ഫിലിപ്പിന്റെ 'ഹാഷ് ടാഗിലെ കറുപ്പ്' എന്ന ലേഖനവും. (മാധ്യമം ദിനപത്രം. 25.06.20) 'എന്തുകൊണ്ടാണ് 3 സ്റ്റേജ് ഷോകളിൽ എന്നേയും രശ്മി സതീശനേയും പുഷ്പാവതിയേയും നിങ്ങൾ കൂടുതലായി കാണുന്നില്ല? പാടാൻ കഴിവില്ലാത്തതുകൊണ്ടൊന്നുമല്ലല്ലോ?' എന്ന് സയനോര ചോദിക്കുമ്പോൾ അമേരിക്ക വിട്ട്, നാം നമ്മുടെ കേരളത്തെ പ്രതിക്കൂട്ടിൽ എവിടെയെങ്കിലും നിർത്തേണ്ടതുണ്ട് എന്ന് തിരിച്ചറിയുന്നു. അമേരിക്കയിലെ ജനാധിപത്യ ധ്വംസനത്തെക്കുറിച്ചും മനുഷ്യാവകാശലംഘനങ്ങളെക്കുറിച്ചും ജാഗ്രതയുണ്ടാവുന്നത് നല്ലതുതന്നെ. കേരളത്തിൽ എല്ലാം സുഗമമാണ് എന്ന ആത്മസംതൃപ്തി അപകടകരമാണ്. ആ കാലം കഴിഞ്ഞു എന്ന് ഇവിടെ സയനോര ഓർമ്മിപ്പിക്കുന്നു.

ദേശീയ സർവ്വകലാശാല യുവജനോത്സവത്തിന് ആന്ധ്രയിലെ കാകതീയ സർവ്വകലാശാലയിലേക്ക് പോകുന്ന വഴിയിൽ സയനോര ഞങ്ങളോട് പറഞ്ഞ ജീവിതാനുഭവം ഈ ലേഖനത്തിൽ ഗായിക എഴുതിയിട്ടുണ്ട്. അന്ന് കൂടെ സയനോരയുടെ അച്ഛൻ ഫിലിപ്മാഷും അമ്മ മേരി ഹെഡ്വിഗ് ടീച്ചറും അനുജത്തി ശ്രുതിയും അനിയൻ ശ്രീരാഗും ഉണ്ടായിരുന്നു. സാവിത്രിടീച്ചറോടൊപ്പം ഇരുന്ന് ആ കഥ ഞങ്ങൾ നടുക്കത്തോടെ കേട്ടു. 'യുവജനോത്സവ മത്സരങ്ങൾക്കായി സെലക്ഷൻ നടന്നപ്പോൾ ഞാനാണ് ആദ്യം പേരുകൊടുത്തത്. സ്കൂളിൽ സെലക്ഷൻ നടപ്പോൾ

എന്റെ ഡാൻസ് കണ്ടിട്ട്, മാഷ് സെലക്റ്റ് ചെയ്തു. പിറ്റേന്ന് ടീച്ചർ വന്ന് എന്നോടൊപ്പം സെലക്ഷനവന്ന മറ്റ് കുട്ടികളെ വിളിച്ചോണ്ടുപോയി. ഞാൻ, ഡാൻസിന്റെ ചുമതലയുണ്ടായിരുന്ന ആളോട്, മാഷ് എന്നെ സെലക്ട് ചെയ്തിരുന്നു എന്ന് പറഞ്ഞു. (ആ മാഷ് എന്നെ നോക്കുന്നുണ്ട്. ഒന്നും മിണ്ടുകയോ ചോദിക്കുകയോ ചെയ്തില്ല) അപ്പോൾ സയനോര ബാക്കിയുള്ള കുട്ടികളെ നോക്കൂ. അവർ എന്ത് വെളുത്തിട്ടാണ്, അതു കൊണ്ടാണ് സയനോരയെ ഒഴിവാക്കിയത് എന്ന് അവർ പറഞ്ഞു.'

ചെറിയ കുട്ടിയായിരുന്ന തന്നിൽ അത് വലിയ മുറിവുണ്ടാക്കി എന്ന് സയനോര തുടർന്നെഴുതുന്നു. 'ടാലന്റ് കൊണ്ട് സെല്ക്റ്റ് ചെയ്തിട്ടും കറുത്ത് പോയതിന്റെ പേരിലാണ് ഒഴിവാക്കിയത് എന്ന് പറയുമ്പോൾ സഹിക്കാനാവുന്നില്ലെന്ന് പറഞ്ഞ് ഞാൻ പൊട്ടിക്കരഞ്ഞു. ഇത്ര കറുത്തിട്ടാണ് എന്നറിഞ്ഞിട്ടും മമ്മിയും ഡാഡിയും എന്നെ എന്തിനാണ് വളർത്തിയത് എന്നുവരെ ഞാൻ ചോദിച്ചു.'

സയനോര ഫിലിപ്പിന്റെ ലേഖനം വായിച്ചപ്പോൾ ദക്ഷിണാഫ്രിക്കയിൽ, ചവുട്ടി പല്ലുകൊഴിച്ച് തീവണ്ടിയിൽനിന്ന് ഇറക്കിവിട്ട ഗാന്ധിജിയേയും 1968-ലെ ഒളിപിംക്സിൽ കറുത്ത മുഷ്ടി ഉയർത്തിയ അത്ലെറ്റുകളേയും ഓർമ്മവന്നു. ഗാന്ധിജിയെ ചവിട്ടിയ, തെമ്മാടിയായ ആ വെള്ളത്തൊലിയനെ ഇന്ന് ആർക്കും അറിയില്ല. അയാളുടെ പേരും എവിടേയും കാണുന്നില്ല. മറിച്ച് ലോകസമാധാനദിനമായി ഐക്യരാഷ്ട്രസഭ ആചരിക്കുന്നത് ഗാന്ധിജിയുടെ ജന്മദിനമായി ഒക്ടോബർ 2 നാണ്. ചരിത്രത്തിൽ ആഹ്ളാദദായകമായ പ്രതികാരത്തിന്റെ വിത്തുകൾ ഉൾച്ചേർത്തുവെച്ചിട്ടുണ്ട്.

1968-ലെ മെക്സിക്കോ ഒളിംപിക്സിൽ ഇരുന്നൂറുമീറ്ററിൽ സ്വർണ്ണവും വെങ്കലവും നേടിയ ടോമിസ്മിത്തും ജോൺ കാർലോസുമാണ് വർണ്ണവിവേചനത്തിനെതിരായി, ഒളിപിംക് പ്രൊജക്റ്റ് ഫോർ ഹ്യൂമൻ റൈറ്റ്സ് ബാഡ്ജുകളും ധരിച്ച്, കറുത്ത കൈയ്യുറയിട്ട കൈകൾ ഉയർത്തി പ്രതിഷേധിച്ചത്. വെള്ളി നേടിയ പീറ്റർ നോർമൻ എന്ന ആസ്ത്രേലിയക്കാരൻ കൈ ഉയർത്തിയില്ലെങ്കിലും ബാഡ്ജ് ധരിച്ചിരുന്നു. ഒളിംപിക്സ് പോലുള്ള ഏറ്റവും പ്രധാനപ്പെട്ട അന്താരാഷ്ട്ര വേദിയിൽ 'നിയമവിരുദ്ധമായി' പ്രതിഷേധിച്ച സ്മിത്തിനും കാർലോസിനും മെഡലുകൾ തിരിച്ചു കൊടുക്കേണ്ടിവന്നു. പക്ഷെ പ്രതിഷേധം ലോകം അറിഞ്ഞു.

ജോർജ് ഫ്ലോയിഡിന്റെ കൊലപാതകത്തോടനുബന്ധിച്ച് ലോകമെമ്പാടും ഉയരുന്ന എതിർ സ്വരങ്ങൾക്ക് പിന്തുണ നൽകിക്കൊണ്ട് കഴിഞ്ഞ ദിവസം റയൽ മാഡ്രിസിന്റെ വിജയ നേരത്ത് ഗോളടിച്ച പ്രതിരോധക്കാരൻ മാഴ്സലേയും ഇപ്രകാരം മുട്ടുകുത്തിനിന്ന് മുഷ്ടി ചുരുട്ടി

ഉയർത്തുകയുണ്ടായി. 52 കൊല്ലത്തിനുശേഷവും (1968-2020) ഒരേ ലക്ഷ്യത്തിനായി മുഷ്ടി ചുരുട്ടേണ്ടിവരുന്നു എന്നത് പോരാട്ടം തുടരേണ്ടതിന്റെ ആവശ്യകതയെ സൂചിപ്പിക്കുന്നു. അതേ സമയം അരനൂറ്റാണ്ട് കഴിഞ്ഞിട്ടും വിചാരിച്ച പോലെ ഒന്നും നേരെയായില്ല എന്ന തിരിച്ചറിവും നൽകുന്നു.

കുട്ടിക്കാലത്ത് കറുത്തതിന്റെ പേരിൽ ഉപേക്ഷിക്കപ്പെട്ടു എന്നു പറയുന്ന സയനോര, ഇപ്പോഴും സ്റ്റേജ്ഷോകളിൽനിന്ന് മാറ്റിനിർത്തുന്നു എന്നും പറയുന്നുണ്ട്. വിപൽ സൂചനകൾ അവഗണിക്കുക എന്നതാണ്, ശ്രദ്ധിക്കാതിരിക്കുക എന്നതാണ് നാശത്തിലേക്കുള്ള ആദ്യചുവട്.

പോപ്പ് സംഗീതത്തിൽ ബോബ് മാർലയെപ്പോലെ, കർണ്ണാടക സംഗീതത്തിൽ ടി.എൻ.കൃഷ്ണയെപ്പോലെ, വിവേചനങ്ങൾക്കെതിരായ ഒരു തുറന്നെഴുത്തായി സയനോര ഫിലിപ്പിന്റെ ലേഖനം. ഈ വഴിയിൽ, തന്റെ സംഗീതത്തിലൂടെയും മറ്റും അവർ ഉറച്ചുതന്നെ മുന്നോട്ട് പോകേണ്ടതുണ്ട്.

20 ജൂൺ 2020

സ്വരാജ്യം പ്രവാസികളുടെ ജന്മാവകാശമാണ്

വേണ്ടപ്പെട്ടവർ കൂടെയില്ലാത്തപ്പോൾ ഉണ്ടാവുന്ന സാധാരണ പനിപോലും വ്യത്യസ്തമായ ആശങ്കകളുണ്ടാക്കും എന്നത് അനുഭവിച്ചറിയേണ്ട കാര്യമാണ്. ശരിക്കും പറഞ്ഞാൽ വീട്ടിൽ നിന്നും നാട്ടിൽ നിന്നും മാറി ജീവിക്കുന്നവർക്കേ ആ വേവലാതികൾ എന്തെന്ന് പറഞ്ഞാൽ മനസ്സിലാകൂ. രോഗത്തിലും ദാരിദ്ര്യത്തിലുമൊക്കെയാണ് ആലംബങ്ങൾക്കുവേണ്ടി വല്ലാതെ കൊതിക്കുക.

അപ്പോൾ ലോകത്തെ മിക്കവാറും എല്ലാ രാജ്യങ്ങളിലുമായി ഒരു കോടിയിലധികം പേരെ ബാധിക്കുകയും അഞ്ചുലക്ഷം പേരുടെ മരണ കാരണമായിത്തീരുകയും ചെയ്ത കോവിഡ്-19 എന്ന ഈ മഹാരോഗ ത്തിന്റെ പരിസരങ്ങളിൽ ജീവിച്ചുകൊണ്ടിരിക്കുമ്പോൾ എല്ലാവരുടെയും ഭയപ്പാടുകൾ ക്രമാതീതമാകുന്നുണ്ട്. പ്രവാസികളുടേത് പ്രത്യേകിച്ച്.

എല്ലാ ഭീകരമായ അവയവങ്ങളോടും കൂടി, മുഴുവൻ മനുഷ്യരെയും വിഴുങ്ങാൻ വരുന്ന ഒരു അസാധാരണ ജീവിയുടെ രൂപമായാണ് അണു പ്രായമായ കോവിഡ് വൈറസിനെ നമ്മൾ മനസ്സിൽ കാണുന്നത്. അതോടൊപ്പം വേണ്ടത്ര നല്ല രീതിയിലുള്ള ചികിത്സയും ഭക്ഷണവും താമസസൗകര്യവും പണവും ഇല്ലാതിരിക്കുമ്പോഴുള്ള ശാരീരികവും മാനസികവുമായ അതികാഠിന്യങ്ങളും പറഞ്ഞാൽ അറിയുമെന്ന് തോന്നുന്നില്ല.

മരിച്ചു വീഴുന്നവരും രോഗം ബാധിക്കുന്നവരും, പത്ത് വർഷം കൂടുമ്പോൾ നടക്കുന്ന ജനസംഖ്യാ നിർണ്ണയത്തിലെ എണ്ണങ്ങൾ

മാത്രമല്ല. കേന്ദ്രത്തിലേയും കേരളത്തിലെയും മന്ത്രിമാരെപ്പോലെയും നേതാക്കളെപ്പോലെയും വ്യവസായ പ്രമുഖരെപ്പോലെയും സാംസ്കാരികനായകരെപ്പോലെയുമുള്ള മനുഷ്യരാണ്. അപ്രതീക്ഷിതമായി രോഗം ആക്രമിച്ചപ്പോൾ എല്ലാവരും പകച്ചു എന്നത് ശരിതന്നെ. ലോകത്തെ പോപ്പലർ (എന്നാണ് ഒരു പുതിയ പ്രയോഗം കണ്ടത്.) ആയ അമേരിക്ക പോലുള്ള രാജ്യങ്ങൾ അടിപതറി നിലംപൊത്തി വീണപ്പോൾ കേരളം പോലുള്ള അൺപോപ്പലറായ പ്രദേശങ്ങൾ വളരെ ചിട്ടയായ പ്രവർത്തനങ്ങളിലൂടെ രോഗത്തിനെതിരായ വൻമതിൽ ഉയർത്തുകയുണ്ടായി. ലോകശ്രദ്ധ നേടിയ ഒരു ആരോഗ്യ പ്രതിരോധ പ്രവർത്തനം നടത്താൻ കേരളത്തിൽ കഴിഞ്ഞു എന്നതിൽ സംശയമില്ല. അതേ സമയം മലയാളികൾ തന്നെയായ, മറുനാട്ടുകളിൽ മല്ലിടുന്നവരെ ആശ്വസിപ്പിക്കാനും സഹായിക്കാനും തിരിച്ചുവരാനുള്ള സൗകര്യമൊരുക്കാനും നമുക്ക് കഴിഞ്ഞോ എന്ന് സംശയങ്ങൾ ഉയരുന്നുണ്ട്.

മറ്റൊരു രാജ്യത്താണ് എന്നതും വേണ്ടപ്പെട്ടവർ കൂടെയില്ല എന്നതും വലിയ മാനസികസമ്മർദ്ദം ഉണ്ടാക്കുന്നുണ്ട്. വീഡിയോ കോളുകളിൽ സംസാരിക്കുമ്പോൾ പല സുഹൃത്തുക്കളും നിരാശയിലാണ്, കരച്ചിലിന്റെ വക്കത്താണ്. എങ്ങനെയെങ്കിലും നാടണഞ്ഞാൽ മതിയെന്ന തിടുക്കത്തിലാണ്, അവർ.

'നാട്ടിലേക്ക് മടങ്ങുക' എന്നത് എന്തുമാത്രം ആശയറ്റു നടത്തിയ സാഹസികതയായിരുന്നു എന്ന കാര്യം ഇന്ത്യയിലെ ദേശീയപാതകളിലൂടെ ആയിരവും രണ്ടായിരവും കിലോമീറ്ററുകൾ, കൈയ്യിൽ കിട്ടിയതെല്ലാമെടുത്ത് നടക്കാൻ തയ്യാറായ, ഉത്തരേന്ത്യയിലെ മനുഷ്യർ കാണിച്ചുതന്നു. മരിച്ചുപോവുകയും വീണു തളരുകയും ചെയ്തിട്ട്, ബാക്കിയുള്ളവർ നാടണഞ്ഞു. ഇന്ത്യൻ ഭരണകൂടങ്ങളും ഒടുവിൽ പരമോന്നത കോടതിയും അനുകമ്പയില്ലാതെ കൈയ്യൊഴിഞ്ഞ ഈ പലായനത്തിന്റെ ദൃശ്യങ്ങൾ, സ്വാതന്ത്ര്യാനന്തര വിഭജനകാലത്തെ കാഴ്ചകളുമായി ഒന്നിനൊന്ന് തുലനം ചെയ്തുകൊണ്ടുള്ള നിരവധി ഫോട്ടോഗ്രാഫുകൾ കണ്ട് വെറുങ്ങലിച്ച പോയതാണ്.

നടന്നുവരാൻ കഴിയുമായിരുന്നെങ്കിൽ വിദേശത്തുള്ള മലയാളികൾ അതിന് ശ്രമിക്കുമായിരുന്നു. അവർ അത്രയ്ക്കും ഗതികെട്ട അവസ്ഥയിലാണ്. രോഗം കാരണം മുന്നൂറോളം പേർക്ക് ഗൾഫ് നാടുകളിൽത്തന്നെ ജീവൻ നഷ്ടപ്പെട്ടു. ആകെ മുന്നൂറ്റമ്പതോളം മലയാളികളാണ് പുറം നാട്ടുകളിൽ രോഗം കാരണം ജീവൻ നഷ്ടപ്പെട്ടവരായത്. കേരളത്തിലെ മരണനിരക്ക് വളരെ കുറഞ്ഞതായിരിക്കെ, പ്രവാസികളുടെ മരണം നമ്മളെ വല്ലാതെ വേദനിപ്പിക്കുന്നുണ്ട്.

നമുക്കെല്ലാവർക്കും കഷ്ടമായ കാലമാണിത്. ഒട്ടും മുൻപരിചയമില്ലാത്ത അവസ്ഥയെയാണ് നമ്മളെല്ലാം അഭിമുഖീകരിക്കുന്നത്. 'ഇവിടെ രോഗത്തെ' നിയന്ത്രിക്കാൻ ഇവിടത്തെ സംവിധാനങ്ങൾകൊണ്ട് കഴിഞ്ഞിട്ടുണ്ട്. പക്ഷെ പ്രവാസികളായ മലയാളികൾ കൂടുതൽ കഷ്ടമായ കാലം അനുഭവിക്കുന്നു. മറ്റൊരു രാജ്യത്താണ് എന്നതും വേണ്ടപ്പെട്ടവർ കൂടെയില്ല എന്നതും വലിയ മാനസികസമ്മർദ്ദം ഉണ്ടാക്കുന്നുണ്ട്. വീഡിയോ കോളുകളിൽ സംസാരിക്കുമ്പോൾ പല സുഹൃത്തുക്കളും നിരാശയിലാണ്, കരച്ചിലിന്റെ വക്കത്താണ്. എങ്ങനെയെങ്കിലും നാടണഞ്ഞാൽ മതിയെന്ന തിടുക്കത്തിലാണ്, അവർ.

മറ്റു നാടുകളെ സംബന്ധിച്ചേടത്തോളവും ഒട്ടും മുൻപരിചയമില്ലാത്ത അവസ്ഥ നേരിടേണ്ടിവരുന്ന പരിഭ്രമങ്ങളോ അറിവില്ലായ്മയോ ഉണ്ട്. ഒറ്റയടിക്ക് ഇത്രയധികം രോഗികൾ ഉണ്ടാകുമ്പോൾ അതിനൊത്ത രീതിയിലുള്ള ദുരന്തനിവാരണ സംവിധാനങ്ങൾ പെട്ടെന്ന് വികസിപ്പിക്കാൻ കഴിഞ്ഞിട്ടുണ്ടാവില്ല. മാത്രമല്ല കേരളത്തിലേതുപോലുള്ള പ്രാഥമികാരോഗ്യ കേന്ദ്രങ്ങൾ മുതലുള്ള ഒരു പൊതുമേഖല അവിടങ്ങളിൽ സമർത്ഥമല്ല എന്നും തോന്നുന്നു.

ഗൾഫ് മലയാളികൾ നേരിടുന്ന പ്രശ്നങ്ങളെക്കുറിച്ചുള്ള ഒരു ലേഖനത്തിൽ "എം.എ. യൂസഫലി മുതൽ സാദാ മലയാളിവരെ'' എന്നൊരു പ്രയോഗം കണ്ടു. എന്താണാവോ സാദാ മലയാളി? പരഭാഗശോഭപ്രകാരം എം.എ. യൂസഫലി എന്ന പേര് മറുഭാഗത്ത് ഉള്ളതുകൊണ്ട് സാമ്പത്തികമായി സാധാരണക്കാരായ മലയാളി എന്നായിരിക്കാം ലേഖകൻ ലക്ഷ്യമാക്കിയത് എന്നു കരുതുന്നു. (പ്രവാസികളെ ഇപ്പോൾ പിണറായിയും കൈവിട്ടു - കെ.പി.ഒ. റഹ് മത്തുള്ള ജനശക്തി ദ്വൈവാരിക 2020 ജൂൺ 16-30) അങ്ങനെയാണെങ്കിൽ യൂസഫലിയെപ്പോലുള്ള അസാദാ മലയാളികളുടെ കാര്യമല്ല, മാമ്പലിനെയും നാസറിനെയും രാമചന്ദ്രനെയും പോലുള്ള സാദാ മലയാളിയുടെ കാര്യമാണ് ഇവിടെ പറയാനുള്ളത്.

പനിക്കുള്ള ഗുളികകൾ കൊടുക്കും, വല്ലാത്ത അസ്വസ്ഥതയുണ്ടെങ്കിൽ കമ്പനി വിളിച്ചുപറഞ്ഞാൽ ആംബുലൻസ് എത്തും. കൊണ്ടുപോകും. തിരിച്ചെത്തിയാൽ കമ്പനി സ്വീകരിക്കും. ഇല്ലെങ്കിൽ പ്രത്യേകിച്ച് ഒരന്വേഷണവും ഇല്ല. വൈയ്യക്തികമായ പരിചരണം ഏറെ വേണ്ട ഒരു രോഗമാണിത്. അതാണ് പ്രവാസികൾക്ക് ലഭിക്കാത്തതും.

പ്രധാന പ്രശ്നം രോഗവ്യാപനത്തോടെ എല്ലാം അടച്ചുപൂട്ടേണ്ടിവന്നു എന്നതാണ്. തൊഴിലിടങ്ങളിൽ പ്രവർത്തനങ്ങൾ നിലച്ചപ്പോൾ

വരുമാനമില്ലാത്തതിന്റെ പേരിൽ കമ്പനികൾ ശംബളം നിർത്തി. കടുത്ത സാമ്പത്തികമാന്ദ്യം കാരണം ഗൾഫിൽ ശംബളം വെട്ടിക്കുറയ്ക്കലും പിരിച്ചുവിടലും നേരത്തെ തന്നെയുണ്ടായിരുന്നു. മിക്ക കമ്പനികളും മൂന്നുമാസമായി ശംബളം കൊടുക്കുന്നില്ല. ജോലിയിൽ പ്രവേശിക്കുമ്പോൾ ഉള്ള കരാറനുസരിച്ച് ഭക്ഷണവും താമസവും ഉണ്ടെങ്കിൽ ചിലപ്പോൾ അതിനു മുട്ടുണ്ടാവില്ല. പക്ഷേ കരാറിൽ അങ്ങിനെയില്ലാത്തവർ വല്ലാത്ത പ്രതിസന്ധിയിലാണ്. പണിയും ശംബളവുമില്ല. വാടക കൊടുക്കണം. ഇത്തരം ഒരു അത്യാപത്ത് പ്രതീക്ഷിക്കാത്തതുകൊണ്ട് കിട്ടുന്നതെല്ലാം വീട്ടിലേക്ക് അയച്ചിട്ടുമുണ്ടാവും.

കൊറോണ പരത്തുമെന്ന് ഭയന്ന് പത്രങ്ങൾ ഭൂരിഭാഗവും അച്ചടി നിർത്തി. സാമ്പത്തിക പ്രയാസം പറഞ്ഞ് കഴിഞ്ഞ നവംബർ മുതൽക്കുള്ള ശംബളം കൊടുക്കാതിരുന്ന ഒരു പത്രസ്ഥാപനം കഴിഞ്ഞ മൂന്നു മാസത്തെ ശംബളം ഇല്ല എന്നു പറഞ്ഞു കഴിഞ്ഞു. ഫലത്തിൽ ഏഴുമാസമായി യാതൊരു വരുമാനവുമില്ലാതെ, മൂന്നു മാസത്തിലധികമായി ഒരു പണിയുമില്ലാതെ, സ്വന്തം ഭക്ഷണവും താമസവുമായി കഴിയുന്നവരുണ്ട്.

ലേബർ ക്യാമ്പുകളിലും മറ്റും ജീവിക്കുന്നവർ അവിടുത്തെ സന്നദ്ധ സംഘടനകളുടെ ഇടപെടൽ കൊണ്ടാണ് ജീവിതം തള്ളിക്കൊണ്ടു പോകുന്നത്. കിട്ടുന്നതിൽ ഏറെയും പരമ്പരാഗതമായ രീതിയിൽ വീട്ടിലേക്ക് അയക്കുന്നതുകൊണ്ട്, കൈയ്യിലെ പണം തീരുന്നു. കമ്പനി ചികിത്സാച്ചെലവ് വഹിക്കുമെങ്കിൽ ആശ്വാസമാണ്. പക്ഷെ അതൊരു ചെറിയ ശതമാനം. കൊറോണ എന്നല്ല മറ്റേന്തു രോഗത്തിനും ചികിത്സ ഇപ്പോൾ പ്രയാസമേറിയതായിട്ടുണ്ട്. പല കമ്പനികളിലും നൂറുകണക്കിന് ആൾക്കാർ ജോലിയെടുക്കുന്നുണ്ട്. സുഹൃത്ത് രാമചന്ദ്രൻ ജോലി ചെയ്യുന്ന കമ്പനിയിൽ എണ്ണായിരം പേരുണ്ട്. അവർ ഏതാണ്ട് ഒരുമിച്ചാണ് മൂന്നുനേരം മെസ്സിലെത്തുക. ശാരീരികാകലമായാലും സാമൂഹികാകലമായാലും ഇറിടെ പാലിക്കപ്പെടുന്നേയില്ല. രോഗമുള്ളവരും രോഗവാഹകരും രോഗമില്ലാത്തവരും ഒരുപോലെ തിക്കിത്തിരക്കുന്നു. ആയതിനാൽ രോഗബാധിതരുടെയൊക്കെ ക്വാറന്റയിൻ രീതികളൊക്കെ ഒരു വകയാണ്. പനിക്കുള്ള ഗുളികകൾ കൊടുക്കും, വല്ലാത്ത അസ്വസ്ഥതയുണ്ടെങ്കിൽ കമ്പനി വിളിച്ചുപറഞ്ഞാൽ ആംബുലൻസ് എത്തും. കൊണ്ടുപോകും. തിരിച്ചെത്തിയാൽ കമ്പനി സ്വീകരിക്കും. ഇല്ലെങ്കിൽ പ്രത്യേകിച്ച് ഒരന്വേഷണവും ഇല്ല. വൈയ്യക്തികമായ പരിചരണം ഏറെ വേണ്ട ഒരു രോഗമാണിത്. അതാണ് പ്രവാസികൾക്ക് ലഭിക്കാത്തതും.

മൂന്നുമാസമായി കമ്പനിയുടെ മതിലിന് പുറത്തിറങ്ങിയിട്ട് എന്നാണ് അവിടത്തെ മെസ്സിലെ ഷെഫ് ആയ സുധീഷ് (യാഥാർത്ഥ പേരല്ല) പറഞ്ഞത്. പോകാം. പക്ഷെ, പിന്നെ തിരിച്ച് കയറാനാകില്ല. മെസ്സ് ആയതുകൊണ്ട് ജോലിയും ശംബളം ഉണ്ട്. പക്ഷെ ഒരു പരിരക്ഷയുമില്ല. ഭക്ഷണം കഴിക്കാൻ വരുന്നവരും പാചകക്കാരുമെല്ലാം ഇങ്ങനെ അരക്ഷിതരാണ്. ഒരു രക്ഷയുമില്ല എന്ന് പറയുമ്പോൾ സുധീഷ് വിതുമ്പൽ മറച്ച് പിടിക്കുന്നത് ഞാൻ കാണുന്നുണ്ട്. സെപ്തംബറിലോ ഒക്ടോബറിലെ നാട്ടിലേക്ക് രക്ഷപ്പെടാനാകുമെന്ന പ്രതീക്ഷയിലാണ്, അവൻ. എന്തെങ്കിലും രോഗം വന്നാൽ ചികിത്സയുടെ കാര്യത്തിൽ സുധീഷ് ആശങ്കാകുലനാണ്. സ്ഥിരമായി കഴിക്കാനുള്ള മരുന്നുകളും ചിലപ്പോൾ മുടങ്ങുന്നു. മറ്റാരും കൂടെയില്ല എന്ന് തോന്നുമ്പോൾ ഇത്തരം അനുഭവങ്ങളെല്ലാം കൂടുതൽ ശക്തമായി ആക്രമിക്കുകയാണ് എന്നു കരുതും.

തിരിച്ച് കൊണ്ടുവരൽ കൃത്യമായി നടന്നാലും അവസാനക്കാരുടെ കാത്തിരിപ്പ് അനന്തമായി തുടരാനാണ് സാധ്യത. ഒരു വിമാനത്തിൽ കൊണ്ടുവരാവുന്നവരുടെ എണ്ണം പരമാവധി 179 ആണ്. അങ്ങനെയെങ്കിൽ 2235 തവണ വിമാനങ്ങൾ പറക്കേണ്ടിവരും. ഒരു ദിവസം 5 പറക്കൽ ഉണ്ടെങ്കിൽ 447 ദിവസം കൊണ്ടും 10 പറക്കൽ ഉണ്ടെങ്കിൽ 227 ദിവസം കൊണ്ടുമാണ് മുഴുവൻ പേരെയും നാട്ടിലെത്തിക്കാൻ കഴിയുക.

ജീവിതത്തിനും ജോലിക്കുമായി പിറന്ന നാടുവിട്ട് വേറൊരിടത്തേക്ക് പോയവരാണ് പ്രവാസികൾ. അവരെക്കുറിച്ച് എഴുതിയിട്ടുള്ളതിൽ ഏറ്റവും മികച്ചത് എന്നു ഞാൻ കരുതുന്നത് വൈലോപ്പിള്ളിയുടെ "ആസ്സാം പണിക്കാർ " എന്ന കവിതയാണ്. 1940-42 യുദ്ധകാലത്ത് പട്ടാള പാളയങ്ങളുടെ നിർമ്മിതിക്കുവേണ്ടി കേരളത്തിൽ നിന്ന് ആസ്സാമിലേക്ക് പോയും വന്നുമിരുന്ന തൊഴിലാളി സംഘങ്ങളിലൊന്നിനെ വിഷയമാക്കി എഴുതിയത് എന്ന് കവി തന്നെ സാക്ഷ്യപ്പെടുത്തുന്ന ഈ കവിത പ്രവാസ മനസ്സിന്റെ അതിഗംഭീരമായ ആവിഷ്ക്കാരമാണ്.

ജനിച്ച നാടുവിട്ട് അകലെയുള്ള ആസ്സാമിലെ അപകടകരമായ ജീവിതത്തിലേക്ക് കുതിച്ചുപായുന്ന ആ തൊഴിലാളികൾക്ക് ഒരുറപ്പുണ്ടായിരുന്നു.

"കുടികളെങ്ങനെ വിലക്കും ഞങ്ങളെ?ചുട്ടമിഴിനീരിലൊരൊറ്റ വറ്റുണ്ടോ?തട്ടുക്കില്ലമ്പലം തട്ടുക്കില്ലാ പള്ളിപടച്ചവനിപ്പോൾ പരദേശത്തിലാം"

പുറമെ നിന്നു വരുന്ന അതിഥികൾക്ക് സ്വർഗ്ഗമായിത്തോന്നുന്ന ഈ ചതിയത്തി, നാട്ടിലെ മക്കൾക്ക് നരകദേശമാണ് എന്നതാണ് ഈ തൊഴിലാളികളുടെ അനുഭവം. Gods Own Country എന്ന ടൂറിസ്റ്റ് മുദ്രാവാക്യം ഉയരുന്നതിന് ദശാബ്ദങ്ങൾക്ക് മുമ്പുതന്നെ "അതിഥികൾക്കെല്ലാമമരദേശം,'' എന്ന് വൈലോപ്പിള്ളി പ്രയോഗിച്ചിരുന്നു എന്ന് കാണുക.

അവിടെ ആസ്സാമിൽ എല്ലാം ഭംഗിയായിരിക്കുന്നു എന്ന് ഈ തൊഴിലാളികൾ കരുതുന്നേയില്ല. കൂത്തിനുള്ള പൂങ്കാവനങ്ങളാവില്ല ആ കാടുകൾ. മേലാളർ അപമാനിച്ച്'. അടിമകളെപ്പോലെ പണിയെടുപ്പിക്കാം. കാട്ടുവള്ളികൾ ഫണം വിടർത്തും പാമ്പായി മാറാം, മരണത്തിന്റെ പൂമ്പൊടിയേന്തി മലമ്പനിക്കൊതുകുകൾ ചുംബിച്ചുവെന്നു വരാം, പ്രിയപ്പെട്ടവരുടെ ഓർമ്മകൾ കരളിന്റെ ചരടുകൾ വലിച്ചു പൊട്ടിച്ചേക്കാം. എന്നാലും പോകുക തന്നെ, കാരണം;

നിയതമെങ്കിലും കിടച്ചിട്ടുമല്ലോവിയർപ്പിനു കൂലി വിശപ്പിനു ചോറും കൊതിച്ചോണം ഞങ്ങൾ കഴിയട്ടെ പിന്നെ-പ്പടച്ചോനല്ലെങ്കിൽ ചെകുത്താനേൽക്കട്ടെ

അടുത്ത ഭാഗത്തു, പോയതിനേക്കാൾ ആവേശത്തോടെ നാട്ടിലേക്ക് തിരിച്ചുവരുന്നവരെക്കുറിച്ചാണ്.

ഉദരത്തിൻ പശി കടുത്താൻ പോയ് ഞങ്ങൾഹൃദയത്തിൻ വിശപ്പടക്കാൻ പോന്നു.

എന്ന വളരെ ലളിതവും, ആർദ്രവുമായ ഒരു വാചകത്തിൽ പ്രവാസികളുടെ ജീവിതവും സ്വപ്നവും യാഥാർത്ഥ്യവുമെല്ലാം അടക്കിപ്പറയുന്നു. പണിക്കുപോയവരെല്ലാം തിരിച്ചുവന്നിട്ടില്ല. പലരും അവിടത്തെ മലമ്പനിയിലും കഠിനമായ കാലാവസ്ഥയിലുമൊക്കെ അവിടത്തന്നെ ഒടുങ്ങിയിരുന്നു. മടങ്ങിവരാൻ ബാക്കിയായവരുടെ ഉള്ളിൽ ഒരൊറ്റ വികാരമാണ്

ഇവിടെ സ്നേഹിപ്പാ, നിവിടെയാശിപ്പാ-നിവിടെ ദുഃഖിപ്പാൻ കഴിവതേ സുഖം.

ആസ്സാം പണിക്കാർ എന്ന ഈ കവിത ഗൾഫ് പണിക്കാർ എന്ന് തലക്കെട്ട് മാറ്റിയാൽ, ചുരുക്കം ചിലയിടങ്ങളിൽ ചില ദേശപരമായ തിരുത്തലുകളേ വേണ്ടി വരൂ എന്ന് തീർച്ച. അടുത്ത കൊല്ലം ഈ കവിതയ്ക്ക് 70 വയസ്സാകും. പ്രവാസികളായ "സാദാ മലയാളി''കളുടെ ജീവിതത്തിന്റെ ഉള്ളടക്കത്തിന് കാര്യമായ പൊലിമകളൊന്നും ഉണ്ടായിട്ടില്ല എന്നത് കവിതയുടെ കാലാതിവർത്തിത്തത്തിന്

ഉദാഹരണമാണെങ്കിലും നമ്മുടെ ജീവിതത്തിന്റെയും വ്യവസ്ഥയെന്ന അരൂപിയുടേയും പരാജയവുമാണ്.

ഇപ്പോൾ തിരക്കിട്ട് മടങ്ങാൻ പ്രവാസികൾ ആഗ്രഹിക്കുന്നു.

'വിരിഞ്ഞ മൃത്യുവിൻ പരാഗവുമേന്തി വിരഞ്ഞുവന്നിടാം കൊതുകുകൾ ചുംബിപ്പാൻ,

എന്ന വരികളിലെ ചില വാക്കുകൾ മാറ്റിയാലും നിലനിൽക്കുന്ന ഭയം എന്ന വികാരമാണ് ഇപ്പോഴുള്ള ഈ മടക്കയാത്രയ്ക്ക് ഹേതു.

നാലുലക്ഷം പേരാണ് തിരിച്ചുവരാനായി ഗൾഫിൽ നിന്നു മാത്രം പേര് കൊടുത്തിട്ടുള്ളത്. വൃദ്ധർക്കും, സ്ത്രീകൾക്കും കുട്ടികൾക്കും അതിൽ മുൻഗണനയുണ്ട്. പിന്നെ 'അസാദാ' മലയാളികൾ അവരുടെ സ്ഥാന ത്തിന്റെയും പണത്തിന്റേയും ബലത്തിൽ, എപ്പോഴും എവിടെയുമെന്ന പോലെ, ക്യൂ തെറ്റിച്ച് മുന്നിൽ കടക്കും. തനിക്കു കിട്ടിയ അവസരം, ഗർഭിണിയായ പെൺകുട്ടിക്ക് കൊടുത്തു, മാറി നിന്ന് അവിടെ മരിച്ചു വീണ ഒരു യുവാവിനെക്കുറിച്ചും നമ്മൾ വേദനയോടെ അറിഞ്ഞു.

തിരിച്ചു കൊണ്ടുവരൽ കൃത്യമായി നടന്നാലും അവസാനക്കാരുടെ കാത്തിരിപ്പ് അനന്തമായി തുടരാനാണ് സാധ്യത. ഒരു വിമാനത്തിൽ കൊണ്ടുവരാവുന്നവരുടെ എണ്ണം പരമാവധി 179 ആണ്. അങ്ങനെ യെങ്കിൽ 2235 തവണ വിമാനങ്ങൾ പറക്കേണ്ടിവരും. ഒരു ദിവസം 5 പറക്കൽ ഉണ്ടെങ്കിൽ 447 ദിവസം കൊണ്ടും 10 പറക്കൽ ഉണ്ടെങ്കിൽ 227 ദിവസം കൊണ്ടുമാണ് മുഴുവൻ പേരെയും നാട്ടിലെത്തിക്കാൻ കഴിയുക. എന്നുവെച്ചാൽ ആദ്യത്തേത് 15 മാസത്തിലും രണ്ടാമത്തേത് ഏഴര മാസത്തിലും തീരും. അതിലിടയ്ക്ക് കൊറോണയ്ക്ക് എന്തു സംഭവിക്കും, ലോകത്തിന് എന്ത് സംഭവിക്കും എന്നൊന്നും പറയാനാവില്ലല്ലോ. കവടി നിരത്തുന്നവർക്ക് ഇപ്പോൾ കണ്ടകശനിയാണെന്ന് തോന്നുന്നു. അവർ പറയുന്നതെല്ലാം വിപരീതമാകുന്നു.

ഇതിനിടയിലാണ് കേന്ദ്ര-സംസ്ഥാന സർക്കാറുകൾ തമ്മിലുണ്ടാവു ന്ന തർക്കങ്ങൾ. ഈ സമയത്ത് അനുചിതമായ കക്ഷി രാഷ്ട്രീയ കുത്തി വെപ്പുകൾ. ഏറ്റെടുത്ത പ്രവൃത്തിയുടെ ഗൗരവം മറന്നുകൊണ്ടുള്ളതാണ് ഇതെല്ലാം. ചില പ്രധാനപ്പെട്ട കാര്യങ്ങളിൽ രണ്ടു സർക്കാറുകൾക്കും മാറ്റിപ്പറയേണ്ടിവന്നത്, വേണ്ടത്ര മുന്നൊരുക്കമില്ലാതെ നയങ്ങൾ രൂപീകരിക്കുമ്പോൾ സംഭാവ്യമായ പാളിച്ചകളുമാണ്.

കല്പറ്റ, മാനന്തവാടിയൊക്കെ ചുറ്റി ബസ്സ്, ചുരമിറങ്ങി, കണ്ണൂരെത്തു മ്പോൾ പന്ത്രണ്ട് മണിക്കൂർ ദുരിതയാത്ര അവസാനിക്കുകയായിരുന്നു. പോലീസ് വീട്ടിൽ എത്തിച്ചു. അതുതന്നെ പിന്നീടുണ്ടായ ബന്ധപ്പെടൽ.

അങ്ങോട്ട് നിർബന്ധിച്ചിട്ടാണ് ടെസ്റ്റിന് കൊണ്ടുപോകാൻ ആരോഗ്യ പ്രവർത്തകർ തയ്യാറായതുതന്നെ. അപ്പോഴേക്കും കൂടെ വന്നവരിൽ മൂന്നു നാലു പേർക്ക് കോവിഡ് ബാധിച്ച വിവരം നാസർ വാട്ട്സാപ്പ് ഗ്രൂപ്പിലൂടെ അറിയുകയും ചെയ്തു.

തിരിച്ച് വീട്ടിലെത്തി ക്വാറന്റയിനിൽ കഴിയുന്നവർക്കും ഒരുപോലു ള്ള അനുഭവങ്ങളല്ല കേരളത്തിൽ ഉണ്ടായത് ദുരന്തനിവാരണത്തിന്റെ ഒരു ഘടന (Protocol) ഉണ്ടാക്കിയാൽ അത് തിരുവനന്തപുരം മുതൽ കാസറഗോഡ് വരെ ഒരുപോലെയിരിക്കണം. അങ്ങനെയല്ല സംഭവി ച്ചത് എന്ന ചിലരുടെ അനുഭവസാക്ഷ്യങ്ങൾ പറയുന്നു.

നാസർ (യാഥാർത്ഥ പേരല്ല) വന്നത്, കമ്പനി തന്നെ വാടകയ്ക്ക് എടുത്ത വിമാനത്തിലാണ്. ഡിസ്പോസിബിൾ കവർ റോളൊക്കെ ധരിച്ച് 179 പേർ തിങ്ങി നിറഞ്ഞിരുന്ന വിമാനത്തിൽ ഒരു അടുപ്പിലിട്ട പ്രതീതിയായിരുന്നു എന്ന് നാസർ പറയുന്നു. നെടുമ്പാശ്ശേരിയിൽ വിമാ നമിറങ്ങിയപ്പോൾ ചൂടുനോക്കുന്ന യന്ത്രം നെറ്റിയിൽവെച്ചു

ഭീഷണിപ്പെടുത്തിയതല്ലാതെ വേറെ ഒരു പരിശോധനയും നടന്നില്ല. പുറത്ത് എല്ലാ ജില്ലകളിലേക്കും സർക്കാർ ബസ്സുകൾ തയ്യാറായി ഉണ്ടാ യിരുന്നു. കോവിഡ് -19 എന്ന് വലിയ ബാനർ മുമ്പിൽ കെട്ടിയിരുന്നു. പിന്നീടുള്ള യാത്രയിൽ ഒരു മനുഷ്യനും ബസ്സിനോട് അടുക്കാതിരിക്കാ നും ഈ ബാനർ കാരണമായി. കണ്ണൂരേക്കുള്ള ബസ്സിലാണ് നാസർ കയറിയത്. ഒരിടത്തിലും നിർത്താതെ വന്ന ബസ്സ് കോഴിക്കോട്ടെത്തിയ പ്പോൾ വയനാട്ടിലേക്ക് മൂന്നുപേരതിലുണ്ടെന്ന് പറഞ്ഞ് വയനാട്ടിലേക്ക് വിട്ടു. താമരശ്ശേരി ചുരം എന്ന് സിനിമയിൽ പറഞ്ഞതോർമ്മയില്ലേ. ഭക്ഷ ണമില്ലാതെയും വെള്ളമില്ലാതെയും എല്ലാവരും ക്ഷീണിതരായി എവി ടെയെങ്കിലും നിർത്തി എന്തെങ്കിലും കഴിക്കണം എന്നുപറഞ്ഞപ്പോൾ തങ്ങൾക്ക് അങ്ങനെയൊരു നിർദ്ദേശം കിട്ടിയിട്ടില്ല എന്ന് മറുപടി. ക്ഷീണിച്ച് അവശരായവർക്ക് വെള്ളം കൊടുക്കണമെങ്കിൽ ഇന്ത്യൻ പാർലമെന്റ് നിയമം പാസ്സാക്കണം എന്ന തോതിലായിരുന്നു പ്രതി കരണം. പിന്നെ നാസറിന്റെ ഭാര്യ ഫോൺ ചെയ്തപ്പോൾ എടുത്തത് കൂടെയുള്ള ഒരാൾ. അവശനായ നാസർ രണ്ടുതവണ ഛർദ്ദിക്കുകയും മോഹാലസ്യം പോലുള്ള ഒരുറക്കത്തിൽ വീഴുകയും ചെയ്തുവത്രേ.

കല്പറ്റ, മാനന്തവാടിയൊക്കെ ചുറ്റി ബസ്സ്, ചുരമിറങ്ങി, കണ്ണൂരെത്തു മ്പോൾ പന്ത്രണ്ട് മണിക്കൂർ ദുരിതയാത്ര അവസാനിക്കുകയായിരുന്നു. പോലീസ് വീട്ടിൽ എത്തിച്ചു. അതുതന്നെ പിന്നീടുണ്ടായ ബന്ധപ്പെടൽ. അങ്ങോട്ട് നിർബന്ധിച്ചിട്ടാണ് ടെസ്റ്റിന് കൊണ്ടുപോകാൻ ആരോഗ്യ പ്രവർത്തകർ തയ്യാറായതുതന്നെ. അപ്പോഴേക്കും കൂടെ വന്നവരിൽ

മൂന്ന നാലു പേർക്ക് കോവിഡ് ബാധിച്ച വിവരം നാസർ വാട്ട്സാപ്പ് ഗ്രൂപ്പിലൂടെ അറിയുകയും ചെയ്തു.

ആരോഗ്യപ്രവർത്തകരോ പഞ്ചായത്തുകാരോ നാസറിനെ ബന്ധപ്പെട്ടില്ല. അയാൾ അങ്ങോട്ട് വിളിച്ചുപറഞ്ഞതിനുശേഷമാണ് കോവിഡ് ടെസ്റ്റിനുള്ള ഒരുക്കങ്ങൾ തുടങ്ങിയത്. കോവിഡ് ഇല്ലെന്നായിരുന്നു ഫലം. ആശ്വാസം. എങ്കിലും അവിടെനിന്ന് പുറപ്പെട്ട് ഇവിടെയെത്തി ക്വാറന്റയിൻ കഴിയുന്നതുവരെ അയാൾ വല്ലാതെ വിഷമിച്ചു.

പക്ഷെ ധർമ്മടത്തുനിന്ന് സതീശൻ (യഥാർത്ഥ പേരല്ല) ഇങ്ങനെയൊക്കെയാണ് കാര്യങ്ങൾ വിവരിച്ചത്. അവനും ഭാര്യയും ക്വാറന്റയിനിലാണ്. വന്നിറങ്ങിയതു മുതൽ അന്നേദിവസം വരെ കേരളത്തിൽ ലഭിച്ച ശ്രദ്ധയും ശുഷ്കാന്തിയും സതീശനെ അത്ഭുതപ്പെടുത്തി. ഇവിടത്തെ കാര്യങ്ങൾ അത്ഭുതകരവും അവിശ്വസനീയവുമാണ് എന്നവൻ പറഞ്ഞു. ദിവസേന ആരെങ്കിലുമൊക്കെ വിളിച്ച് ക്ഷേമം അന്വേഷിക്കുന്നു. കൗൺസിലിംഗ് വേണോ എന്ന് ചോദിക്കുന്നു.

ഗൾഫിലേക്ക് പോകുന്നതിന് മുമ്പ് ഇവിടെ ശാഖ തുടങ്ങാൻ മുൻകൈ എടുക്കുകയും കാവിക്കൊടി നാട്ടാൻ പ്രയത്നിക്കുകയും ചെയ്ത ഒരാളായിരുന്നു, സതീശൻ. വർഗ്ഗീയ വിദ്വേഷം അവന്റെ വാക്കുകളിൽ അന്ന് കടന്നുവന്നിരുന്നു. തലശ്ശേരിയിലും പരിസരങ്ങളിലും രാഷ്ട്രീയ കൊലപാതകങ്ങൾ തുടർച്ചയായപ്പോൾ വീട്ടുകാർ അവനെ കടൽകടത്തിയതാണ്.

"നീയിനി പാർട്ടി മാറുമെന്ന് തോന്നുന്നു'' എന്നു ഞാൻ പറഞ്ഞപ്പോൾ "ഈ വയസ്സുകാലത്ത് ഇനിയൊന്നും വേണ്ട'' എന്നാണ് അവൻ മറുപടി പറഞ്ഞത്.

അപ്പോൾ ആൽബേർ കാമു പ്ലേഗിൽ പറഞ്ഞ കാര്യം ഇവിടെയും ഓർക്കുന്നു. "എനിക്കു ചുറ്റും രോഗികളാണ്. അവർക്ക് ചികിത്സ കിട്ടണം.'' നമ്മുടെ കൂടെ നമ്മുടെ നാട്ടുകാരായ പ്രവാസികളുണ്ട്. അവർക്ക് കരുതലും ആശ്വാസവും കിട്ടണം. എങ്ങനെ പരിഹരിക്കാം എന്നതിന് ഒറ്റവാക്കിൽ ഉത്തരമില്ല. എത്ര സമയമെടുക്കും എന്നതും നിശ്ചയമില്ല. പക്ഷെ പരിഹാരം ഉണ്ടാവണം എന്ന് തീർച്ച.

ഗൾഫ് മലയാളികൾക്കിടയിലെ സാമൂഹിക പ്രവർത്തകൻ റഹദാദ് മൂഴിക്കര ഇങ്ങനെ പറഞ്ഞു, "പ്രവാസികൾക്ക് സഹായം വേണം. അവരുടെ കുടുംബങ്ങളെ സംരക്ഷിക്കണം. പാവപ്പെട്ടവർ, മരണപ്പെട്ടവർ അവരുടെ കുടുംബങ്ങൾക്ക് ആശ്വാസം എന്ന നിലയിൽ ധനസഹായം എത്തിക്കണം. കേന്ദ്ര സർക്കാറും കേരളസർക്കാറും ഈ

നടപടിയിലേക്ക് വരണം എന്ന് വളരെ വിനയത്തോടെ അഭ്യർത്ഥിക്കുകയാണ്.''

ഹുസൈൻ കരുനാഗപ്പള്ളി പറയുന്നത് ഇപ്രകാരവും. "തിരിച്ചുവരുന്നവരെ ഭയപ്പാടോടെ നോക്കുകയും അവഗണിക്കുകയും ചെയ്യുന്നത് ഒഴിവാക്കണം. മരിച്ചവരുടെ വീട്ടിൽ ധനസഹായം എത്തിക്കണം. അവിടെ മലയാളികൾ വലിയ ദുരിതത്തിലാണ്. പനിക്കുള്ള പനഡോൾപോലും ലഭ്യമല്ല. നല്ല ആശുപത്രിയിൽ ചികിത്സിക്കാൻ കഴിയുന്നില്ല. സന്നദ്ധസംഘടനകളുടെ സഹായം കൊണ്ടാണ് പിടിച്ചുനിൽക്കുന്നത്.'

'അതെ എല്ലാം ചെയ്യണം. എത്രയും പെട്ടെന്ന് ചെയ്യണം.

3 ജൂലൈ 2020

വിഭജനങ്ങൾക്ക് എതിരായ യുദ്ധം

ഒരു ജനത മറന്നു തുടങ്ങുന്ന അല്ലെങ്കിൽ മറന്നു കഴിഞ്ഞ അല്ലെങ്കിൽ ഓർമ്മിക്കാനിഷ്ടപ്പെടാത്ത അത്യാവശ്യങ്ങളെ വീണ്ടെടുത്ത്, ആ ജനതയുടെ വൈകാരിക ഭൂമികയിൽ ഉറപ്പിക്കുക എന്ന ധർമ്മം എഴുത്തിനും കലയ്ക്കുമുണ്ട്. അങ്ങനെ ചെയ്യുമ്പോഴേ വലിയ കലയും വലിയ കലാകാരന്മാരും ഉണ്ടാവുകയുള്ളൂ. കേൾക്കേണ്ടവർക്ക് കേൾക്കാം, കാണേണ്ടവർക്ക് കാണാം. നിയമനിർമ്മാണമൊക്കെ ജനപ്രതിനിധി സഭകൾക്കും കോടതികൾക്കുമുള്ളതാണ്. നിയമപാലനം പോലീസിനും. അതൊന്നും കലയുടെ പണിയല്ല.

എഴുത്തുകാർ തലകീഴായി നിന്നല്ലേ പറയുന്നത് എന്ന് ചിലപ്പോൾ തോന്നിയേക്കാം. സമൂഹത്തെ നേരെ നിർത്താനാണ് അവർ കഷ്ടപ്പെട്ട് തലകുത്തി നിൽക്കുന്നത്. ദേശീയ സ്വാതന്ത്ര്യം എന്ന മോഹം കത്തിപ്പടർന്നുകൊണ്ടിരിക്കവേയാണ്, നിൽക്കട്ടെ, എന്തിനാണ് ഭാരതധരേ നിനക്ക് സ്വാതന്ത്ര്യം എന്നൊരു തലകീഴായ ചോദ്യം കുമാരനാശാൻ ചോദിക്കുന്നത്. അതിനീചമായ ജാതിവ്യവസ്ഥ തകരാതെ ഒരു സ്വാതന്ത്ര്യവും അർത്ഥമുള്ളതാവില്ലെന്ന് ആശാൻ പറഞ്ഞു. സ്വരാജ്യത്തേക്കാൾ ഗൗരവമുള്ളതാണ് ജാതി ഇല്ലാതാവുന്നത് എന്ന് ഡോ.അംബേദ്കർ സംശയമില്ലാതെ പ്രഖ്യാപിക്കുന്നതിനും കാൽ നൂറ്റാണ്ട് മുമ്പ് കുമാരനാശാൻ ഈ കാര്യം കവിതയിലൂടെ വെളിപ്പെടുത്തിയിരുന്നു. കവികൾ സമൂഹത്തിലെ ഏറ്റവും ശീഘ്രബോധമുള്ളവരുടെ സ്ഥാനത്താണ് ഉള്ളതെന്ന് എസ്റാപൗണ്ട് പറഞ്ഞത് ഈയർത്ഥത്തിലാണ്. അയാൾ ഒരു

നാസി അനുഭാവി ആണെങ്കിൽക്കൂടി, ഇത് ഇവിടെ പറയണം.

എന്തിന്നു ഭാരതധരേ! കരയുന്നു? പാര-
തന്ത്ര്യം നിനക്കു വിധികല്പിതമാണു തായേ,
ചിന്തിക്ക ജാതി മദിരാന്ധ,രടിച്ചുതമ്മി-
ലന്തപ്പെട്ടും തനയ,രെന്തിനയേ സ്വരാജ്യം?

ബഷീറിന്റെ പൊൻകുരിശു തോമ, പള്ളിക്കെന്തിനാ പൊങ്കുരിശ്? എന്ന് ചോദിക്കുമ്പോൾ അത് ബൈബിൾ പാഠത്തെ ഓർമ്മിപ്പിക്കൽ മാത്രമല്ല, വ്യവസ്ഥാപിതത്വം കൊണ്ട് അഴുകിയ മതബോധത്തെ തിരുത്തലുമായിത്തീരുന്നു. ഇന്നാണ് വൈക്കം മുഹമ്മദ് ബഷീർ ഇതെഴുതിയതെങ്കിൽ മാപ്ളയ്ക്കെന്താ ബൈബിളിൽ കാര്യം എന്ന ഒരു ഹിന്ദു ചോദ്യം ഉണ്ടാവുമായിരുന്നു. പൊൻകുന്നം വർക്കിയുടെ 'അന്തോണീ നീയും അച്ചനായോടാ?' എന്ന കഥയിലും ഇതേ ഓർമ്മപ്പെടുത്തൽ ഉണ്ട്. കർഷകത്തൊഴിലാളികളുടെ ദൈന്യജീവിതങ്ങളെക്കുറിച്ച് 'രണ്ടിടങ്ങഴി'യിലാണ് തകഴി കഥ പറയുന്നത്. 1948ൽ ഉണ്ടായ ഈ കൃതിക്ക് ശേഷം 1958-ൽ ആണ് ഒന്നാം ഭൂപരിഷ്ക്കരണ നിയമം പ്രാബല്യത്തിൽ വരുന്നത്. വഴിയില്ലെങ്കിൽ വയലിലേക്കില്ല എന്ന് മുമ്പേ തന്നെ അയ്യങ്കാളി സമരം ചെയ്തതും ഇവിടെ ഓർക്കുന്നു.

കേരളത്തിൽ ദളിത് ചിന്തകൾ കർക്കശമാകുന്നതിനു മുമ്പ് കടമ്മനിട്ടയുടെ കാട്ടാളൻ, കുറത്തി തുടങ്ങിയ കവിതകൾ ജനിച്ചു കഴിഞ്ഞിരുന്നു. നിങ്ങളോർക്കുക നിങ്ങളെങ്ങനെ നിങ്ങളായെന്ന് എന്ന ഉറച്ച നിർദ്ദേശം കടമ്മനിട്ട മേലാളന്മാർക്ക് നൽകുന്നുണ്ട്. 'തർക്കമെന്ദിരം പൊളിച്ചു എന്നത്' ബാബറി മസ്ജിദ് പൊളിച്ചു എന്ന്, എൻ.എസ്. മാധവന്റെ കഥയിൽ ചൂല്യറ്റ് തിരുത്തുമ്പോൾ മന:പ്പൂർവ്വമായ മറവികളെ തിരുത്തുകയാണ് ചെയ്തത്. നിങ്ങൾ അമ്പലത്തിലും ഭക്തിസാന്ദ്രമായ കീർത്തനത്തിലും കൊട്ടുന്ന മൃദംഗങ്ങൾ ആരാണ്, എങ്ങിനെയാണ് ഉണ്ടാക്കുന്നത് എന്നറിയാമോ എന്ന ചോദ്യം ഗായകനായ ടി.എം. കൃഷ്ണയാണ് ഉയർത്തിയത്. വിവാദങ്ങളെ ഭയക്കാതെ, ജഡമായിക്കൊണ്ടിരിക്കുന്ന കർണ്ണാടകസംഗീതത്തിന്റെ രൂപത്തിലും ഉള്ളടക്കത്തിലും നവീകരണം കൊണ്ടുവന്നു എന്നതാണ് ടി.എം.കൃഷ്ണയുടെ സർഗാത്മകത. മറീന കടപ്പുറത്ത് കാറ്റുകൊള്ളാനും നേതാക്കളെ വണങ്ങാനും ലളിതമായ ലൈംഗികാവശ്യങ്ങൾക്കും എത്തുന്നവരെ അദ്ധ്വാനത്തിന്റെ മഹത്വത്തെക്കുറിച്ച് ഓർമ്മിപ്പിക്കുന്ന റോയ് ചൗധരി ശില്പം ദശാബ്ദങ്ങളായി അവിടെ ഉണ്ട്.

പെട്ടെന്ന് ഓർമ്മ വന്ന ചില തെളിവുകൾ ഹാജരാക്കി എന്നേയുള്ളൂ. ഈ കൂട്ടത്തിലേക്ക് ഒരു പുതിയ കഥ കടന്നുവരുന്നു എന്ന്

പറയുകയാണ്. ടി. അരുൺകുമാർ എഴുതിയ 'മാച്ചേർ കാലിയ'

(സമകാലിക മലയാളം വാരിക, ജൂലൈ 12) എന്ന ചെറുകഥ, നിർമ്മിച്ചെടുക്കുന്നതോ വന്നുചേരുന്നതോ ആയ മറവികളെ തടുക്കുന്ന എഴുത്തിന്റെ ജനുസ്സിലേക്ക് ഉദാഹരണമാകുന്നുണ്ട്.

കുമാരനാശാൻ മുതൽ റോയ് ചൗധരി വരെയുള്ളവരുടെ ഗണത്തിലേക്ക് ടി.അരുൺകുമാറിന്റെ പേര് എങ്ങനെയാ ചേർക്കുക എന്ന വാർദ്ധക്യസഹജമായ ചോദ്യം ആരെങ്കിലും ചോദിക്കാവുന്നതാണെന്നറിയാം. അരുൺകുമാർ ഏത് ദേശക്കാരനാണെന്നോ എത്ര വയസ്സായി എന്നോ ഒന്നും എനിക്കറിയില്ല. ആര് പറയുന്നു എന്നതല്ല എന്ത് പറയുന്നു എന്നതാണ് കാര്യം. എട്ടു വയസ്സ് എത്തുന്നതിനുമുമ്പ് ഇരുപതിനായിരം ചിത്രങ്ങൾ വരച്ച ക്ലിന്റിന്റെ നാട്ടിൽ ഇതിന് മറ്റൊരു ന്യായീകരണം ആവശ്യമില്ല എന്നു തോന്നുന്നു. തന്നെ ആദരിക്കാൻ വിളിച്ചുകൂട്ടിയ സമ്മേളനത്തിൽ നിങ്ങൾ എന്നെപ്പോലുള്ള വൃദ്ധന്മാരെ ആദരിക്കുകയല്ല വേണ്ടത്, ചെറുപ്പക്കാരെ പ്രോത്സാഹിപ്പിക്കുകയാണ് ചെയ്യേണ്ടത് എന്നു തീർത്തുപറഞ്ഞ കേസരി. എ.ബാലകൃഷ്ണപ്പിള്ളയുടെ നാട്ടുകൂടിയാണ് കേരളം.

കോവിഡ് വ്യാപനത്തിനുമുമ്പ് ഇന്ത്യ ഏറ്റവും അധികം ചർച്ച ചെയ്ത ഒരു വിഷയമാണ് 'മാച്ചേർ കാലിയ' എന്ന കഥ കൈകാര്യം ചെയ്യുന്നത്. ആയതിനാൽ അത് രണ്ടു തരത്തിൽ വിനിമയമൂല്യം ഉള്ളതാണ്. ഒന്ന് : നമ്മുടെ ഭരണകൂടം നമ്മുടെ ഭരണഘടനയോട് ചെയ്ത ഒരു ചതി എന്ന നിലയിലാണ് പൗരത്വനിയമത്തെ കണക്കാക്കേണ്ടത്. ഏറെ വലുതായ നമ്മുടെ ഭരണഘടന, എങ്ങിനെയാണ് എല്ലാവരേയും ഉൾക്കൊള്ളേണ്ടത് എന്ന ലക്ഷ്യം വെച്ചുകൊണ്ട് രൂപീകൃതമായതാണ്. ഒരർത്ഥത്തിൽ ലോകാസമസ്താ സുഖിനോ ഭവന്തു, വസുധൈവകുടുംബകം എന്നൊക്കെ തീവ്രഹൈന്ദവവാദികൾ വ്യാജമായി ആക്രോശിക്കുന്നതിന്റെ ആശയലോകം ഭരണഘടനയിലുണ്ടായിരുന്നു. മുസ്ലിംങ്ങളേയും ശ്രീലങ്കയിലെ തമിഴ് വംശജരേയുമൊക്കെ പൗരത്വനിയമത്തിന് പുറത്തു നിർത്തിയതോടെ മാതൃരാജ്യത്തിന്റെ മഹത്വവുമായി ബന്ധപ്പെട്ട് നമ്മുടെ നാട്ടിന്റെ ഭരണകക്ഷിയും അതിന്റെ രാജഗുരുവായ സംഘടനയും ആവേശത്തോടെ പറയുന്നതെല്ലാം ഉള്ളില്ലാത്ത കാപട്യങ്ങളാണ് എന്ന് തെളിഞ്ഞു. ഫാസിസ്റ്റുകൾ രാജ്യസ്നേഹം ഉയർത്തിപ്പിടിക്കുമ്പോൾ ശത്രുക്കളെ രൂപീകരിച്ച്, ആഭ്യന്തരമായും യുദ്ധങ്ങൾ ഉണ്ടാകും. അതിനായാണ് പൗരത്വനിയമ ഭേദഗതികൊണ്ടുവന്നതും, അവരുടെ ശത്രുമതസ്ഥരെ കഥയിലെ പ്രതിനായകനായി അവരോധിക്കുന്നതും.

രണ്ട് : യുദ്ധം, പ്രകൃതിദുരന്തം, മഹാരോഗങ്ങൾ എന്നിവയെല്ലാം പൊടുന്നനെ സംഭവിക്കുമ്പോൾ അതുവരെ രാഷ്ട്രത്തിനും ജനതയ്ക്കും ഉണ്ടായിരുന്ന മുൻഗണനയെല്ലാം തകിടം മറയുന്നു. ഭരണകൂടങ്ങളെ സംബന്ധിച്ചിടത്തോളം ജനങ്ങളുടെ നാവടപ്പിക്കാൻ ഇവയേക്കാൾ പ്രയോജനപ്രദമായ മറ്റൊന്നുമില്ല. അപ്പോൾ അഭിപ്രായ വ്യത്യാസങ്ങൾ അലമാരയിൽ വെച്ച് പൂട്ടാൻ ജനത നിർബന്ധിമാകുന്നു. കോവിഡിനു തൊട്ടു മുൻപുവരെ ഇന്ത്യയിലെ എരിയുന്ന പ്രശ്നമായിരുന്നു പൗരത്വം. കോവിഡ് അതിനെ അരികിലാക്കി. മാത്രമല്ല, അശാസ്ത്രീയമായ ലോക്ഡൗൺ പോലുള്ള തെറ്റുകൾ ജനതയെ ഭയത്തിലേക്ക് കൊണ്ടുപോയി. ഓരോ ദിവസവും രോഗത്തെക്കുറിച്ചുള്ള പലതരം അറിയിപ്പുകളും സൂചനകളും മുന്നറിയിപ്പുകളും ഇതിനെക്കുറിച്ചല്ലാതെ മറ്റൊന്നിനെക്കുറിച്ച് സംസാരിക്കുന്നത് തെറ്റാവില്ലേ എന്ന ഒരുതരം മൗനത്തിലേക്ക് നമ്മളെ എടുത്തുകൊണ്ടുപോയി.

വളരെ ഗുരുതരമായ അഭിപ്രായ വ്യത്യാസങ്ങൾ പിന്നാമ്പുറത്തേക്ക് മാറ്റിവെക്കാൻ നമ്മൾ നിർബ്ബന്ധിതരായി. ഇത് ഭരണകൂടത്തിന്, അതിന്റെ അജണ്ടകൾ ഒളിച്ചുകടത്താനുള്ള മറയായിത്തീരുകയും ചെയ്തു. പെട്രോൾ വില വർദ്ധനവിലെ അശാസ്ത്രീയവും ദയാരഹിതവുമായ നടപടികൾ, മൗനത്തിന്റെ മറവിൽ രാജ്യത്തിന്റെ പരമ്പരാഗത സ്വത്തുക്കൾ വില്പന ചെയ്യുന്ന വഞ്ചന എന്നിങ്ങനെ ഇക്കാര്യത്തിൽ പലതുണ്ട് പറയാൻ. അതോടൊപ്പം ഇന്ത്യയെ മതരാഷ്ട്രമായി വിഭാവനം ചെയ്യാൻ തുടങ്ങുന്ന പൗരത്വനിയമത്തെക്കുറിച്ചുള്ള ചർച്ചകളും അതിനെതിരായ സമരങ്ങളും മരുഭൂമിയിലേക്കൊഴുകിയ നദികൾ പോലെ നിലച്ചു.

സകലേന്ദ്രിയങ്ങളും ജാഗ്രതയോടെ എണ്ണയിട്ട് പ്രവർത്തിപ്പിക്കുന്ന ഒരു എഴുത്തുകാരന്/എഴുത്തുകാരിക്ക് പരിഹാരം ലഭിക്കാത്ത പ്രശ്നങ്ങളെ പാതിവഴിയിൽ ഉപേക്ഷിച്ചു പോകാനാവില്ല. “ഇരുട്ടിൽ ഉറങ്ങാതിരിക്കുന്ന ഒരാൾ” എന്നതാണ് ബഷീറിനെക്കുറിച്ച് വിജയകൃഷ്ണൻ എഴുതിയ പുസ്തകത്തിന്റെ പേര്. എഴുത്തുകാരുടെ ജാതകഗുണം മറ്റൊന്നല്ല.

കോവിഡ്കാല കഥകളും കവിതകളും ലേഖനങ്ങളും ഓൺലൈൻ ചർച്ചകളും സാമൂഹിക മാധ്യമപ്രയോഗങ്ങളും തകൃതിയായി നടന്നുകൊണ്ടിരിക്കവേ, മൗനത്തിലായ ഒരു പ്രശ്നത്തെ വീണ്ടെടുക്കുകയാണ് ‘മാച്ചേർ കാലിയ’ എന്ന കഥയിൽ. മനുവിന്റെയും യമുനയുടേയും പ്രണയജീവിതത്തിലെ ഒരുദിവസം കൊണ്ട്, അതിർത്തികളും അഭയാർത്ഥികളും സ്വത്വപ്രശ്നവും എല്ലാം വെളിച്ചത്തേക്ക് കൊണ്ടുവരുന്ന

രീതിയിലാണ് ഈ കഥ. മനുവിന്റെ കൊച്ചിൻ സ്വീറ്റിന്റെ വിജയത്തിന് അടിസ്ഥാനം തപൻ എന്ന ബംഗാളിയാണ്. ഈ കഥ മധുരപലഹാര ങ്ങളെക്കുറിച്ചും, ഭക്ഷണത്തെക്കുറിച്ചും കൂടിയുള്ള കഥയാണ്. രാജ്ഭോഗ്, സന്ദേശ്, ചനാർപയേഷ്, അമൃതി, ബുന്ദിയ, ചനാർഗോജ, ചനാമുഖി, ചോംചോം, കലോജാം, രസഗുള എന്നിങ്ങനെ ഏതാനും ചില മധുരപല ഹാരങ്ങളുടെ, മലയാളി നാവിനെ കൊതിപ്പിക്കുന്ന പേരുകളുണ്ടിതിൽ. "ലോകത്തിലേക്കും നല്ല മീൻകറി വെക്കുന്നത് ബംഗാളികളാണ്" എന്ന് തപൻ പറയുന്നുണ്ട്. 'മാച്ചേർ കാലിയ' ഒരു പ്രത്യേക ചേരുവയിൽ ഉണ്ടാക്കുന്ന ഒരു മീൻകറിയുടെ പേരാണ്. അത്തരം നിരവധി സ്വാദിലു ള്ള മീൻകറികൾ ബംഗാളികൾക്ക് ഉണ്ടാക്കാനറിയാം. മീൻപ്രിയരായ മലയാളികളെ ഈ കാര്യത്തിലും അവർ മറികടക്കുന്നു.

ഐക്യരാഷ്ട്രസഭയുടെ റഫ്യൂജി മിഷനിലുള്ള യമുനയുടെ സുചിന്തി തമായ രണ്ട് അഭിപ്രായം. 1. അഭയാർത്ഥികളോട് ലോകം കടപ്പെ ട്ടിരിക്കുന്നു. എന്തെന്നാൽ അവർ ചുമന്നു നടക്കുന്നത് വലിയ വലിയ സംസ്ക്കാരങ്ങളെക്കൂടിയാണ്. 2. സത്യത്തിൽ അഭയാർത്ഥികളും സഞ്ചാരികളും ചേർന്നാണ് ലോകത്തെ ഉണ്ടാക്കിയിരിക്കുന്നത്. അല്ലെങ്കിൽ നമ്മളെങ്ങനെ ഇന്ന് തപന്റെ കടുകരച്ച മീൻകറി കഴിക്കു മായിരുന്നു?

ഇവിടെ അധ്യാപകോചിതമായ ഒരു വ്യാഖ്യാനം വേണമെന്ന് തോന്നുന്നു. മധുരപലഹാരങ്ങളെക്കുറിച്ചുള്ള സന്തോഷങ്ങൾ, മീൻക റിയുടെ സവിശേഷതകൾ എന്നിവയ്ക്കിടയിലാണ് യമുനയും മനുവും. കുറച്ചുകാലം കൂടിയിട്ട് കാണുന്നതുകൊണ്ട് അവരുടെ പ്രണയം മൂടി തുറന്ന ഷാംപെയ്ൻ പോലെ നുരച്ചുപൊന്തി, വഴിഞ്ഞൊഴുകുന്നുണ്ട്. അന്നേരമാണ് സന്ദർഭത്തിന് ചേരാത്ത, അഭയാർത്ഥി എന്നൊരു വാക്ക് കഥയിൽ പ്രത്യക്ഷമാകുന്നത്. കഥയുടെ തുടക്കത്തിലെവിടെയെ ങ്കിലും ഒരു തോക്ക് ചുവരിൽ തൂങ്ങിക്കിടക്കുന്നുണ്ടെങ്കിൽ കഥാന്ത്യമാവു മ്പോഴേക്കും അത് പൊട്ടിയിരിക്കണം എന്നു പറഞ്ഞത് ചെറുകഥയുടെ വാസ്തവത്തിലുള്ള കുലപതികളിൽ ഒരാളായ എഡ്ഗാർ അലൻ പോ ആണ്. ഇവിടെ, 'മാച്ചേർ കാലിയ' എന്ന കഥയിൽ 'അഭയാർത്ഥി' എന്ന വാക്ക് തുടക്കത്തിൽത്തന്നെ തൂങ്ങിക്കിടക്കുന്നുണ്ട്.

അതാണ്, ആ വാക്കാണ്, കഥാന്ത്യത്തിൽ പൊട്ടുന്നത്.

മനുവിന്റെയും യമുനയുടെയും ആ പുന:സ്സമാഗമത്തിൽ തപനു പകരം മത്സ്യക്കറി വെക്കുന്നത് പാചകത്തിൽ ആഹ്ലാദിക്കുകയും പത്മയുടെ കരയിൽ മീൻ വിഭവങ്ങൾ മാത്രം കിട്ടുന്നൊരു ഹോട്ടൽ തുറക്ക ണമെന്ന് വാശി പിടിക്കുകയും ചെയ്യുന്ന തപന്റെ മകൾ റീമയാണ്.

മ്യാൻമാർ വാറ്റ ചാരായത്തിന്റെ ലഹരിയിൽ തലച്ചോറിന്റെ സൂക്ഷ്മ ദളങ്ങൾ വിടരാൻ തുടങ്ങിയപ്പോൾ യമുന എന്ന പ്രൊഫഷണൽ, ഈ പാചകത്തിന്റെയും മണത്തിന്റെയും രുചിയുടെയും തെളിവുകൾ പിടിച്ച കയറാൻ തുടങ്ങി. 'കഴിഞ്ഞ തവണ നിങ്ങളുണ്ടാക്കിയ കടുകരച്ച വെടിക്കെട്ട് മീൻകറി ധാക്കയിൽ നിന്ന് കഴിച്ച മട്ടുത്തത്'' ഓർത്താണ് ഒരു വൈൽഡ് ഗസ്സിന് (വന്യമായ ഊഹത്തിന്) യമുന തുനിഞ്ഞത്.

"സത്യത്തിൽ നിങ്ങൾ ഇന്ത്യക്കാരേ, അല്ല, അല്ലേ, തപൻ? മറിച്ച് നിങ്ങൾ ബംഗ്ലാദേശികളാണ്.

എന്തുകൊണ്ടാണ് അങ്ങനെ പറയുന്നത് എന്ന ചോദ്യത്തിന് എത്രയോ വർഷങ്ങളായി അഭയാർത്ഥികളേയും അനധികൃത കുടിയേറ്റക്കാരേയും കാണുന്ന ആളാണ് എന്നാണ് യമുനയുടെ ഉത്തരം. അത് ഒരു പ്രൊഫഷണലിന്റെ ആത്മവിശ്വാസവും അഹങ്കാരവുമായിരുന്നു.

അവിടെ വെച്ചാണ് കഥയിലെ വെടികളെല്ലാം പൊട്ടാൻ തുടങ്ങുന്നത്. തപന്റെ കഥ യമുനയുടെ വന്യമായ ഊഹത്തിന് വഴങ്ങുന്ന ഒന്നായിരുന്നില്ല. വാസ്തവത്തിൽ അത് തിരിച്ചായിരുന്നു. ആലിയ സ്വീറ്റ്സിന്റെ ഉടമസ്ഥനായ ആലിയുടെ മകൾ ആലിയയാണ് തപന്റെ പ്രണയിനി. കൽക്കത്ത മുഴുവൻ പ്രശസ്തമായ ആലിയ സ്വീറ്റ്സിലെ ജോലിക്കാരനായ തപൻ ആലിയയോടൊപ്പം ബംഗ്ലാദേശിൽ കുടിയേറി. ധാക്കയിൽ "ഒരു ഹിന്ദു-മുസ്ലിം കമിതാക്കൾക്ക് ചിലപ്പോഴൊക്കെ സ്വന്തം രാജ്യം തന്നെ നഷ്ടപ്പെട്ടുപോവുമായിരുന്നുവെന്നു വൈകിയാണ് താൻ തിരിച്ചറിഞ്ഞത്'' എന്ന ആത്മകഥയിലെ പാഠം, പക്ഷേ, തപൻ പറഞ്ഞില്ല. "പിന്നെ പത്തുവർഷത്തിനുശേഷം മകൾ റിമയ്ക്ക് 10 വയസ്സും ആറുമാസവുമായപ്പോഴാണ് തപന് കൽക്കത്തയ്ക്ക് തിരിച്ച വരാൻ പറ്റിയത്. ബംഗാളി ബംഗ്ലാദേശിലെത്തുകയും തിരിച്ച ബംഗാളിലേയ്ക്ക് വരികയും കേരളത്തിൽ എത്തുകയും ചെയ്ത കഥയാണ് തപന്റേതെങ്കിൽ ബംഗ്ലാദേശി ബംഗാളിലെത്തുകയും തിരിച്ച് ബംഗ്ലാദേശിലെത്തുകയും ചെയ്ത കഥയാണ് ആലിയയുടേത്. റിമ, ബംഗ്ലാദേശിൽ നിന്ന് ബംഗാളിലും ഇപ്പോൾ കൊച്ചിയിലും എത്തി.

മാച്ചേർ കാലിയ എന്ന ബംഗ്ലാ ഉൽപ്പത്തിയുള്ള മീൻകറിയുടെ സ്വാദ് വെച്ചാണ് യമുന തപന്റെ പൗരത്വം നിർണ്ണയിക്കുന്നത്. അന്നേരം തപൻ ചോദിക്കുന്നത് ഇങ്ങനെയാണ്. "മേം സാബ്, ഈ മധുരപലഹാരങ്ങളും മീൻകറിയും എന്നെ ഒറ്റുകൊടുക്കുമെന്നാണോ നിങ്ങൾ കരുതുന്നത്''?

തുടർന്നയാൾ വർഷങ്ങൾ കൂടി ഒരാളെ പരിഹസിച്ചു: 'അങ്ങനെയെങ്കിൽ നിങ്ങൾക്ക് മനുഷ്യന്റെ ചരിത്രത്തെപ്പറ്റി ഒരു പുണ്ണാക്കും അറിയില്ല.''

യമുന എന്ന പ്രൊഫണലിനെ നിലംപരിശാക്കുന്ന സംസാരത്തിന്റെ ആരംഭമാണത്. ജീവിതവും ഉദ്യോഗവും തമ്മിലുള്ള അന്തരം ഈ കഥയിൽ കൃത്യമായ വെളിവാക്കപ്പെടുന്നു. തന്റെ അറിവുകൾ ഗംഭീരമാണെന്നു സ്വയം ധരിച്ചുവെക്കുന്ന പ്രൊഫഷണലുകളുടെ ചെപ്പക്കുറ്റിക്ക് ഒരടികൂടിയാണ് ഇവിടെ നടന്നത്. ഞാൻ വെറുതെ നമ്മുടെ ചാനൽ ചർച്ചകളിലെ ചില അവതാരകരെ ഓർത്തുപോയി. എന്തൊരു ഔദ്ധത്യമാണ് പലപ്പോഴും, അവരുടെ സ്വരഭേദങ്ങളിൽ? വേണ്ടപ്പെട്ടവരെ അനുവദിച്ചും അല്ലാത്തവരെ തുടർച്ചയായി തടഞ്ഞും. തയ്യാറാക്കിക്കൊണ്ടുവന്ന ഉത്തരത്തിലേക്ക് ചർച്ചയെ എത്തിക്കാനുള്ള ശ്രമം എത്ര പരിഹാസ്യമാണെന്നുപോലും അവരറിയുന്നില്ല.

ഇനിയും ഈ കഥ കണ്ടിട്ടില്ലാത്തവരുടെ വായനാകാംക്ഷയെ ഒരുതരത്തിലും ബാധിക്കില്ല എന്ന ഉത്തമവിശ്വാസത്തോടെ കഥയുടെ ഹൃദയം ഇവിടെ എടുത്തെഴുതുന്നു:

“ബംഗാൾ കിഴക്കൻ പാക്കിസ്ഥാനാവുമ്പോഴും അത് പിന്നീട് ബംഗ്ലാദേശ് ആവുമ്പോഴും ആ ചരിത്രമുഹൂർത്തങ്ങളെയത്രയും തള്ളിക്കളഞ്ഞുകൊണ്ട് ഒരുപാട് മാച്ചേർ കാലിയകൾ എത്രയോ വീടുകളിൽ തിളച്ചുകൊണ്ടിരിക്കുകയായിരുന്നിരിക്കണം. ഒന്നോർത്തുനോക്കൂ. മനുഷ്യന്റെ മനസ്സിലും ഭൂപടങ്ങളിലും വിഭജനം അതിന്റെ മാറ്റങ്ങളെ സ്ഥാപിക്കുമ്പോൾ, മാച്ചേർ കാലിയകൾ മാത്രം അങ്ങനെത്തന്നെ തുടരുന്നു. ഒരേ പലവ്യഞ്ജനങ്ങളിൽ, ഒരേ മസാലകളിൽ, ഒരേ ഉപ്പിലും കടുകിലും പൊതുവായൊരു രുചിക്കുവേണ്ടി അത് വെട്ടിത്തിളയ്ക്കുന്നു. ഏത് അതിർത്തിക്കകത്തും പുറത്തും അത് മാച്ചേർ കാലിയ മാത്രമായിരിക്കുന്നു. മനുഷ്യന്റെ വിഭജനം മീൻകറിക്ക് ബാധകമാവാതെയിരിക്കുന്ന ആ കൗതുകം ആലോചിച്ചു നോക്കൂ.”

മഹാഭാരതത്തിലില്ലാത്തത് മറ്റെവിടെയും ഉണ്ടാവില്ല. പാണ്ഡവരുടെയും കൗരവരുടെയും അതിർത്തിത്തർക്കം. 1947 വരെ ഒപ്പമുണ്ടായിരുന്നവർ, കുത്തിത്തിരിപ്പ് വിദഗ്ധന്മാരായ ബ്രിട്ടീഷ് വെള്ളക്കാരുടെ പ്രേരണയാൽ പടനിലങ്ങളിലേക്കെത്തിയത്, അതിനായി ഒരു രാഷ്ട്രപിതാമഹന്റെ അരുംകൊല. മഹാഭാരത യുദ്ധത്തിൽ ഒടുവിൽ പാണ്ഡവപക്ഷത്ത് എട്ടുപേരും കൗരവപക്ഷത്ത് നാലുപേരും മാത്രമാണ് അവശേഷിച്ചത്. ഒരു യുദ്ധത്തിലും വിജയി ഇല്ല എന്ന് തീർത്തുപറഞ്ഞ മഹാഭാരതത്തേയും രാമായണത്തേയും പിടിച്ചാണയിട്ട് ഭരിക്കുന്നവർ, യുദ്ധം കാട്ടിയാണ് ജനങ്ങളെ അടക്കുന്നത്.

“നിസ്സാരം, ഒരു മീൻകറി പോലും വിഭജനങ്ങൾക്കെതിരായ വലിയ യുദ്ധം നയിക്കുന്നുണ്ട്. പക്ഷെ, അത് നമ്മൾ ബുദ്ധിജീവികളായ മനുഷ്യർ

എത്ര കണ്ട് തിരിച്ചറിയുന്നുണ്ട് എന്നതിലാണ് കാര്യമിരിക്കുന്നത്''. എന്ന തപന്റെ വാക്കുകളിൽ കഥ തീരുന്നു.

അതങ്ങനെയാണ്. ഒരിടത്ത് ഉത്ഭവിച്ച് പലയിടത്തേക്ക് പരന്നതോ പലയിടങ്ങളിൽ ഉത്ഭവിച്ച് ഇനിയും പലയിടങ്ങളിലേക്ക് പടർന്നതോ ആയ ഹോമോസാപിയൻസ് എന്ന മനുഷ്യവർഗ്ഗം ഒന്നാണ് എന്നതിന് ചെറുതും വലുതുമായ തെളിവുകൾ പലയിടങ്ങളിലും സ്ഥാപിച്ചിട്ടുണ്ട്. ബഹറിനിലെ വീട്ടുമുറ്റത്ത് വളർത്തുന്ന തുളസിച്ചെടികളെക്കുറിച്ച് ഒരു യാത്രാനുഭവത്തിൽ എം.എൻ.വിജയൻ പറയുന്നുണ്ട്. പശ്ചിമേഷ്യയിൽ നിന്ന് പലായനം ചെയ്തെത്തിയവരാണ് മലയാളികളുടെ മഹാപൂർവ്വികർ എന്ന് കേസരി. എ.ബാലകൃഷ്ണപ്പിള്ളയും എൻ.വി. കൃഷ്ണവാര്യരും പറയുന്നുണ്ട്. ആസ്ത്രേലിയയിലെ ആദിവാസി ഭാഷയിൽ മലയാളം വാക്കുകളോട് സാദൃശ്യമുള്ള വാക്കുകൾ കാണുന്നുണ്ട് എന്ന് കവിതാ സാഹിത്യ ചരിത്രത്തിൽ ഡോ.എം.ലീലാവതി എഴുതി.

ചെറുതും വലുതുമായ തെളിവുകൾ, മനുഷ്യൻ ഭൂമിയുടെ തൊലിപ്പുറത്തു വരഞ്ഞ അതിരുകൾക്കിടയിൽ പരസ്പരം ചേർന്നുകൊണ്ടും അറിഞ്ഞു കൊണ്ടും സ്ഥിതിചെയ്യുന്നുണ്ട്.

ഭൂമിക്കടിയിൽ
വേരുകൾ കൊണ്ട്
കെട്ടിപ്പിടിക്കുന്നു..
ഇലകൾ തമ്മിൽ
തൊട്ടുമെന്ന് പേടിച്ച്
നാം അകറ്റി നട്ട മരങ്ങൾ

എന്ന് വീരാൻകുട്ടിയുടെ കവിതയിൽ. ഇടുങ്ങിയ ദേശമതിലുകൾക്കപ്പുറം വിശാലമായ ലോകത്തേക്ക് എന്റെ രാജ്യത്തെ നയിക്കേണമേ എന്നു പ്രാർത്ഥിച്ച ടാഗൂറിനാണ് നോബൽ സമ്മാനം കൊടുത്തത്. ദേശീയതയുടേയും മതത്തിന്റേയും ജാതിയുടേയും ഇറുങ്ങിയ അതിരുകൾക്കുള്ളിലേക്ക് രാജ്യത്തെ ചുരുക്കാൻ ശ്രമിക്കുന്നവർക്ക് കാലം കൂട്ടുനിൽക്കില്ല എന്നു പ്രതീക്ഷിക്കാം.

അപ്പോൾ നമ്മുടെ പ്രശ്നം രാജ്യാതിർത്തികളല്ല, പ്രധാനപ്പെട്ടത് വിശപ്പാണ്. ഹിന്ദുവിനും മുസ്ലിമിനും സിക്കിനും ക്രിസ്ത്യാനിക്കും വിശക്കുന്നുണ്ട്. ദുർബലർ ചൂഷണത്തിന് നിരന്തരമായി അടിമപ്പെട്ടു കൊണ്ടിരിക്കുന്നു. സ്ത്രീകളും കുട്ടികളും ആക്രമിക്കപ്പെടുന്നു. അന്നേരം നമ്മൾ കേൾക്കേണ്ടത് മറ്റൊരു ചെറുപ്പക്കാരന്റെ വാക്കുകളാണ് എന്ന് എനിക്ക് നിശ്ചയമുണ്ട്. കനയ്യകുമാർ ഇങ്ങനെ പാടിപ്പറഞ്ഞു.

"ഞങ്ങളാവശ്യപ്പെടുന്ന സ്വാതന്ത്ര്യം പട്ടിണിമരണങ്ങളിൽ നിന്നും ദാരിദ്ര്യത്തിൽ നിന്നുമുള്ള സ്വാതന്ത്ര്യമാണ്. ചൂഷണങ്ങളിൽ നിന്നും അക്രമത്തിൽ നിന്നുമുള്ള സ്വാതന്ത്ര്യമാണ്. ഈ രാജ്യത്തെ ദളിതർക്കും ആദിവാസികൾക്കും സ്ത്രീകൾക്കും മറ്റെല്ലാവർക്കും വേണ്ടി ഞങ്ങളാ സ്വാതന്ത്ര്യം നേടിയെടുക്കും''.

പഴയതാണെന്നുവെച്ച് എല്ലാം ശരിയല്ല എന്നും പുതിയതാണെന്നു വെച്ച് എല്ലാം തെറ്റല്ല എന്നും പറഞ്ഞത് പഴയകവിയായ കാളിദാസനാണ്.

19 ജൂലൈ 2020

എ. ടി. കോവൂരിന് പോരാടാനുള്ള യുദ്ധങ്ങൾ...

ഇപ്പോൾ ലോകത്തിലില്ലാത്തവരെ ഓർക്കുന്നതിന് അവരുടെ ജന്മദിനമോ ചരമദിനമോ വരണമെന്നില്ല. മരിച്ചു കഴിഞ്ഞാൽ വ്യക്തികളായല്ല, അവർ മുന്നോട്ടുവെച്ച ആശയങ്ങളായാണ് നമ്മൾ ഓർക്കുക. ജന്മദിനങ്ങളിലും ചരമദിനങ്ങളിലും മാത്രം ഓർക്കുമ്പോൾ അത് അനുഷ്ഠാന സ്വഭാവമുള്ളതായിത്തീരുകയും യാന്ത്രികമാവുകയും ചെയ്യും. അങ്ങനെയാണ് എല്ലാ വർഷവും ഒക്ടോബർ രണ്ടിന് ഗാന്ധി ത്തൊപ്പിയും രഘുപതി രാഘവ രാജാറാം പാട്ടും, കയ്യിലുണ്ടെങ്കിൽ തക്ലിയിൽ നൂൽ നൂൽക്കലും മാത്രമായി മഹാത്മാവ് ചുരുങ്ങിപ്പോകുന്നത്. സമൂഹത്തിൽ സ്ത്രീകളുടേയും, വിദ്യാർത്ഥികളുടേയും പങ്കാളിത്തം, മാലിന്യനിർമ്മാർജ്ജനം സ്വയംപര്യാപ്തത, ക്ഷമ, അഹിംസ, ഇന്ത്യയിലെ ഗ്രാമങ്ങൾ, മിതവ്യയം, ധൂർത്ത് തുടങ്ങിയ അനവധി കാര്യങ്ങളിൽ ഗാന്ധിജി മുന്നോട്ട് വെച്ച ആശയങ്ങൾ വിസ്മൃതിയിലാവുകയും 'വൈഷ്ണവജനതോ' എന്ന് കൂട്ടപ്രാർത്ഥന നടത്തുകയും ചെയ്യുന്നത് ഗാന്ധിജിക്കും ഇന്ത്യയ്ക്കും ലോകത്തിനും അലങ്കാരമാവില്ല. അനുഷ്ഠാന ദൃശ്യങ്ങളിൽ ചിലത് ഞെട്ടലും വേദനയുമുണ്ടാക്കും. ആർ.എസ്.എസ്. കാരനായ നരേന്ദ്രമോഡി, രണ്ട് വിരുദ്ധമായ അർത്ഥങ്ങളിൽ, നമുക്കും അദ്ദേഹത്തിനും ഇഷ്ടമല്ലാത്ത കാര്യം, കഴിഞ്ഞ അഞ്ചാറ് കൊല്ലമായി പ്രധാനമന്ത്രി എന്ന നിലയിൽ ചെയ്യുന്നത്, എല്ലാ ഒക്ടോബർ രണ്ടിനും രാജ്ഘട്ട് സന്ദർശിച്ച് പൂക്കൾ അർപ്പിക്കുന്നത്, ഇത്തരത്തിൽ ഞെട്ടലും വേദനയും രോഷവും ഉണ്ടാക്കുന്ന ഒരു അനുഷ്ഠാനമാണ്.

എല്ലാ അനുഷ്ഠാനങ്ങളിലും സത്താനിഷേധം ഉണ്ട്. അതുകൊണ്ട് ഒട്ടും സാമ്പ്രദായികമല്ലാതെ ഡോ. എ. ടി. കോവൂരിനെ ഓർക്കുന്നത് ഒട്ടും അനുഷ്ഠാനപരതയില്ലാതെയും സമകാലികവുമായും ആണ്. 1898 ഏപ്രിൽ 10ന് കേരളത്തിൽ തിരുവല്ലയ്ക്കടുത്ത് നെടുമ്പ്രത്ത് ജനിക്കുകയും 1978 സെപ്തംബർ 18ന് ശ്രീലങ്കയിൽ അന്തരിക്കുകയും ചെയ്ത എ. ടി. കോവൂരിന്റെ രണ്ട് ഓർമ്മ ദിവസങ്ങളും ഇപ്പോഴൊന്നുമല്ല.

ഇക്കാലത്തേക്കും ആവശ്യമുള്ള പലതും എ. ടി. കോവൂരിന്റെ ശേഖരത്തിലുണ്ട്. അതൊരു പ്രവാചകന്റെ സ്വരത്തിലും നാട്യത്തിലുമൊന്നുമല്ല. മറിച്ച് അക്കാലത്തെ സമൂഹത്തെ സൂക്ഷ്മമായി നിരീക്ഷിച്ചും പഠിച്ചും നടത്തിയ ഇടപെടലുകളാണ്. അദ്ദേഹത്തിന്റെ നേരിട്ടുള്ള പ്രവർത്തനങ്ങൾ അവസാനിച്ചിട്ട് ഏതാണ്ട് അമ്പത് കൊല്ലമാവുന്നു. ഇപ്പോഴും അദ്ദേഹം വൃത്തിയാക്കാൻ ശ്രമിച്ച തൊഴുത്ത് അതേ അഴുക്കു ഭൂമികയിൽ നിലകൊള്ളുന്നു. എവിടെയാണ് നമ്മൾ പുരോഗമിച്ചത് എന്ന ചോദ്യം വളരെ സ്വാഭാവികതയോടെ ഉയരുകയും ചെയ്യുന്നു.

മതങ്ങളെക്കുറിച്ചും അന്ധവിശ്വാസങ്ങളെക്കുറിച്ചും ദിവ്യാത്ഭുതങ്ങളെക്കുറിച്ചും അദ്ദേഹം നിരന്തരമായി പറഞ്ഞുകൊണ്ടിരുന്നു. അത് സൈദ്ധാന്തിക മോടിയോടു കൂടിയല്ല. ക്ലിനിക്കൽ താല്പര്യത്തോടുകൂടി വിശകലനം ചെയ്തിട്ടാണ് എല്ലാ തട്ടിപ്പുകളേയും അദ്ദേഹം തുറന്നു കാണിച്ചു കൊണ്ടിരുന്നത്. അദ്ദേഹത്തിന്റെ പ്രവർത്തനങ്ങൾ കൂടുതൽ സ്വതന്ത്ര്യവും, ശാസ്ത്രാവബോധത്തിൽ ഉറച്ചതും ജനാധിപത്യപരവുമായ ഒരു ലോകത്തെ സൃഷ്ടിക്കേണ്ടതായിരുന്നു. എന്നാൽ അങ്ങനെയല്ല സംഭവിച്ചത്. കൂടുതൽ മതാത്മകവും അന്ധവിശ്വാസ ജഡിലവും ജനാധിപത്യരഹിതവുമായ ഒരു വർത്തമാന കാലത്തിലാണ് നാം ജീവിക്കുന്നത് എന്ന കാര്യത്തിൽ എനിക്ക് സംശയമൊന്നുമില്ല. എ. ടി. കോവൂർ വിഭാവനം ചെയ്ത ഒരു ലോകം പുലർന്നില്ല എന്നത് ആ മനുഷ്യന്റെ പരാജയമല്ല, മറിച്ച് നമ്മുടെ പരാജയമാണ് എന്ന് നാം തന്നെ തിരിച്ചറിയേണ്ടതുണ്ട്. ഉദാഹരണമായി 'മതങ്ങൾ തകരുന്നു' എന്ന ലേഖനത്തിൽ വിവിധ മതങ്ങൾക്ക് ദൈനംദിന ജീവിതത്തിൽ പ്രാധാന്യം കുറയുന്നതിനെക്കുറിച്ച് അദ്ദേഹം സൂചിപ്പിക്കുന്നു: "കത്തോലിക്ക സഭയുടെ കാര്യത്തിൽ മാത്രമല്ല ഇത് സംഭവിച്ചിട്ടുള്ളത്. യൂറോപ്പിലേയും അമേരിക്കയിലേയും പ്രോട്ടസ്റ്റന്റ് സഭകളുടെ സ്ഥിതിയും ഇതു തന്നെയാണ്. ഇസ്ലാംമതം, ഹിന്ദുമതം തുടങ്ങിയവയുടെ സ്ഥിതിയും ഭിന്നമല്ല. മുസ്ലിം രാഷ്ട്രങ്ങൾക്കുള്ളിൽ മുൻപ് യാതൊരു വിധമായ സ്വതന്ത്രചിന്തയും അനുവദിക്കപ്പെട്ടിരുന്നില്ല. എന്നാൽ ഇന്ന് മൗലവിമാരെയും ഖുറാനെയും ഹദീസുകളെയുമൊക്കെ തള്ളിപ്പറയുന്ന ഒരു പുതിയ തലമുറ

ഇവിടെ വളർന്നു വന്നിരിക്കുന്നു.'' എന്ന് കോവൂർ എഴുതി.

സാമൂഹികസുരക്ഷ (Social Security) ശക്തമാക്കിയ സ്കാൻഡിനേവിയൻ രാജ്യങ്ങളിലടക്കം പള്ളികൾ പൂട്ടുകയും കുർബാനയ്ക്ക് ആളെ കിട്ടാതിരിക്കുകയും ചെയ്യുന്ന വാർത്തകൾ വന്നുകഴിഞ്ഞു. അരക്ഷിതാവസ്ഥയാണ് മതവിശ്വാസത്തിന്റെ പ്രേരകശക്തി എന്നും വിലയിരുത്താം. എങ്കിലും മതത്തെ രാഷ്ട്രീയവും സാമ്പത്തികവുമായ അവിഹിത താല്പര്യങ്ങൾക്ക് വല്ലാതെ ഉപയോഗിക്കുന്നത് കാര്യമായി വർദ്ധിച്ചിട്ടുണ്ട്. മതങ്ങളിലെ താല്പപര്യം കുറഞ്ഞിട്ടുണ്ടാവാം. പക്ഷെ സംഘടിതശക്തി എന്ന നിലയിൽ സായുധമായും വിലപേശലിനുള്ള ഉപകരണമായും മതത്തെ കാട്ടി ഭയപ്പെടുത്തുന്നത് ക്രമാതീതമായി കൂടിയിട്ടുണ്ട്.

എ. ടി. കോവൂർ ഇടപെട്ട മറ്റു മേഖലകളിലും ഇതു തന്നെയാണ് സ്ഥിതി. അന്ധവിശ്വാസങ്ങൾ, അനാചാരങ്ങൾ, ദിവ്യാത്ഭുതങ്ങൾ എന്നിവകൾക്കെതിരെ അദ്ദേഹം വിശ്രമമില്ലാതെ പ്രവർത്തിച്ചുകൊണ്ടിരുന്നു. ലോകത്തിലെവിടെയും നടക്കുന്ന ഇത്തരം അയുക്തിക പ്രകടനങ്ങൾ അദ്ദേഹത്തെ രോഷം കൊള്ളിച്ചു. അദ്ദേഹം എതിർത്ത ഈവക കാര്യങ്ങളെല്ലാം പതിന്മടങ്ങ് വ്യാപനത്തോടെ ഇവിടെ ഉണ്ട്. പലപ്പോഴും ഇത് ആൾക്കൂട്ട മനോഘടനയ്ക്ക് ആഹാരമാക്കി, സ്വന്തം കാര്യപരിപാടികൾ നടപ്പിലാക്കിയെടുക്കുന്ന രാഷ്ട്രീയകക്ഷികളുടെ കുതന്ത്രങ്ങളുമാണ്.

എ.ടി.കോവൂർ കൃത്യമായ അർത്ഥത്തിൽ യുക്തിവാദിയും നിരീശ്വര വാദിയും ആയിരുന്നു. യുക്തിക്കും അപ്പുറത്തുള്ള കാര്യങ്ങളെ അദ്ദേഹം എന്നും ചോദ്യം ചെയ്തു. മതത്തിന്റെയും ദൈവത്തിന്റെയും അനാവശ്യത്തെക്കുറിച്ച് അദ്ദേഹത്തിന് സംശയമൊന്നും ഉണ്ടായിരുന്നില്ല. അദ്ദേഹം എഴുതി:

"മറ്റു പല ക്രിസ്ത്യാനികളേയുംപോലെ ഞാനും ചെറുപ്പത്തിൽ കരുതിയിരുന്നത് ദൈവത്തിന്റെ ഒരു ദാനമാണ്, എന്റെ ജീവൻ എന്നാണ്. പ്രായമായപ്പോൾ ഞാൻ ജീവശാസ്ത്രം പഠിച്ചു. അപ്പോൾ എന്റെ വിശ്വാസസങ്കല്പങ്ങൾ തകർന്നുപോയി. സൂക്ഷ്മദർശിനികളിൽക്കൂടി മാത്രം കാണാവുന്ന അണുജീവികൾ മുതൽ മനുഷ്യൻ വരെയുള്ള അനേക ജീവിവർഗ്ഗങ്ങളെപ്പറ്റിയുള്ള വിവരങ്ങൾ ഒട്ടേറെ ഞാൻ മനസ്സിലാക്കി. യഥാർത്ഥത്തിൽ ജീവികളുടെ പരിണാമം, വളർച്ച, ഉല്പാദനം, കോശഘടന തുടങ്ങിയവയെപ്പറ്റിയുള്ള പഠനമാണ് എന്റെ മനസ്സിൽ സംശയത്തിന്റെ വിത്തുകൾ പാകിയത്. ജീവന്റെ ഇരിപ്പിടമായ പ്രോട്ടോപ്ലാസത്തിൽ നിന്നും അവ നശിക്കുമ്പോൾ പുറത്തു പോകുന്ന ഒരു

ആത്മാവുണ്ടെന്ന് കരുതുന്നതിന് എനിക്ക് ന്യായീകരണങ്ങളൊന്നും കണ്ടെത്താൻ കഴിഞ്ഞില്ല.''

ശ്രീനാരായണഗുരുവിന്റെ പ്രസിദ്ധമായ ഒരു ഉദ്ബോധനത്തെ തിരുത്തി 'ജാതി വേണ്ട, മതം വേണ്ട, ദൈവം വേണ്ട, മനുഷ്യന്' എന്നാക്കിയ ഗുരുശിഷ്യൻ സഹോദരൻ അയ്യപ്പൻ 1917 മെയ് 29ന് ആരംഭിച്ച 'സഹോദരസംഘ'ത്തിൽ നിന്നാണ് കേരളത്തിലെ യുക്തിവാദ പ്രസ്ഥാനത്തിന്റെ ആരംഭം എന്നു പറയാറുണ്ട്. 'മിതവാദി' പത്രാധിപർ സി.കൃഷ്ണൻ, സി.വി.കുഞ്ഞുരാമൻ, എം.സി.ജോസഫ്, കുറ്റിപ്പുഴ കൃഷ്ണപ്പിള്ള, പനമ്പിള്ളി ഗോവിന്ദമേനോൻ, ജോസഫ് ഇടമറുക് തുടങ്ങിയവർ ആരംഭകാല പ്രവർത്തകരും. പിന്നീട് യുക്തിവാദപ്രസ്ഥാനത്തിൽത്തന്നെ അയുക്തികമായ പിണക്കങ്ങളും പിളർപ്പുകളും സംഭവിച്ചിരുന്നു. മാർക്സിസത്തെ അംഗീകരിക്കുന്നവരെന്നും അംഗീകരിക്കാത്തവരെന്നും യുക്തിവാദം രണ്ടായി മുറിഞ്ഞു. അംഗീകരിക്കാത്തവരിൽ ഒരു വിഭാഗം പിന്നീട് കേവല യുക്തിവാദത്തിലേക്കും കോർപ്പറേറ്റ് സഖ്യത്തിലേക്കും ഫാസിസ്റ്റ് ഭരണകൂട അനുകൂലനത്തിലേക്കും വഴിതെറ്റി. പിളരാനുള്ളതാണ് എല്ലാ സംഘടനകളും എന്ന് യുക്തിവാദി സംഘവും തെളിയിച്ചു.

യുക്തിവാദം വളരെ യാന്ത്രികവും വരണ്ടതുമാകുന്നതിന്റെ ലക്ഷണങ്ങൾ ഇന്നത്തെ ചില യുക്തിവാദപ്രസ്ഥാനങ്ങളിൽ കാണാം. തങ്ങൾ പിടിക്കുന്ന മുയലിനു മാത്രമേ മൂന്നു കൊമ്പുണ്ടാകൂ എന്ന കടുംശാഠ്യം, കൊട്ടിഘോഷിച്ച് നയനാനന്ദകരമായി നടത്തുന്ന യുക്തിവാദ കാർണിവലുകളിൽ കാണാം. ആരാധനാലയങ്ങളിലെ ആണ്ടുത്സവത്തിലെ കെട്ടുകാഴ്ചകൾക്കും ഈ ആഘോഷങ്ങൾക്കും ഫലത്തിൽ ഒരർത്ഥമേ ഉണ്ടാകുന്നുള്ളൂ. അനിഷേധ്യരായ അമരക്കാരാണ് പുതിയ യുക്തിവാദത്തിന്റെ അടയാളങ്ങൾ. യുക്തിവാദം ഇവരുണ്ടാക്കിയതാണെന്നു തോന്നും അവരുടെ അഹങ്കാരനിർഭരമായ പ്രകടനങ്ങൾ കണ്ടാൽ.

വാസ്തവത്തിൽ ഇന്ത്യ എന്ന് പറയുന്ന ഭൂപ്രദേശത്ത് മൂവായിരത്തോളമെങ്കിലും കൊല്ലം പഴക്കമുള്ളതാണ് ഇവിടുത്തെ നാസ്തിക-യുക്തിവാദങ്ങളുടെ ചരിത്രം.സംശയജനകവും ദുരൂഹവുമായ സാഹചര്യങ്ങളിൽ കാണാതാവുകയോ വംശനാശം സംഭവിക്കുകയോ ചെയ്തിട്ടുണ്ട്, പ്രാചീന ഇന്ത്യയിലെ ഭൗതികവാദം. കാണാതായവർ, അവരെ പരിചയമുള്ളവരുടെ ഓർമ്മകളിൽ ജീവിക്കുന്നതുപോലെ നമ്മുടെ ഭൗതികവാദം അഥവാ ചാർവ്വാക ദർശനം മറ്റിടങ്ങളിലെ പരാമർശങ്ങളിലും എതിർവാദങ്ങളിലുമാണ് നിലനിൽക്കുന്നത്. ചാർവ്വാകന്മാരെന്നും ലോകായതന്മാരെന്നും അറിയപ്പെട്ടുന്ന ഈ ഭൗതികവാദികൾ ഉണ്ടായിരുന്നു എന്നതിന് വേദങ്ങളിലും ശാസ്ത്രങ്ങളിലും സൂത്രങ്ങളിലും

ഇതിഹാസങ്ങളിലും, ഗൗതമബുദ്ധന്റെ സംഭാഷണങ്ങളിലും ജൈന സാഹിത്യത്തിലുമൊക്കെയാണ് തെളിവുകളുള്ളത്. ഇത്രയും വർഷങ്ങൾക്കുമുമ്പ് തന്നെ ഈ ഭൗതികവാദപരമായ ദർശനങ്ങൾ, ആത്മീയത കൊണ്ട് അലങ്കോലമായ ഈ നാട്ടിൽ വികസിച്ചിരുന്നു എന്നത് അത്ഭുതകരമായ ഒരു സംഗതി കൂടിയാണ്.

ഇന്ദ്രിയഗോചരമായ പ്രത്യക്ഷാനുഭവങ്ങളാണ് അറിവിന്റെ ഉറവിടങ്ങൾ എന്ന് ചാർവാകന്മാർ പറഞ്ഞു. തെറ്റുമാവാം ശരിയുമാകാം എന്നതുകൊണ്ട് അനുമാനങ്ങളിൽ നിന്നും കിട്ടുന്ന അറിവുകൾ ഉപാധികളോടുകൂടിയതോ അസാധുവായതോ ആണ്. ഐന്ദ്രിയാറിവുകൾ ബാഹ്യം, ആന്തരികം എന്ന് രണ്ടുവിധം. അഞ്ച് ഇന്ദ്രിയങ്ങളുടെ ഇടപെടൽകൊണ്ട് ലഭിക്കുന്ന അറിവുകളാണ് ബാഹ്യമായത്. മനസ്സുകൊണ്ട് ലഭ്യമാകുന്നത് ആന്തരികമായ അറിവുകളും. നിരീക്ഷണങ്ങളിലൂടെ എല്ലാ പരിസരവും എല്ലാ അവസ്ഥകളും അറിയുമ്പോൾ മാത്രമേ സമഗ്രമായ ജ്ഞാനം ഉണ്ടാകുന്നുള്ളൂ. ഹിന്ദുബൗദ്ധ ജൈനമതങ്ങളിലെ പുനർജ്ജന്മം, ജനനമരണങ്ങളുടെ ചാക്രികതയിലൂന്നുന്ന സംസാര സങ്കല്പം, കർമ്മസിദ്ധാന്തം, മതാത്മകമായ അനുഷ്ഠാനങ്ങൾ എന്നിവയെല്ലാം ചാർവാകദർശനം നിഷ്ക്കരുണം നിരാകരിക്കുന്നു. ഇതുകൊണ്ടെല്ലാംതന്നെ ധാർമ്മികതയും നൈതികതയുമില്ലാത്ത കൂട്ടം എന്ന ശകാരം വളരെ മുമ്പുതന്നെ ചാർവാകന്മാർ കരസ്ഥമാക്കിയിട്ടുണ്ട്. വേദങ്ങളിൽ അസത്യം, വൈരുദ്ധ്യം, ആവർത്തനം, തലമുറകളിലൂടെ കൈമാറുമ്പോഴുള്ള തെറ്റുകൾ എല്ലാം നിറഞ്ഞിട്ടുണ്ട് എന്ന് തീർത്തുപറയുന്നവരെ സവർണ്ണ ഹിന്ദുമതം എങ്ങനെ അടയാളപ്പെടുത്തും എന്ന് പറയേണ്ടല്ലോ.

നമുക്ക് എ.ടി.കോവൂരിലേക്ക് തിരിച്ചുവരാം. കർമ്മോന്മുഖതയാണ് കോവൂരിനെ തീരുമാനിച്ചത്. ഇത്രയും ജാഗ്രതയുമായി തന്റെ പ്രവർത്തനരംഗത്ത് നിലയുറപ്പിച്ച അധികംപേരെ നമുക്ക് കാണാനാവില്ല. ലോകത്തിൽ നടക്കുന്ന, റിപ്പോർട്ട് ചെയ്യപ്പെടുന്ന, ഓരോ അയുക്തിക സംഭവത്തിലേക്കും അദ്ദേഹത്തിന്റെ ശ്രദ്ധയെത്തും. എന്നു മാത്രമല്ല കഴിയാവുന്നവയിലെല്ലാം ഏതെങ്കിലും തരത്തിൽ അദ്ദേഹം ഇടപെടുകയും ചെയ്യും. താൻ ഈ ലോകത്തുനിന്നും അയുക്തിയെ ഇല്ലാതാക്കാൻ ജനിച്ചവനാണ് എന്ന ബോധം കോവൂരിനുണ്ടായിരുന്നു എന്നു വേണം കരുതാൻ.

1970-ൽ ജക്കാർത്തയിലെ ജൂത്ത് സഹറ ഫോണ എന്ന യുവതി, തന്റെ ഗർഭത്തിലുള്ള ശിശു ഖുർആൻ ഓതുന്നതായി അവകാശപ്പെട്ടു. ലോകത്തെമ്പാടും ഈ വാർത്ത പരന്നു. സിലോണിൽ ഇരുന്ന് ഈ

വാർത്ത വായിച്ച ഉടനെ എ.ടി.കോവൂർ ആ യുവതിക്ക് ഒരു കത്തയച്ചു. അദ്ദേഹത്തിന്റെ വാക്കുകൾ ഇങ്ങനെ:

“ഈ വാർത്ത പത്രങ്ങളിൽ കണ്ടയുടനെ ഞാൻ മിസിസ് ഫോണായ്ക്ക് ഒരു കത്തയച്ചു. യഥാർത്ഥത്തിൽ ഇത് ദിവ്യമായ ഒന്നാണെങ്കിൽ എന്റെ വെല്ലുവിളി സ്വീകരിക്കുവാൻ ആവശ്യപ്പെട്ടുകൊണ്ട്. വസ്ത്രങ്ങൾക്കുള്ളിൽ ടേപ്പ്റിക്കാർഡറോ മറ്റോ ആ സ്ത്രീ ഒളിപ്പിച്ചുവെച്ചിരുന്നോ എന്ന് പരിശോധിക്കേണ്ടതാണെന്ന് നിർദ്ദേശിച്ച് ഇന്തോനേഷ്യൻ ആരോഗ്യവകുപ്പുമന്ത്രിക്കും ഞാൻ കത്തയക്കുകയുണ്ടായി.”

യുക്തിരാഹിത്യത്തിന് രാജ്യാതിർത്തികളില്ല എന്ന് അദ്ദേഹത്തിന് അറിയാമായിരുന്നു. ആ സ്ത്രീ പിന്നീട് അറസ്റ്റിലാവുകയും ഗർഭിണിയേ അല്ലാത്ത അവരുടെ വെച്ചുകെട്ടിയ ‘ഗർഭ’ത്തിൽ നിന്ന് ഒരു ടേപ്പ്റെക്കാർഡർ കണ്ടെടുക്കുകയും ചെയ്തു. കോവൂരിന്റെ ചട്ടലപ്രവർത്തനങ്ങളുടെ ഒരു രീതി ഇതായിരുന്നു.

ഇന്ത്യയിലെ പുട്ടപർത്തി സായിബാബയെ എ.ടി.കോവൂർ വെല്ലുവിളിച്ചത് അന്ന് വലിയ ഒച്ചപ്പാടുണ്ടാക്കിയിരുന്നു. “എന്റെ പരിശോധനകൾക്ക് വിധേയമായി ഏതെങ്കിലും മനുഷ്യദൈവത്തിനോ ഭഗവാനോ ദിവ്യപുരുഷനോ ഇത്തരം ഒരു അത്ഭുതം കാണിക്കാമെങ്കിൽ ഞാൻ അദ്ദേഹത്തിന് ഒരുലക്ഷം രൂപ കൊടുക്കാം. ഞാൻ മരിക്കുന്നതുവരെ ഈ വെല്ലുവിളി നില്ക്കുന്നതാണ്” എന്നതായിരുന്നു എ.ടി.കോവൂരിന്റെ പ്രസ്താവന. ഇന്ത്യയിലെ പത്രങ്ങൾ ഇത് പ്രാധാന്യത്തോടെ കൊടുക്കുകയുണ്ടായി.

തന്റെ സംഭവപഠന (Case Study) ങ്ങളിൽ നിന്നെടുത്ത ഒരു കഥ ‘പുനർജ്ജന്മം’ എന്ന പേരിൽ കെ. എസ്. സേതുമാധവൻ സിനിമയാക്കുന്നതുമായി ബന്ധപ്പെട്ട് കേരളത്തിൽ എത്തിയതായിരുന്നു അപ്പോൾ എ.ടി.കോവൂർ. വളരെയധികം ശ്രദ്ധിക്കപ്പെട്ട ആ സിനിമയിൽ ഒരു മന:ശാസ്ത്ര വിഷയമാണ്, ഇതിവൃത്തമായിരുന്നത്. പ്രേം നസീറും ജയഭാരതിയും മുഖ്യവേഷങ്ങളിൽ അഭിനയിച്ച ആ സിനിമ സിഗ്മണ്ട് ഫ്രോയിഡിന്റെ ഈഡിപ്പസ് കോംപ്ലക്സ് എന്ന മനശ്ശാസ്ത്ര സിദ്ധാന്തം കൈകാര്യം ചെയ്യുന്നു. അമ്മയോടുള്ള സ്നേഹാധിക്യം വൈവാഹിക ജീവിതത്തെ താറുമാറാക്കുന്ന ഒരു കഥയായിരുന്നു അത്.

ആ ഒരു ലക്ഷം രൂപ അത്ര നിസ്സാരമായതൊന്നുമല്ല. 1972ൽ ആണ് സിനിമയും വെല്ലുവിളിയും പുറത്തു വരുന്നത്. പവന് 172 രൂപയായിരുന്നു അന്നത്തെ നിരക്ക് എന്നും ഇന്നത്തേത് 42000ന് അടുത്തെത്തി എന്നും ഒരു താരതമ്യം നടത്തിയാൽ മതി. ഏതായാലും എ.ടി.കോവൂർ മരിക്കുന്നതുവരെ ആ വെല്ലുവിളി സ്വീകരിക്കപ്പെട്ടിട്ടില്ല. അദ്ദേഹം അത്

കേവലം വെല്ലുവിളിയിൽ ഒതുക്കിയുമില്ല. 1976ൽ 'മിസ്റ്റർ സായിബാബ'യ്ക്ക് ഈ വെല്ലുവിളി ആവർത്തിച്ചുകൊണ്ട് ഒരു കത്തെഴുതി. അതിനും പ്രതികരണം ഉണ്ടായില്ല.

ഉസ്മാനിയ സർവ്വകലാശാലയുടെ വൈസ് ചാൻസ്ലർ, ഇന്ത്യൻ ഇൻസ്റ്റിറ്റ്യൂട്ട് ഓഫ് സയൻസിന്റെ ഡയറക്ടർ, ഡിഫൻസ് റിസർച്ച് ആന്റ് ഡവലപ്മെന്റ് ഓർഗനൈസേഷന്റെ ഡയറക്ടർ, ഇന്ത്യ സർക്കാറിന്റെ ശാസ്ത്രോപദേശകൻ എന്ന നിലയിലൊക്കെ പ്രവർത്തിച്ച, നോബൽ സമ്മാനിതനായ ഡോ. സി. വി. രാമന്റെ ശിഷ്യനായ, ഡോ. ഭഗവന്തം സായിബാബയിൽ വീണുപോവുകയുണ്ടായി. സായിബാബ, സീക്കോ കമ്പനിയുടെ മാനേജിങ്ങ് പാർട്ണർക്ക് ഒരു പുത്തൻ സീക്കോ വാച്ച്, അതും കമ്പനി പുറത്തിറക്കാൻ വെച്ചത്, അന്തരീക്ഷത്തിൽ നിന്ന് സമ്മാനിക്കുന്നത് താൻ കണ്ടുവെന്ന് ഡോ.ഭഗവന്തം എഴുതി. ഉടനെ എ. ടി. കോവൂർ ഡോ. ഭഗവന്തത്തിന് വാച്ച് നിർമ്മാതാവിന്റെ മേൽവിലാസം അയച്ചുതരാൻ ആവശ്യപ്പെട്ട് കത്തെഴുതി. ഡോ.ഭഗവന്തം അതിന് മറുപടി അയക്കാഞ്ഞതു കൊണ്ട് സിലോണിലെ ജപ്പാൻ എംബസി മുഖാന്തിരം അദ്ദേഹം മേൽവിലാസത്തിന് ശ്രമിച്ചു. അതു ലഭിച്ചപ്പോൾ അദ്ദേഹം സീക്കോ കമ്പനിയുടെ പ്രസിഡന്റും സായിബാബയെ സന്ദർശിച്ചു എന്ന് ഡോ.ഭഗവന്തം പറഞ്ഞയാളുമായ ഷോജി ഹട്ടോരിക്ക് കത്തെഴുതി. നാലു കാര്യങ്ങൾ അറിയിക്കാനാണ് അദ്ദേഹം ഹട്ടോരിയോട് ആവശ്യപ്പെട്ടത്.

1. താങ്കളോ താങ്കളുടെ കമ്പനിയുടെ ഏതെങ്കിലും പങ്കുകാരോ ഇന്ത്യയിലെ സായിബാബയെ സന്ദർശിച്ചിട്ടുണ്ടോ?

2. സായിബാബ വായുവിൽ നിന്ന് വാച്ചെടുത്ത് താങ്കൾക്കോ മറ്റേതെങ്കിലും പാർട്ട്ണർക്കോ നൽകിയിട്ടുണ്ടോ?

3. താങ്കളുടെ സേഫ് തുറന്ന് ഒരു അപരിചിതൻ വാച്ചുമെടുത്തുകൊണ്ട് പുറത്തു പോയിയെന്ന് പ്രൈവറ്റ് സെക്രട്ടറി താങ്കളോടോ മറ്റേതെങ്കിലും പാർട്ട്ണർമാരോടോ പറഞ്ഞിട്ടുണ്ടോ?

4. താങ്കളോ താങ്കളുടെ പങ്കുകാരിൽ ആരെങ്കിലുമോ സായിബാബ ഭക്തരാണോ?

എ.ടി.കോവൂരിന്റെ ഈ കത്തിന് സീക്കോ കമ്പനിയുടെ ലെറ്റർ ഹെഡിൽ ലഭിച്ച മറുപടി ഇങ്ങനെയാണ്:

പ്രിയപ്പെട്ട ഡോക്ടർ കോവൂർ,

ഒക്ടോബർ 30-ാം തീയ്യതിയിലെ താങ്കളുടെ കത്തിന് നന്ദി. പ്രകൃത്യാതീത ശക്തികളുണ്ടെന്നുള്ള അവകാശവാദത്തെ സംബന്ധിച്ച്

താങ്കൾ നടത്തുന്ന ശാസ്ത്രീയഗവേഷണത്തിൽ ഞാൻ അഭിനന്ദനം രേഖപ്പെടുത്തുന്നു. പക്ഷെ താങ്കളുടെ കത്തിൽ പരാമർശിക്കുന്ന മിസ്റ്റർ സായിബാബ എന്ന മനുഷ്യനെപ്പറ്റി എന്തെങ്കിലും വിവരം തന്ന് സഹായിക്കാൻ കഴിയുന്നില്ല. എനിക്കോ മറ്റേതെങ്കിലും സ്റ്റാഫംഗങ്ങൾക്കോ ഒരിക്കലും ഈ പറയുന്ന വ്യക്തിയെപ്പറ്റി ഒരു അറിവുമില്ല. ഈ റിപ്പോർട്ടുകൾ അടിസ്ഥാനരഹിതമാണെന്നുള്ളത് എനിക്ക് തീർച്ചയാണ്. ഈ സംഭവത്തെ സംബന്ധിച്ച് താങ്കൾ ഉന്നയിച്ച നാല് ചോദ്യങ്ങൾക്കും നിഷേധാത്മകമായിട്ടേ എനിക്കുത്തരം പറയാൻ കഴിയൂ.

വിശ്വസ്തതയോടെ,

പ്രസിഡണ്ട്

കെ.ഹട്ടോരി ആന്റ് കമ്പനി ലിമിറ്റഡ്

ഷോജി ഹട്ടോരി.

ഡോ.ഭഗവന്തത്തെപ്പോലൊരു വലിയ ശാസ്ത്രജ്ഞൻ നുണ പറഞ്ഞത് അവിശ്വസനീയമൊന്നുമല്ല. സായിബാബയുടെ ഭക്തരിൽ വമ്പന്മാർ ധാരാളമുണ്ട്. ജസ്റ്റിസ് വി. ബാലകൃഷ്ണൻ ഏറാടി വളരെക്കാലം കേരളത്തിലെ മുഖ്യ സായിപ്രവാചകനായിരുന്നു. ഇൻഫ്ലുവൻസ നിയന്ത്രണത്തിൽ വലിയ സംഭാവനകൾ നൽകിയ ഡോ. ചാൾസ് പെൻ, ക്യാപ്റ്റൻ ടി. ബാലകൃഷ്ണൻ, ഡോ. മോഡി, ഡോ. കെ. ഭാസ്ക്കരൻ നായർ, മേജർ പി. എസ്. മേനോൻ എന്നിങ്ങനെ അക്കാലത്തെ പ്രമുഖരെ കോവൂർ തന്നെ പരാമർശിക്കുന്നുണ്ട്.

തെരുവ് മാജിക്കുകാർ ചെയ്യുന്ന കൺകെട്ട് വേലകൾ ലക്ഷോപലക്ഷം മനുഷ്യരെ മയക്കാനും അടിമകളാക്കാനും ഉപയോഗിച്ചുകൊണ്ട് സമാന്തര സർക്കാറും സാമ്രാജ്യവും നിർമ്മിച്ചെടുക്കുകയാണ് സായിബാബയും മറ്റ് എല്ലാ ആൾ ദൈവങ്ങളും ചെയ്യുന്നത്. ലാസ്ക്കരി ബാബ, ബാലയോഗീശ്വരൻ, വസന്തറാവു, താടിവാല ബാബ, കാശി പണ്ഡിറ്റ്, മഹേഷ് യോഗി, പറക്കും സ്വാമി എന്നിങ്ങനെ പല പേരുകൾ എ. ടി. കോവൂർ തന്നെ പരാമർശിക്കുന്നുണ്ട്. ഇന്നാണെങ്കിൽ ആ പട്ടികയിൽ കേരളത്തിൽ നിന്നടക്കം വേറെ പല പേരുകൾ ചേർത്താനാവും.

എന്തുകൊണ്ടാണ് ഇത്തരം ആൾക്കാർ വളർന്നു പന്തലിക്കുന്നത് എന്നതിന് അക്കാലത്തുതന്നെ കൃത്യമായ ഉത്തരം കോവൂരിനുണ്ടായിരുന്നു. ആ വാചകങ്ങൾ ഒരുതരം കൂട്ടിച്ചേർക്കലോ കിഴിക്കലോ വേണ്ടാത്തവിധം ഇന്നു പ്രസക്തമാണ്:

"മുൻകാലങ്ങളേക്കാൾ ഭഗവാന്മാരും ഭഗവതിമാരും സന്യാസിമാരും കൂടി വരുന്നുണ്ട്. ശാസ്ത്രത്തിന് ഇത്രയേറെ പുരോഗതിയുണ്ടായിട്ടും

എന്തുകൊണ്ടാണിത് സംഭവിക്കുന്നതെന്ന് പലരും സംശയിക്കുന്നുണ്ടാവും. സ്വാതന്ത്ര്യത്തിനുശേഷമുള്ള ഇന്ത്യയിൽ മത പരമായ കബളിപ്പിക്കലുകൾക്കു പറ്റിയ രാഷ്ട്രീയാന്തരീക്ഷം ഉണ്ടെന്നുള്ളതാണ് ഇതിന് കാരണം. തട്ടിപ്പ് ഒരു ക്രിമിനൽ കുറ്റമാണെങ്കിലും അത് മതത്തിന്റെ പേരിലായാൽ നിയമവിധേയമായ പുണ്യകർമ്മമായി മാറുന്ന കാഴ്ചയാണ് ഇവിടെ കാണുന്നത്. മതേതര ഇന്ത്യയുടെ ഭരണഘടന മതസ്വാതന്ത്ര്യം അനുവദിക്കുന്നുണ്ട്. അതിന്റെ മറ പിടിച്ചുകൊണ്ടാണ് പുരോഹിത വേഷധാരികളായ സ്ത്രീകളും പുരുഷന്മാരും അതിനീചമായ തട്ടിപ്പുകൾ നടത്തിവരുന്നത്. മതവികാരങ്ങളെ വ്രണപ്പെടുത്തിയെന്ന ആരോപണം ഉണ്ടാകാതിരിക്കുന്നതിനുവേണ്ടി പുരോഗമനവാദികളായ ആളുകൾപോലും ഇതിന്റെ നേരെ കണ്ണടയ്ക്കുന്നു. അന്ധവിശ്വാസികളായ ചില രാഷ്ട്രീയ നേതാക്കളുടെ സഹായം ഉള്ളതുകൊണ്ട് നീതിന്യായ പരിപാലനത്തിനു ചുമതലപ്പെട്ടവർ ഈ തട്ടിപ്പുകാർക്കെതിരായി എന്തെങ്കിലും നടപടിയെടുക്കാൻ ഭയപ്പെടുന്നു. മതപരമായ കാര്യങ്ങളിൽ സംശയിക്കാനോ അന്വേഷണം നടത്താനോ മിനക്കെടാൻ തയ്യാറില്ലാത്തവരും അങ്ങനെ ചെയ്യുന്നത് തെറ്റാണ് എന്ന് കരുതുന്നവരുമാണ് സാധാരണ ജനങ്ങൾ. ഈ പരിതസ്ഥിതിയിൽ തട്ടിപ്പുകൾക്കു വളരാൻ പറ്റിയ വളക്കൂറുള്ള ഒരു പ്രദേശമായി സ്വതന്ത്ര ഇന്ത്യ മാറിയിരിക്കുന്നു''.

കൃത്യം. ഇതിൽ രാഷ്ട്രീയ നേതാക്കൾ, ആൾദൈവങ്ങൾ, കോർപ്പറേറ്റ് മുതലാളിത്തം, കള്ളക്കടത്തും കള്ളപ്പണവുമൊക്കെ ചേർന്നുള്ള ഒരു കൂട്ടുസംരംഭത്തെക്കുറിച്ച് കൂടി സൂചിപ്പിച്ചിരുന്നെങ്കിൽ ഇന്നത്തെ അവസ്ഥയിലേക്ക് കുറേക്കൂടി ചേർന്നു നിൽക്കുമായിരുന്നു എന്നുമാത്രം.

(സന്ദർഭവശാൽ പറയട്ടെ, കോവൂരിന്റേതായ എല്ലാ വരികളും എടുത്തിട്ടുള്ളത് ന്യൂദില്ലിയിലെ ഇന്ത്യൻ എത്തിസ്റ്റ് പബ്ലിഷേസ് പുറത്തിറക്കിയ 'കോവൂരിന്റെ സമ്പൂർണ്ണ കൃതികൾ' എന്ന പുസ്തകത്തിന്റെ 22-ാം പതിപ്പിൽ നിന്നാണ്. 1140ഓളം പേജ് വരുന്ന ഈ പുസ്തകത്തിൽ കോവൂരിന്റേതായ 225 രചനകൾ ചേർത്തിട്ടുണ്ട്.)

'ശ്രീലങ്കയും ബുദ്ധമതവും' എന്ന തലക്കെട്ടിൽ എ.ടി. കോവൂരിന്റെ ഒരു ലേഖനമുണ്ട്. വാസ്തവത്തിൽ ചില സിലോൺ പത്ര വാർത്തകളോടുള്ള അദ്ദേഹത്തിന്റെ പ്രതികരണങ്ങളുടെ ഒരു കൂട്ടമാണ് ഈ ലേഖനം. ഇതിലെ പല കാര്യങ്ങളും സമകാലിക ഇന്ത്യൻ അവസ്ഥയുമായി എത്രമാത്രം ചേർന്നു നിൽക്കുന്നു എന്ന കാര്യം നമ്മെ അത്ഭുതപ്പെടുത്തുകയും വേദനിപ്പിക്കുകയും രോഷം കൊള്ളിക്കുകയും ചെയ്യാതിരിക്കില്ല. അതിൽ ചിലത് ഇങ്ങനെയാണ്:

1. സിലോണിൽ ഒരു മുസ്ലിം സർവ്വകലാശാല സ്ഥാപിക്കണമെന്ന സിലോൺ മുസ്ലിം യൂണിവേഴ്സിറ്റി പ്രസ്ഥാനത്തിന്റെ ആവശ്യത്തോട് കോവൂർ പ്രതികരിച്ചത് ആ വിഷയത്തിന്റെ അപകടങ്ങളെ എടുത്തു കാണിച്ചുകൊണ്ടാണ്. രാഷ്ട്രത്തിന്റെ ചെലവിൽ ഭൂരിപക്ഷ സമുദായ മായ ബുദ്ധമതത്തെ പ്രീണിപ്പിക്കാനായി സ്ഥാപനങ്ങളും പദ്ധതികളും ഉണ്ടാക്കി ന്യൂനപക്ഷത്തെ അവഗണിക്കുകയും ചൊടിപ്പിക്കുകയും ചെയ്യുന്നു. ജാതിമതഭാഷാ വ്യത്യാസങ്ങളൊന്നും കൂടാതെ എല്ലാ പൗരന്മാർക്കും ഒരുപോലെ അവകാശപ്പെട്ടതാണ് സിലോൺ എന്ന പരമാർത്ഥം തിരസ്ക്കരിക്കുന്നു. ദീർഘവീക്ഷണ ശൂന്യമായ നയങ്ങളുടെ സ്വാഭാവികഫലമാണിതെല്ലാം. ഇനി ഇതേ ആവശ്യമുന്നയിച്ചുകൊണ്ട് ഹിന്ദു, ഇസ്ലാം, ക്രിസ്ത്യൻ, ബഹായികൾ, സുബുദ്ധർ തുടങ്ങി എല്ലാ മതവിഭാഗക്കാരും രംഗത്തു വരുമ്പോഴാണ് പ്രശ്നം രൂക്ഷമാവുക എന്നും കോവൂർ പറഞ്ഞുവെച്ചു.

2. ഏറ്റവും വലിയ ബുദ്ധപ്രതിമ ഉണ്ടാക്കാൻ ഒരു കോടി രൂപ ചെല വാക്കാനുള്ള തീരുമാനത്തേയും കോവൂർ നിശിതവിമർശനത്തിന് വിധേ യമാക്കുന്നുണ്ട്. 'ഒരു പ്രതിമയ്ക്കുവേണ്ടി ഒരുകോടി രൂപ! നമ്മുടെ ആശു പത്രികളിലെ വെറും തറയിൽ കിടക്കുന്ന രോഗികൾക്ക് ഔഷധങ്ങളും നമ്മുടെ ബാലികാ ബാലന്മാർക്ക് വേണ്ടത്ര സൗകര്യങ്ങളോടുകൂടിയ ഹാളുകൾ ഏർപ്പെടുത്തുന്നതിനും ആയിരക്കണക്കിന് തൊഴിൽരഹി തർക്ക് തൊഴിലുകൾ നൽകുന്നതിനും ചേരികളിൽ ദുരിതമനുഭവിക്കു ന്നവർക്ക് ഭവനങ്ങൾ നിർമ്മിക്കുന്നതിനും അതുപോലെ സാമാന്യം സുഖകരമായ ജീവിത സൗകര്യങ്ങൾ സജ്ജീകരിക്കുന്നതിനും വേണ്ട ഫണ്ടുകളില്ലാതെ ദുരിതമനുഭവിക്കുന്നതിനിടയിൽ ഒരു കൽപ്രതിമയ്ക്കു വേണ്ടി കോടി രൂപ ധൂർത്തടിക്കാൻ ഈ ദരിദ്രരാജ്യത്തിന് കെല്പുണ്ടോ?

മുൻഗണനാക്രമത്തെക്കുറിച്ചുള്ള ബോധം നഷ്ടപ്പെട്ട ഭരണകൂടങ്ങളെ നമുക്കും അപരിചിതമല്ലല്ലോ. അവിടെ 50 അടി പൊക്കവും 200 അടി വീതിയിലുമാണ് ബുദ്ധപ്രതിമയെങ്കിൽ 597 അടി ഉയരത്തിലാണ് ഇവിടത്തെ സർദാർ വല്ലഭായ് പട്ടേൽ പ്രതിമ. 3000 കോടി മതിപ്പ് ചെലവ്. തിന്നാനും കുടിക്കാനുമില്ലാത്തവർ സർക്കാർ കണക്കിൽത്ത ന്നെ പത്തരക്കോടി. ഭീകര സാംക്രമികരോഗം പരന്നപ്പോഴാണ് വേണ്ടത്ര ആശുപത്രികൾ ഇല്ലെന്ന വിവരം ബോധ്യപ്പെട്ടത്. ഫ്ലൈഓവ റിന് താഴെ കെട്ടിമറച്ച്, പ്രോട്ടോക്കോൾ അകലം പാലിച്ച് രോഗികളെ കിടത്തേണ്ടിവന്ന നാടാണിത്. 35കോടി ജനങ്ങൾക്ക് എഴുത്തും വായനയും അറിയില്ല. 1000 കുട്ടികളിൽ 31 പേർ പിറവിയിൽ മരിക്കുന്നു. (സ്വീഡനിൽ അത് 2ഉം ന്യൂസിലാന്റിൽ 3ഉം ആണ്)

3. മതകാര്യങ്ങളുടെ ഒരു പുതിയ വകുപ്പ് രൂപീകരിച്ചില്ലെങ്കിൽ പണ്ടു കാലത്ത് ബുദ്ധമതത്തിനുണ്ടായിരുന്ന മഹത്തായ സ്ഥാനം ഇല്ലാതാകും എന്ന് സിലോണിലെ ഒരു വലിയ രാഷ്ട്രീയനേതാവ് പറയുകയുണ്ടായി. 1947ൽ സ്വാതന്ത്ര്യം നേടിയത് ഈ രാജ്യത്തെ ജനതയാണ്, ബുദ്ധമതക്കാർ മാത്രമല്ല എന്ന് കോവൂർ പ്രതികരിച്ചു. "കൂടുതൽ അക്കാദമിക് സ്ഥാപനങ്ങൾ രാജ്യത്തിന് ആവശ്യമുണ്ട്. അത് ഒരു തമിഴ് അല്ലെങ്കിൽ ഹിന്ദു സർവ്വകലാശാല ആയിരിക്കണമോ?" എന്നും കോവൂർ ചോദിച്ചു.

സിലോൺ അഥവാ ശ്രീലങ്ക എന്ന ചെറിയ രാജ്യത്തെ ന്യൂനപക്ഷമായ തമിഴ് വംശജർ നേരിട്ട പ്രശ്നങ്ങൾ, 1958, 1977, 1981, 1983 തുടങ്ങിയ വർഷങ്ങളിൽ സിംഹള ഭൂരിപക്ഷം ന്യൂനപക്ഷങ്ങൾക്കു നേർക്ക് നടത്തിയ അതിക്രമങ്ങൾ - ഇവയുടെയൊക്കെ ഫലമായി തമിഴ് ദേശീയതാവാദവും തീവ്രവാദവും എൽ.ടി.ടി.ഇ. മുതലായ സ്വാതന്ത്ര്യ പ്രസ്ഥാനങ്ങളും ഉടലെടുത്തതും അതൊക്കെ അന്തർദ്ദേശീയ പ്രശ്നമായതും എങ്ങിനെയെന്ന്, അതിന്റെ വേരുകൾ എവിടെയാണെന്ന്, എ. ടി. കോവൂരിന്റെ ഈ ചോദ്യങ്ങളിലും വാദങ്ങളിലും തെളിഞ്ഞിരിപ്പുണ്ട്. എങ്ങനെയാണ് മിലിറ്റന്റ് തീവ്രവാദം വളരുന്നത് എന്നും അത് നമ്മോട് പറയാതെ പറയുന്നു.മതേതര രാജ്യങ്ങളിൽ ഭൂരിപക്ഷസമുദായത്തിന് അമിതപ്രാധാന്യം കൊടുത്തുകൊണ്ടുള്ള നയങ്ങൾ നടപ്പിലാക്കുമ്പോൾ ഉണ്ടാകാവുന്ന അപകടങ്ങൾ ഇവിടെ വ്യക്തമാക്കപ്പെടുന്നുണ്ട്.

ഭൗതികവാദം, യുക്തിവാദം, നിരീശ്വരവാദം, മന:ശ്ശാസ്ത്രം, ജീവശാസ്ത്രം എന്നീ ജ്ഞാനമേഖലകളിൽ നിലയുറപ്പിച്ചുകൊണ്ടുള്ള സംവാദ സമരമായിരുന്നു, ഡോ. എ. ടി. കോവൂരിന് ജീവിതം. കൂടുതൽ യുക്തിഭദ്രമായ ലോകത്തിനുവേണ്ടി അദ്ദേഹം നിരന്തരം ആഗ്രഹിച്ചു. അത്തരം ലോകത്തിൽ വിവേചനങ്ങൾ പെട്ടെന്ന് കുറച്ചു കൊണ്ടുവരാൻ കഴിയും എന്നു അദ്ദേഹം കരുതി. അതിനുള്ള പ്രധാന തടസ്സങ്ങൾ ആത്മവിശ്വാസമില്ലായ്മയും അന്ധവിശ്വാസങ്ങളും ഭരണകൂടങ്ങളുടെ വഞ്ചനയുമാണ് എന്ന് അദ്ദേഹം ഉറപ്പിച്ചു പറഞ്ഞു. ഇന്നത്തെ ലോകത്തിന്റെ അളവുകൾ വെച്ചുകൊണ്ട് ഡോ. എ.ടി.കോവൂരിന്റെ ജീവിതം പരാജയമാണെന്ന് പറയുന്നവരുണ്ടാകാം. പരാജയമാണെങ്കിൽ അത് മഹത്തായ പരാജയം ആണെന്ന് പറയേണ്ടിവരും. 21-ാം നൂറ്റാണ്ടിലേക്കെത്തി എന്നൊക്കെ പറയുന്ന മനുഷ്യവർഗ്ഗത്തിന്റെ പരാജയമാണത് എന്നതാണ് വാസ്തവം.

തീർച്ചയായും ഡോ. എ. ടി. കോവൂർ ഒരു ഒറ്റമൂലിയല്ല. അപകടം സംഭവിച്ച ഒരു തീവണ്ടി ഉയർത്തുമ്പോൾ ക്രെയിൻ മാത്രം പോര. പോലീസും ആംബുലൻസും നാട്ടുകാരും ഖലാസികളും ഡോക്ടർമാരും

നഴ്സുമാരും ആശുപത്രികളും ഭക്ഷണപ്പൊതികളും ഇൻഷുറൻസ് കമ്പനികളും ദുരന്തനിവാരണസേനയും എല്ലാം വേണം. ഡോ. കോവൂർ പല മൂലികളിൽ ഒന്നാണ്. ഇന്നുണ്ടായിരുന്നെങ്കിൽ ബഹിരാകാശ ഗവേഷണപരിപാടിയുടെ ഭാഗമായി റോക്കറ്റുകളും ഉപഗ്രഹങ്ങളും വിക്ഷേപിക്കുന്നതിനുമുമ്പ് രാഹുകാലം നോക്കുകയും പൂജ നടത്തുകയും തേങ്ങയുടയ്ക്കുകയും മുളകും ചെറുനാരങ്ങയും കെട്ടിത്തൂക്കുകയും ചെയ്ത 'ഇന്ത്യൻ സ്പെയ്സ് റിസർച്ച് ഓർഗനൈസേഷ'നിലെ ശാസ്ത്രജ്ഞന്മാരെ വിളിച്ച്, "തനിക്കൊന്നും നാണമില്ലെഡോ, സയന്റിസ്റ്റുകളേ?'' എന്ന് ഡോ.എ. ടി. കോവൂർ ചോദിക്കുമായിരുന്നു.

17 ഓഗസ്റ്റ് 2020

മകുടിയൂതുന്നവരുടെ ഇന്ത്യ

ഇയാൻ ഫ്ലെമിംഗിന്റെ ജയിംസ് ബോണ്ട് കഥകളും അവയുടെ സിനിമാവിഷ്ക്കാരങ്ങളും സാമാന്യ വായനയേയും കാഴ്ചയേയും ഒരുപാട് കാലം ത്രസിപ്പിച്ചിട്ടുണ്ട്. രജനീകാന്ത് തനിക്കുനേരെ വരുന്ന വെടിയുണ്ട കൈ കൊണ്ട് പിടിച്ചെടുക്കും എന്ന് പരിഹസിക്കുന്നവർ പോലും ഒരു വെടിയുണ്ടയെങ്കിലും കൊള്ളാതെ എതിരാളികളെ മുഴുവനും തകർത്തിടുന്ന ബോണ്ടിനെ സംശയിക്കാറില്ല.

1983ൽ ജയിംസ് ബോണ്ട് ഇന്ത്യയിലേക്ക് വരുന്നുണ്ട്. ജോൺ ഗ്ലെൻ സംവിധാനം ചെയ്ത് റോജർ മൂർ, കബീർ ബേദി, വിജയ് അമൃതരാജ് തുട ങ്ങിയവർ അഭിനയിച്ച 'ഒക്ടോപ്പസ്സി'യാണ് ആ സിനിമ. മുപ്പത് കൊല്ലം മുമ്പുള്ള കാര്യമാണ്. കഥയൊന്നും ഓർമ്മയില്ല. എല്ലാ ജയിംസ് ബോണ്ട് സിനിമാച്ചേരുവകളും ഉള്ള ഒന്നായിരുന്നു. കുറച്ച് അധികം എരുവിന് ഇന്ത്യയുടെ കാഴ്ചകളും.

സിനിമ ഭാഷയിൽ പറഞ്ഞാൽ നായകന്റെ ഇന്ത്യയിലേക്കുള്ള എൻട്രി (പ്രവേശനം), പക്ഷെ, ഇപ്പോഴും കൃത്യമായി ഓർമ്മയുണ്ട്. താജ്മഹലിന്റെ ആകാശക്കാഴ്ച്ചയൊക്കെ കാണിച്ച ശേഷം വാരണാ സിയിലെ ഒരു സ്നാനഘട്ടത്തിൽ സ്ത്രീ പുരുഷന്മാരിലൂടെ കാഴ്ച വന്ന് ചേരുന്നത് മകുടിയൂതി പാമ്പിനെ കളിപ്പിക്കുന്ന ഒരു പാമ്പാട്ടിയിലാണ്. വിജയ് അമൃതരാജാണ് പാമ്പാട്ടി. നമ്മുടെ ആ വലിയ ടെന്നീസ് കളി ക്കാരൻ.

ഇന്ത്യയെക്കുറിച്ചുള്ള ആ കാഴ്ച തീർച്ചയായും മറ്റൊരു എഴുത്തുകാ രന്റെ സംഭാവനയാണ്. ഇന്ത്യയിൽ ജനിക്കുകയും ഇന്ത്യക്കാരിയായ

ആയ വളർത്തുകയും ഇന്ത്യയിൽ ജോലിയെടുത്ത് ശംബളം വാങ്ങുകയും ഇന്ത്യയെ തെറി പറയുകയും ചെയ്ത സാമ്രാജ്യത്വദാസനായ റുഡ്യാഡ് കിപ്ലിംഗിന്റെ പ്രസിദ്ധമായ പ്രയോഗഭാഗമാണ് ഇന്ത്യ പാമ്പാട്ടികളുടെ നാടാണ് എന്നത്. എന്നുവെച്ചാൽ ഇന്ത്യ പ്രാകൃതത്വത്തിന്റെയും അന്ധ വിശ്വാസങ്ങളുടേയും നാടാണ് എന്നർത്ഥം.

മകുടിയുടെ ശബ്ദം കേട്ട് പാമ്പ് നൃത്തം ചെയ്യുന്നത് അന്ധവിശ്വാസം തന്നെ. യുവജനോത്സവങ്ങളിൽ മാത്രം കാണുന്ന നാടോടിനൃത്തത്തിൽ ഇപ്പോഴും മകുടിയുടെ സംഗീതത്തിൽ പാമ്പിനെപ്പോലെ പുളഞ്ഞാടുന്ന പെൺകുട്ടികളെ കാണാം. വാസ്തവത്തിൽ പാമ്പിന് സാധാരണ അർത്ഥ ത്തിലുള്ള ബാഹ്യമായ ചെവിയില്ല. അതുകൊണ്ട് വായുവിലൂടെയുള്ള ശബ്ദങ്ങൾ പിടിച്ചെടുക്കാൻ കഴിയില്ല. മറിച്ച് പ്രതലങ്ങളിലൂടെ സഞ്ച രിക്കുന്ന ശബ്ദ തരംഗങ്ങൾ പിടിച്ചെടുക്കുകയാണ് ചെയ്യുന്നത്. രാത്രി പുറത്ത് നടക്കുമ്പോൾ കാലുകൾ അമർത്തിച്ചവിട്ടി ശബ്ദമുണ്ടാക്കണം എന്നു പറയുന്നത് പാമ്പിനെ കേൾപ്പിക്കാൻ വേണ്ടിയാണ്. അപ്പോൾ പാമ്പ് എങ്ങോട്ടെങ്കിലും മാറിപ്പോയ്ക്കോളും. പാമ്പാട്ടിയുടെ മുന്നിൽ പാമ്പാടുന്നത് സംഗീതം കേട്ടിട്ടല്ല, മകുടിയുടെ ചലനം കണ്ടിട്ടാണ്.

ഇന്ത്യ പാമ്പാട്ടികളുടെ നാടാണ് എന്ന് കിപ്ലിംഗ് പറഞ്ഞപ്പോൾ ഇന്ത്യയെക്കുറിച്ചുള്ള അന്ധവിശ്വാസം കൂടിയാണ് പ്രചരിച്ചത്. തന്റെ നിലപാടുകളുടെ പേരിൽ അയാൾക്ക് വിമർശനം ഏറ്റുവാങ്ങേണ്ടിവന്നി ട്ടുണ്ട്. ഏറ്റവും ഒടുവിൽ, രണ്ട് വർഷം മുമ്പ് കറുത്തവരോടും തവിട്ടുനിറ ക്കാരോടും ഉള്ള അയാളുടെ സമീപനങ്ങളിൽ പ്രതിഷേധിച്ച് മാഞ്ചസ്റ്റർ സർവ്വകലാശാലയുടെ ചുവരുകളിൽ നിന്ന് അയാളുടെ കവിത മായ്ച്ചു കളയുകയുണ്ടായി.

അപ്പോൾ ഇന്ത്യ അന്ധവിശ്വാസങ്ങളുടെ നാടാണ്. ഈ കാര്യ ത്തിൽ ഇന്ത്യ മാത്രമല്ല, ലോകത്തിലെ എല്ലാ രാജ്യങ്ങളും അങ്ങനെ യാണ്. എന്നുവെച്ചാൽ ഇന്ത്യയെപ്പോലുള്ള പിന്നോക്ക രാജ്യങ്ങളിൽ മാത്രമാണ് മൂഢവിശ്വാസങ്ങൾ നിലനിൽക്കുന്നത് എന്നത് മറ്റൊരന്ധ വിശ്വാസമാണ്. അമേരിക്കയും യൂറോപ്യൻ രാജ്യങ്ങളും കമ്മ്യൂണിസ്റ്റ് ചൈനയുമെല്ലാം അന്ധവിശ്വാസങ്ങളുടെ നിറകുടങ്ങളാണ്. ഒരു യുക്തി യുമില്ലാത്ത കാര്യങ്ങളിൽ മനുഷ്യൻ മനസ്സ് കൊടുക്കാൻ തുടങ്ങിയിട്ട് ഒരു ആറായിരം വർഷമെങ്കിലും ആയിക്കാണണം എന്ന് ചരിത്രം പറയുന്നു.

അന്ധവിശ്വാസങ്ങൾക്ക് അറിവില്ലായ്മ ഒരു കാരണമാണ്. പക്ഷെ അത് ആദിമകാലത്ത് മാത്രമാണ്. ആദിമജീവിതങ്ങൾ നിലനിൽക്കുന്ന ആധുനിക സമൂഹങ്ങളിലും വേണ്ടത്ര അന്ധവിശ്വാസങ്ങളുണ്ട്. ചുറ്റിലും നടക്കുന്നത് എന്തെന്നും എങ്ങനെയെന്നും വിശദീകരിക്കാനാവാതെ

കഴങ്ങുന്ന ആദ്യകാലങ്ങളിൽ അത്തരം വിപരീതാനുഭവങ്ങളെ വീണ്ടും അഭിമുഖീകരിക്കാതിരിക്കാനുള്ള ചില മുൻകരുതലുകൾ എടുത്തിരിക്കാം. അത് യുക്തിസഹം ആകണമെന്നില്ല. എങ്കിലും ചില പ്രയോജനങ്ങൾ അതിനുണ്ടാവും.

ഈ ആദിമമായ ജിവിതബോധങ്ങൾ യാന്ത്രികമായി ആവർത്തിക്കുകയും സംഘടിതമതങ്ങളും വർഗ്ഗങ്ങളും അവയെ ആചാരാനുഷ്ഠാനങ്ങളുടെ ഭാഗമാക്കുകയും ചെയ്തപ്പോഴാവാം അന്ധവിശ്വാസങ്ങൾ ഉറച്ചുപോയത്. പുരോഹിത വർഗ്ഗത്തിന് കുഞ്ഞാടുകളേയും വിശ്വാസികളേയും വരുതിയിൽ നിർത്താൻ ഈ ആചാരങ്ങളുടെ ഗൂഢാത്മകത സഹായിച്ചിരിക്കണം. അനുഷ്ഠാനങ്ങൾ മുഴുവനും രഹസ്യാത്മകമാണ്. പിതൃക്കളുടെ മോക്ഷത്തിനായി ബലിയിടുന്നവർ എന്തിനാണ് എള്ളും പൂവും ചന്ദനവും ആരാധിച്ച് തൊഴുത് പിണ്ഡത്തിന്മേൽ വെക്കുന്നതെന്നോ കൈയ്യിൽ കറുക മോതിരം ഇടുന്നതെന്നോ ചോദിച്ചറിയാറില്ല. പറഞ്ഞുകൊടുക്കുന്നവർ വിശദീകരിക്കാറുമില്ല. ബലിച്ചോറ് കാക്കയേ തിന്നാവൂ. പട്ടി തിന്നാൽ ബലി പാഴാവും. ദൈവത്തിന്റെ നിർമ്മിതിയിൽ കാക്കയ്ക്കും പട്ടിക്കും തമ്മിലുള്ള ഉച്ചനീചത്വവും ആരും ചോദിക്കാറില്ല.

അങ്ങനെയുള്ള നൂറായിരം ചെറുതും വലുതുമായ അന്ധവിശ്വാസങ്ങളുടെ തടവിലാണ് ഓരോ സമൂഹവും. അത് ലോകവ്യാപകമായി അങ്ങനെയാണ്. ഇടതുകണ്ണ് തുടിക്കുന്നത് സ്ത്രീകൾക്കും വലതുകണ്ണ് തുടിക്കുന്നത് പുരുഷന്മാർക്കും ശുഭസൂചകമാണ് എന്നതു മുതൽ സ്ഥാപനവൽക്കരിക്കപ്പെട്ട കെട്ടിപ്പിടുത്ത സമാശ്വാസങ്ങളും ആൾ ദൈവം ചവുട്ടിയ പ്രസാദം തിന്നലും വരെ ഒന്നുകൊണ്ടും വിശദീകരിക്കാൻ കഴിയാത്ത കാക്കത്തൊള്ളായിരം വിശ്വാസങ്ങളുണ്ട്. ചുവപ്പും എട്ടാം നമ്പറും ഭാഗ്യം കൊണ്ടുവരും എന്ന് ചൈനക്കാർ വിശ്വസിക്കുന്നു. സംഖ്യാജ്യോത്സ്യം ജ്യോതിഷത്തിലെ വലിയൊരു ശാഖയാണ്. ലോകമെമ്പാടുമുള്ള കെട്ടിടങ്ങളിൽ 13-ാം നമ്പർ നിലയോ 13-ാം നമ്പർ മുറിയോ ഉണ്ടാവില്ല. വിമാനങ്ങളിൽ 13-ാം നിര, വിമാനത്താവളത്തിൽ 13-ാം ഗെയിറ്റ് ഒന്നും ഉണ്ടാവില്ല. പതിമൂന്ന് ജന്മനാ മോശമാണ്!

ബൈബിൾ തുറന്ന് ആദ്യം കണ്ണിലെത്തുന്ന ഭാഗം വായിച്ചാൽ പ്രയാസങ്ങളിൽ നിന്ന് മോചനം കിട്ടും എന്നുണ്ട്. ഇത് രാമായണത്തിലെത്തുമ്പോൾ, തുറന്നാൽ വലതുഭാഗത്തെ ആദ്യത്തെ ഏഴ് വരികളും ഏഴ് അക്ഷരങ്ങളും ഒഴിവാക്കി വായന തുടങ്ങണം. അതിന്റെ അർത്ഥങ്ങളിലൂടെ ചെയ്യാൻ പോകുന്ന പ്രവൃത്തികളുടെ ജയപരാജയങ്ങളും കണക്കാക്കാം.

നിങ്ങളുടെ മക്കളേയും വീടിനേയും വസ്തുവകകളേയും കരിങ്കണ്ണന്മാരിൽ നിന്ന് സംരക്ഷിച്ചു നിർത്തേണ്ടതുണ്ട്. വീടെടുക്കുമ്പോൾ കള്ളിച്ചെടി കെട്ടിത്തൂക്കിയോ "കരിങ്കണ്ണാ എന്നെ നോക്കരുത്" എന്ന് എഴുതി പ്രദർശിപ്പിച്ചോ അതിൽ നിന്ന് രക്ഷ നേടാം. നമ്മോട് അസൂയ ഉള്ളവരാണ് ലോകം മുഴുവനും! കൊച്ചുകുട്ടികൾക്ക് അവരുടെ കവിളിനേക്കാൾ വലുപ്പമുള്ള കറുത്ത പൊട്ടുകുത്തിയാണ് കവചം തീർക്കുക. ഇനി അഥവാ കണ്ണുകൊണ്ടുപോയാലും പരിഹാരമുണ്ട്. അല്പം കടുക്, കല്ലുപ്പ്, ചുവന്ന മുളക്, ഒരു കഷ്ണം മഞ്ഞൾ, കുറച്ച് നെന്മണി ഇവയെല്ലാം ചേർത്തുപിടിച്ച് കണ്ണുതട്ടിയ പൊന്നുമോളെ / മോനെ ഉഴിഞ്ഞ് അതെല്ലാം അടുപ്പിലിട്ട് പൊട്ടിച്ചാൽ മതി. ഗ്യാസ് സ്റ്റൗ മാത്രമുള്ള വീടുകളിൽ എന്ത് പ്രതിവിധി എന്ന് ഉടനെ അറിയിക്കുന്നതായിരിക്കും.

പ്രാചീന മനുഷ്യരുടെ ശത്രുവും മിത്രവുമായ ജീവജാലങ്ങളെ വെച്ച് ഒരുപാട് അന്ധവിശ്വാസങ്ങൾ ഉണ്ടാക്കിയിരുന്നു. പലപ്രകാരത്തിൽ അവയെല്ലാം ഇന്നും നിലനിൽക്കുന്നുണ്ട്. മലയാളഭാഷയിലെ അക്ഷരമാല ക്രമത്തിൽത്തന്നെ ആ മണ്ടൻ വിശ്വാസങ്ങളെക്കുറിച്ച് പറയാൻ കഴിയും. ചിലത് ഇങ്ങനെയാണ്.

1. അ - അരണ

അരണ കടിച്ചാലുടനെ മരണം അരണയ്ക്ക് വിഷസഞ്ചിയും ആയതിനാൽ വിഷപ്പല്ലും ഇല്ല. കടിക്കാൻ വരുമ്പോഴേക്കും ആ കാര്യം മറന്നുപോകുന്നതുകൊണ്ട് ആണ് കടിക്കാത്തത് എന്നൊരു അനുബന്ധവും കൂടിയുണ്ട്. അതിൽ നിന്ന് 'അരണബുദ്ധി' എന്ന പ്രയോഗവും.

2. ആ - ആന

ആനയുടെ മുൻകാലിലൂടെ നൂണ്ടാൽ ശക്തിയും ധൈര്യവുമുണ്ടാവും. ആനവാലുകൊണ്ടുള്ള മോതിരം ധരിച്ചാൽ ആഗ്രഹങ്ങൾ സാധിക്കും. തിരിച്ചറിവില്ലാത്ത പ്രായത്തിൽ കൊച്ചുകുട്ടികളെ ആനക്കാലിലൂടെ നൂണ്ടുകടത്തിയാൽ ധൈര്യം കിട്ടുമെന്നാണ്. അതിലൊരു സർവ്വേ തന്നെ ആവശ്യമാണ്. എത്ര കുട്ടികൾ പിൽക്കാലത്ത് ധീരന്മാരായി എന്നതിന്റെ കണക്ക് കിട്ടാൻ. ആനവാൽ രോമം കൊണ്ടൊരു മോതിരം എന്നത് ആനപ്പാപ്പാന്മാർക്ക് ചുളുവിലൊരു വരുമാനം എന്നു മാത്രം.

3. ഇ - ഇലജ്യോത്സ്യം

ജ്യോത്സ്യന്റെയടുത്തു പോകുമ്പോൾ പാലുള്ള ചെടിയിൽ നിന്നൊരില.അത് നിങ്ങളുടെ ഭാവി പറയും. നാഡീജ്യോത്സ്യം, പക്ഷിശാസ്ത്രം, എഴുത്തോല ജ്യോത്സ്യം എന്നിങ്ങനെയുള്ളവ പോലെത്തന്നെ ഇതും.

4. ഈ - ഈനാംപേച്ചി

ശൽക്കങ്ങൾ ഉണക്കി അരച്ച് പാലിൽ കലക്കിക്കുടിച്ചാൽ ലൈംഗിക ശക്തി. ലോകത്ത് ഏറ്റവും വേഗം വംശനാശം സംഭവിക്കുന്ന ഒരു പാവം ജീവി യാണ് ഈനാംപേച്ചി. ഇറച്ചിക്കും, ലൈംഗികശക്തിക്കും വേണ്ടി വ്യാപക മായി കൊന്നൊടുക്കുന്നു.

5. ഉ - ഉടുമ്പ്

ഉടുമ്പെറച്ചി തിന്നാൽ ഉടുമ്പിനെപ്പോലെ പിടിച്ച് കയറാമെന്നും ലൈംഗിക ശക്തി കൂടുമെന്നും വിശ്വാസം. ഇതും ഈനാംപേച്ചിയെപ്പോലെത്തന്നെ. ലൈംഗികശക്തി വർദ്ധിപ്പിക്കാനെന്ന പേരിൽ നിരവധി മൃഗങ്ങളെ മനുഷ്യർ കശാപ്പ് ചെയ്യുന്നു. കണ്ടാമൃഗം മറ്റൊരു ഉദാഹരണം.

ഇങ്ങനെയങ്ങ് ഒരു നിഘണ്ടു ഉണ്ടാക്കാം. ഇവയിൽ പക്ഷെ ഏറ്റവുമധികം തെറ്റിദ്ധരിക്കപ്പെട്ട ജീവി പാമ്പായിരിക്കണം. അതിന്റെ ഇഴയലും ഇണചേരലും വൈവിദ്ധ്യവും മനുഷ്യന് ഹാനികരമാണ് എന്നതുമൊക്കെച്ചേർന്ന് പാമ്പുകളെ മനുഷ്യൻ ഒരു നിഗൂഢജീവിയാക്കി. ശിവന്റെ കഴുത്തിലിരുന്ന് അപകടരഹിതമായി ജീവിച്ചിട്ടും ഹിന്ദുമതവിശ്വാസികൾക്ക് പാമ്പ് ഒട്ടും വിശ്വസിക്കാനാവാത്ത ജീവിയാണ്. ക്രിസ്തുമതത്തിൽ ആദിപാപം ചെയ്യിച്ചതേ (എന്നുവെച്ചാൽ മനുഷ്യനെ മനുഷ്യനാക്കിയത്) പാമ്പാണ്. സർപ്പം എന്നാൽ ദുഷ്ടശക്തികളുടേയും അധോലോകത്തിൽ നിന്നുള്ള കലാപങ്ങളുടേയും പ്രതീകമാണ്. ഇസ്ലാമിൽ പാമ്പ്, തേൾ, എലി, കാക്ക, നായ എന്നിവയെല്ലാം ശല്യജന്തുക്കളാണ്. പാമ്പുകൾ പ്രതിനായകരാകുന്ന പഴങ്കഥകളും നോവലുകളും സിനിമകളും നാടകങ്ങളുമെല്ലാം വളരെ സുലഭം. എം.ടി. വാസുദേവൻ നായർ എഴുതിയ 'മാണിക്യക്കല്ല്' എന്ന ബാലസാഹിത്യകൃതി പാമ്പുകളെക്കുറിച്ചുള്ള ഒരന്ധവിശ്വാസത്തിൽ അധിഷ്ഠിതമാണ്. പാമ്പുകളെ പേടിക്കാതെ എഴുതിയ ഒരു എഴുത്ത്, എന്റെ ശ്രദ്ധയിൽപ്പെട്ടിട്ടുണ്ട്. അത് തമിഴിലെ 'സൂര്യകാന്തി' എന്ന പടത്തിൽ കണ്ണദാസൻ എഴുതി എം.എസ്.വിശ്വനാഥൻ സംഗീതം നൽകി ടി.എം. സൗന്ദരരാജൻ പാടിയ ഒരു പാട്ടിന്റെ പല്ലവിയാണ്.

"പരമശിവൻ കഴുത്തിലിരുന്ത്
പാമ്പ് കേട്ടത്: ഗരുഡാ സൗഖ്യമാ?
യാരും ഇരുക്കും ഇടത്തിൽ
ഇരുന്തുകൊണ്ടാൽ എല്ലാം സൗഖ്യമേ
ഗരുഡൻ ചൊന്നത്
അതിൽ അർത്ഥം ഉള്ളത്".

(പരമശിവന്റെ കഴുത്തിലിരുന്ന് പാമ്പ് ചോദിച്ചു: ഗരുഡാ സുഖമല്ലേ? എല്ലാവരും ഇരിക്കേണ്ട ഇടത്തിൽ ഇരിക്കുകയാണെങ്കിൽ സുഖം തന്നെ: ഗരുഡൻ പറഞ്ഞു. അതിൽ അർത്ഥം ഉണ്ട്.)

ആ രംഗം ആലോചിച്ചാൽ രസമുണ്ട്. ശിവനും വിഷ്ണുവും അടുത്തടുത്ത് നിന്ന് കുശലം പറയുമ്പോൾ അവരുടെ കൂടെയുള്ള പാമ്പ്, ഗരുഡനോട് സുഖമാണോ എന്ന് ചോദിക്കുന്നു. ഗരുഡൻ ഒരു തത്ത്വം പറയുന്നു. നല്ലൊരു വിഷ്വൽ ആണത് !

പക്ഷെ ഈയൊരു രസികത്തമൊന്നും പാമ്പിനെക്കുറിച്ച് പറയുമ്പോൾ അധികമാർക്കുമില്ല. പാമ്പിനെ ചുറ്റിപ്പറ്റിയുള്ള പല വികടവിശ്വാസങ്ങളിൽ പത്തു കല്പനകൾ നോക്കുക :

1. ഇണയെ കൊന്നാൽ പ്രതികാരബുദ്ധിയോടെ പാമ്പ് കൊന്നവനെ പിന്തുടരും.
2. ചില മന്ത്രങ്ങൾ ജപിച്ച് പാമ്പു വിഷം ഇറക്കാം.
3. മകുടിയുടെ സംഗീതം കേട്ട് പാമ്പ് നൃത്തം ചെയ്യും.
4. രാജവെമ്പാല പോലുള്ള നാഗങ്ങളുടെ തലയിൽ മാണിക്യം ഉണ്ട്.
5. പാമ്പ് പാല് വലിച്ചുകുടിക്കും.
6. പാമ്പ് മുട്ട കൊത്തിക്കുടിക്കും.
7. കടിച്ച പാമ്പിനെക്കൊണ്ട് വിഷം ഇറക്കാം.
8. പച്ചിലപ്പാമ്പ് പറന്നുവന്ന് കണ്ണ് കുത്തിപ്പൊട്ടിക്കും.
9. പാമ്പ് മനുഷ്യന്റെ ചെവിയിൽ ഊതും.
10. പാമ്പ് ഇണ ചേരുന്നത് കാണരുത്.

ഈ പത്തും പാമ്പിനെക്കുറിച്ചുള്ള സമഗ്രമായ അറിവില്ലായ്മയിൽ നിന്ന് ഉടലെടുത്തതാണ്. അറിയുക എന്നതാണ് ഭയം ഇല്ലാതാക്കാനുള്ള ഒരു പ്രധാന മാർഗ്ഗം. പാമ്പുകൾ എന്നാൽ എന്താണ്, അത് എത്ര തരമുണ്ട്, വിഷമില്ലാത്തവയും വിഷമുള്ളവയും ഏവ, പാമ്പുകളെ എങ്ങനെ തിരിച്ചറിയാം, പാമ്പു കടിച്ചാൽ എന്തൊക്കെ ചെയ്യണം എന്നിങ്ങനെയുള്ള സംശയങ്ങൾക്ക് നിവൃത്തി വരുത്തണം. അപ്പോൾ ചേരയേയും നീർക്കോലിയേയും പച്ചിലപ്പാമ്പിനെയും കണ്ടാൽ പേടിക്കാതിരിക്കാനും അണലിയേയും മൂർഖനേയും കണ്ടാൽ ജാഗ്രതയുണ്ടാവാനും പഠിക്കും. അതിന്, മലയാളത്തിൽ വഴിയുണ്ട്. ഡോ:കെ. ജി. അടിയോടി എഴുതിയ 'കേരളത്തിലെ വിഷപ്പാമ്പുകൾ' ഈ വിഷയത്തിൽ പകരം വെക്കാനില്ലാത്ത പുസ്തകമാണ്.

നമ്മുടെ ജീവിതത്തിൽ ഇടങ്കോലിടുന്ന മറ്റൊരു വ്യാജ അറിവാണ് വാസ്തുശാസ്ത്രം. ശിവന്റെ വിയർപ്പുതുള്ളിയിൽ നിന്ന് ജനിച്ച 'വാസ്തുപുരുഷൻ' എന്ന ഭൂതം പരാക്രമിയായപ്പോഴാണ് അയാളെ ഭൂമിയിലേക്ക് വലിച്ചെറിഞ്ഞത്. ഇവിടെയും പരാക്രമം തുടർന്നപ്പോൾ മുപ്പത്തിമുക്കോടിയിൽ വെറും 51 ദേവന്മാർ വാസ്തുപുരുഷന്റെ ശരീരത്തിന്റെ വിവിധ ഭാഗങ്ങളിൽ കയറിയങ്ങ് നിന്നു. ശക്തി ക്ഷയിച്ച വാസ്തുപുരുഷൻ ബ്രഹ്മാവിനെ പ്രാർത്ഥിച്ചു. ബ്രഹ്മാവ് കനിഞ്ഞ്, കല്ലിടൽ, കട്ടിളവെപ്പ്, ഗൃഹപ്രവേശം എന്നീ മൂന്ന് ഘട്ടങ്ങളിലും മനുഷ്യർ പൂജിക്കാനിടവരട്ടെ എന്നും വാസ്തുപൂജ ചെയ്യാതെ വീടുണ്ടാക്കിയാൽ പലതരം അനർത്ഥങ്ങൾ ആ വീടുകളിലുണ്ടാവും എന്നും അനുഗ്രഹിച്ചു. ചുരുക്കത്തിൽ മനുഷ്യന് ദ്രോഹം ചെയ്യാനുള്ള എല്ലാ അനുഗ്രഹങ്ങളും കൊടുത്തു എന്നർത്ഥം. ഈ മൂന്ന് ഘട്ടങ്ങളിൽ മാത്രമല്ല മൊത്തം വീടുപണിയിൽ ഇടപെടുന്ന ഒന്നാണീ വാസ്തു. 'മനുഷ്യാലയചന്ദ്രിക' മുതലായ പുസ്തകങ്ങളിൽ ഇത് സവിസ്തരം പറയുന്നുണ്ട്. അഗ്നിമൂലയും കന്നിമൂലയും ഒക്കെയായി വീടെടുക്കുന്നവരുടെ ഐശ്വര്യം കെടുത്തുന്ന ഏർപ്പാടാണീ വാസ്തുശാസ്ത്രം. അതും കിട്ടാവുന്ന കടങ്ങളെല്ലാം വാങ്ങി വീടുപണിയുമ്പോൾ ഇതിലെ ആന്തരികവൈരുദ്ധ്യം അത്രയും വിസ്താരമേറിയതാണ്. തമിഴ്നാട്ടിൽ അടുക്കള കെട്ടേണ്ടത് അഗ്നികോണിൽ തെക്കു കിഴക്കേ മൂലയിലാണ്. കേരളത്തിൽ അത് വടക്കു കിഴക്കേ മൂലയിലും- ഗോളാകാരമായ പ്രപഞ്ചത്തിനോ ഭൂമിക്കോ തെക്കുവടക്കു പടിഞ്ഞാറ് കിഴക്കുകൾ ഉണ്ടാവില്ല എന്നും കണക്കുകൂട്ടി പറയാൻ മനുഷ്യർ ഒരുക്കിയ ഒരു സൗകര്യമാണ് ദിക്കുകൾ എന്നും ഉള്ള കാര്യം വാസ്തുവിദ്യയ്ക്ക് അറിയില്ല.

ഇങ്ങനെ വ്യാജശാസ്ത്രങ്ങളുടെ ഒരു നിരയുണ്ട്. പക്ഷിശാസ്ത്രം, ഗൗളിശാസ്ത്രം, കോകശാസ്ത്രം, ലക്ഷണശാസ്ത്രം, കൈരേഖാ ശാസ്ത്രം, സാമുദ്രികശാസ്ത്രം അങ്ങനെയങ്ങനെ. കവിടി നിരത്തി ഭാവി പ്രവചിക്കുന്ന ജ്യോതിഷക്കാരനെ 'ദൈവജ്ഞൻ' എന്നേ പറയാവൂ. ചൊവ്വാദോഷവും പൊരുത്തമില്ലായ്മയും ആയിരക്കണക്കിന് യുവാക്കളുടെ ജീവിതപ്രതീക്ഷകൾ ഇന്നും തകർത്തുകൊണ്ടിരിക്കുന്നുണ്ട്. കഴിഞ്ഞ പ്രളയത്തിൽ ഒന്നും സംഭവിക്കില്ല എന്ന് ഉറപ്പിച്ചു പ്രവചിച്ച കവിടിനിരത്തലുകാർ ഇന്നും മാസികകളിലും വാരികകളിലും സമൂഹത്തിലും ബഹുമാന്യരായി ഷർട്ടിടാതെ, പരുക്കുപറ്റാതെ ജീവിക്കുന്നു.

പൂച്ച കുറുകെ പോയാൽ അനർത്ഥം എന്ന വിശ്വാസവും ശാസ്ത്രമാണ്. ചിലയിടത്ത് കറുത്ത പൂച്ചയും ചിലയിടത്ത് കണ്ടൻ (ആൺ) പൂച്ചയുമാണ് അനർത്ഥം കൊണ്ടുവരുന്നവർ. പൂച്ച ശാസ്ത്രം എന്ന് പേരില്ലന്നേയുള്ളൂ. പശുവിന്റെ ആസനമോ വേശ്യയേയോ ഇരട്ടമൈനകളേയോ കണ്ട്

ഒരു വഴിക്കിറങ്ങിയാൽ ശുഭമായിത്തീരും. ഇങ്ങനെ ലാക്ഷണികമായി ഭാഗ്യവും നിർഭാഗ്യവും വഹിക്കുന്ന ജീവികളും വസ്തുക്കളും നിരവധിയുണ്ട്.

അറിവും അന്ധവിശ്വാസവും തമ്മിൽ വിപരീതബന്ധമാണോ അല്ലയോ എന്നത് വളരെ സംശയാസ്പദമായിത്തീർന്ന ഒരു ലോകത്താണ് നാം ജീവിക്കുന്നത്. അറിവ് കൂടുമ്പോൾ ഇത്തരം അയുക്തികൾ കുറയുകയാണെങ്കിൽ അങ്ങനെ പറയാം. പക്ഷേ അതല്ല സംഭവിച്ചുകൊണ്ടിരിക്കുന്നത്. ഉൽക്കണ്ഠാകുലമായിത്തീരുന്ന ലോകത്തിൽ മനുഷ്യർ ആത്മവിശ്വാസക്കുറവ് കൂടുതൽ അനുഭവിക്കുന്നുണ്ട്. ലോകവ്യവഹാരങ്ങൾ എളുപ്പത്തിൽ തെളിയിച്ചെടുക്കാനാവാത്തവണ്ണം സങ്കീർണ്ണമാവുന്നു. അതുകൊണ്ട് ഉൽക്കണ്ഠ രോഗങ്ങൾ (Anxiety Disorders) എന്നു വിളിക്കാവുന്ന അവസ്ഥ തീവ്രമാകുന്നു.

'ഞാൻ അതിനെപ്പറ്റി വേവലാതിപ്പെട്ടില്ലെങ്കിൽ ഗുണമുള്ളത് സംഭവിക്കുന്നത് ഇല്ലാതായേക്കാം' എന്ന തരത്തിലുള്ള ഒരു മനോഘടന മനുഷ്യരിൽ വികസിച്ചുവരുന്നു. അനിശ്ചിതമായതിനു മുകളിൽ കൂടുതൽ നിയന്ത്രണം വേണമെന്ന ശക്തമായ ആഗ്രഹം ഉണ്ടാവുമ്പോഴാണ് അന്ധവിശ്വാസങ്ങളിലേക്ക് മനുഷ്യർ തിരിയുന്നത്. ആഗ്രഹിക്കുന്ന പരിണതഫലം ലഭിക്കാൻ ഒരു കാര്യം കൂടി ചെയ്തു എന്ന സമാധാനത്തിനുവേണ്ടിയാണ് പലരും അന്ധവിശ്വാസങ്ങളെ ആശ്രയിക്കുന്നത്. അതുകൊണ്ടാണ് 100% ശാസ്ത്രീയ ഗവേഷണങ്ങളുടെ ഫലമായി നിർമ്മിച്ച ഒരു ഉപഗ്രഹം ചന്ദ്രനിലേക്ക് വിക്ഷേപിക്കുമ്പോൾ ഇന്ത്യൻ സ്പേയ്സ് റിസർച്ച് ഓർഗനൈസേഷനിലിരുന്ന് ശാസ്ത്രജ്ഞർ തേങ്ങയുടയ്ക്കുകയും ചെറുനാരങ്ങയും പച്ചമുളകും കോർത്ത് ഉപഗ്രഹത്തിൽ കെട്ടുകയും ചെയ്യുന്നത്. ഇതുകൊണ്ട് കുറച്ച് ആത്മവിശ്വാസം കിട്ടുന്നെങ്കിൽ അത് നല്ലതല്ലേ എന്ന ചോദ്യമാണ് കയ്യാലപ്പുറത്തുള്ളവരിൽ നിന്ന് ഉണ്ടാവുക. ഈ കുത്തിവെച്ചുയർത്തിയ ആത്മവിശ്വാസം കൊണ്ട് ആ ഉപഗ്രഹത്തിന്റെ കുതിപ്പിനോ ചന്ദ്രനോ ശാസ്ത്രത്തിനോ ഒരു ഗുണവും ഇല്ല. വിജയിച്ചതും പരാജയപ്പെട്ടതുമായ ഉപഗ്രഹവിക്ഷേപണങ്ങളിൽ മുഴുവനും ഈ അന്ധവിശ്വാസം പ്രയോഗിച്ചിട്ടുമുണ്ടാകും.

അന്ധവിശ്വാസങ്ങളിൽ വീണുപോകുന്നതും ബൗദ്ധികവികാസവും തമ്മിൽ ഒരു ബന്ധവുമില്ല എന്നതിന് നമ്മുടെ ഐ.എസ്.ആർ.ഒ തന്നെയാണ് ലോകത്തിലെ ഏറ്റവും മികച്ച ഉദാഹരണം എന്നത് നമ്മെ ലജ്ജിപ്പിക്കേണ്ടതാണ്. പക്ഷെ അങ്ങനെയല്ല നടക്കുന്നത്. പ്രത്യേകിച്ച് സമീപസ്ഥമായ അനുഭവങ്ങൾ വെച്ച് പറയുമ്പോൾ.

ലോകവും രാജ്യവും വ്യാപനശേഷി വളരെയധികമുള്ള ഒരു സാംക്രമിക രോഗത്തിന്റെ ദയാദാക്ഷിണ്യങ്ങളിലേക്ക് വലിച്ചെറിയപ്പെട്ട

നാളുകളിലാണ് മനുഷ്യർ ജീവിക്കുന്നത്. സമ്പന്നർക്കോ ദരിദ്രർക്കോ ശക്തർക്കോ അശക്തർക്കോ പാരമ്പര്യത്തിനോ നവീനതയ്ക്കോ ഒന്നും തന്നെ പരിഹരിക്കാനാവാതെ ആ പ്രശ്നം അതിശക്തമായി നിലനിൽക്കുന്നു. രോഗത്തെ നിയന്ത്രിക്കാനും കീഴടക്കാനുമുള്ള ഒരു പെരുമാറ്റച്ചട്ടം വൈദ്യശാസ്ത്രം നിർദ്ദേശിക്കുന്നുണ്ട്. അതിനെ അവഗണിച്ചുകൊണ്ടുള്ള അഹങ്കാരങ്ങൾക്കെല്ലാം വമ്പിച്ച തിരിച്ചടി ലഭിച്ചിട്ടുമുണ്ട്. അമേരിക്കയിലും യൂറോപ്പിലെ രാജ്യങ്ങളിലും ബ്രസീലിലുമൊക്കെ അതാണ് സംഭവിച്ചത്.

ഭ്രാന്തൻ ഭരണകൂടങ്ങളുടെ ധാർഷ്ട്യത്തിന്റെ ഫലമായാണ് അമേരിക്കയിലും ബ്രസീലിലും ഭൂരിഭാഗം പേരും മരിച്ചത്. മുതലാളിത്തത്തിന് അതിന്റെ ഉപഭോക്താക്കളെ മരണത്തിൽ നിന്ന് രക്ഷിക്കാനുള്ള ഉത്തരവാദിത്തം ഇല്ലാതെ പോയതാണ് അത്തരം രാജ്യങ്ങളിലെ മുഴുവൻ പ്രശ്നം. ലോകം മുഴുവനും മാസ്ക് ധരിച്ചാലും താൻ അത് ധരിക്കില്ലെന്ന് മർക്കടമുഷ്ടിയുള്ള ഒരു രാജ്യാധിപൻ വാസ്തവത്തിൽ ആ രാജ്യത്ത് വംശഹത്യ നടത്തുകയാണുണ്ടായത്. വംശഹത്യകൾക്ക് കാരണക്കാരായവരെ വിചാരണ ചെയ്യുന്ന ലോകകോടതി ഇയാളെയും വിചാരണ ചെയ്യേണ്ടതുണ്ട്.

ഇന്ത്യയുടെ ഭരണകൂടം നേതൃത്വം കൊടുത്ത രോഗപ്രതിരോധ പ്രവർത്തനം വളരെ മോശമായ നിലയിൽ എത്തിയതായി കാണാം. ഏപ്രിൽ ഒന്നിന് 59 മരണവും 1200ഓളം രോഗികളുമുണ്ടായിരുന്ന അവസ്ഥയിൽ നിന്ന് ഇപ്പോൾ 20 ലക്ഷത്തോളം രോഗികളും 45000ത്തിലധികം മരണങ്ങളുമായി ഇന്ന് ഇന്ത്യ ലോകത്ത് മൂന്നാം സ്ഥാനത്തേക്ക് താഴ്ന്ന കഴിഞ്ഞു.

അതുകൊണ്ട് കേന്ദ്രആഭ്യന്തരമന്ത്രി അമിത് ഷാ, മധ്യപ്രദേശ് മുഖ്യമന്ത്രി ശിവരാജ് സിംഗ് ചൗഹാൻ, ബി.ജെ.പിയിലേക്ക് ചേക്കേറിയ ജ്യോതിരാദിത്യ സിന്ധ്യ, കർണാടക മുഖ്യമന്ത്രി യദ്യൂരപ്പ, തമിഴ്നാട് ഗവർണർ ബൻവാരിലാൽ പുരോഹിത് തുടങ്ങിയവർക്ക് കോവിഡ് ബാധിച്ച വിവരം എന്നെ സങ്കടപ്പെടുത്തുന്നില്ല. കേട്ട് കേട്ട് അങ്ങനെ ആയിപ്പോയതാണ്. അതിൽ സന്തോഷവുമില്ല. ഞാൻ പ്രാർത്ഥിക്കാനോ പൂജിക്കാനോ ഇല്ല. ഇനി എല്ലാ കരുതലും ചെയ്യേണ്ടത് വൈദ്യശാസ്ത്രമാണ്. അതുമാത്രമാണ്.

രോഗം മാറി വീണ്ടും പൊതുരംഗത്തെത്തിയാൽ ഇക്കൂട്ടരെല്ലാം ചില ചോദ്യങ്ങൾക്ക് ഉത്തരം പറയേണ്ടിവരും. തീർത്തും വൈദ്യശാസ്ത്രത്തിന്റെ അധികാരപരിധിയിൽ വരേണ്ട രോഗപരിപാലനത്തെ അറിവില്ലായ്മകൊണ്ടും വിഡ്ഢിത്തം കൊണ്ടും അന്ധവിശ്വാസങ്ങളുടെ

വിശക്കുന്ന അറീനയിലേക്ക് എറിഞ്ഞുകൊടുത്ത്, ലഭ്യമായ കണക്കു പ്രകാരം 45000ത്തിലധികം മനുഷ്യരുടെ മരണത്തിന് കാരണക്കാരായവരാണിവർ.

കേരളം പോലുള്ള സംസ്ഥാനങ്ങൾപോലും ആദ്യ കാലത്തുണ്ടായ രോഗപരിപാലന നേട്ടങ്ങൾ കളഞ്ഞുകുളിച്ചിരിക്കുകയാണിപ്പോൾ. അതിൽ അന്ധവിശ്വാസങ്ങൾക്ക് ഇടമില്ലായിരുന്നു. പക്ഷെ മറ്റു സംസ്ഥാനങ്ങളിൽ പ്രത്യേകിച്ച് ബി.ജെ.പി ഭരിക്കുന്ന സംസ്ഥാനങ്ങളിൽ മൂഢവിശ്വാസങ്ങൾ ശിവതാണ്ഡവമാടിയിരിക്കണം. പാട്ടകൊട്ടിയും വൈദ്യുത വിളക്കണച്ച് മെഴുകുതിരി കത്തിച്ചും ഗോ കൊറോണ എന്ന് ആയിരം തവണ ജപിച്ചും പൂജയും യാഗവും നടത്തിയും ചാണകവും ഗോമൂത്രവുപയോഗിച്ചും കൊറോണയെ തടുക്കാം എന്നും ഇക്കാലമത്രയും പ്രചരിപ്പിച്ച നടന്ന മണ്ടന്മാരുടെ നേതൃത്വപദവിയിലിരിക്കുന്നവരാണിവരെല്ലാം. തമിഴ്നാട് ഗവർണറെ വേണമെങ്കിൽ മാറ്റിനിർത്താം. ഗവർണർക്ക് രാഷ്ട്രീയമില്ല എന്നൊരു അന്ധവിശ്വാസം ഉണ്ടല്ലോ. രസം കുടിച്ചും, മഞ്ഞൾപൂശിയും പൊങ്കൽ തിന്നും പരമ്പരാഗതമായ രീതിയിൽ ജീവിച്ചും തമിഴ്നാട്ടുകാർ രോഗത്തെ തടുക്കുന്നു എന്ന് വിജൃംഭിച്ച് പ്രചരിപ്പിച്ചവർ ഇപ്പോഴും ഇവിടെയൊക്കെത്തന്നെയുണ്ട്. അത്തരം പ്രചരണങ്ങളും ഒട്ടും ശ്രുഷ്കാന്തിയില്ലാത്ത പ്രതിരോധ പ്രവർത്തനങ്ങളും എല്ലാം ചേർന്ന് ആർഷഭാരതം നട്ടുവൊടിഞ്ഞു കിടക്കുകയാണ്. കഴിഞ്ഞദിവസം തറക്കല്ലിട്ട അയോദ്ധ്യയിലെ രാമക്ഷേത്രം ഇന്ത്യയെ കൊറോണയിൽ നിന്ന് രക്ഷിക്കും എന്ന് ആവേശംകൊണ്ടവരുടെ നേതാക്കൾ കൂടിയാണ് അമിത് ഷായും കൂട്ടരും. രോഗവ്യാപനത്തിന്റെ ഒരു കാരണം ഈ അന്ധവിശ്വാസങ്ങളാണ് എന്ന കാര്യം തീർച്ച. അമിത് ഷായുടെ പൊതുപരിപാടിയിലെ ചില ഫോട്ടോകൾ കണ്ടാൽ അദ്ദേഹം കോവിഡ് പ്രോട്ടോക്കോൾ പാലിച്ചതായും തോന്നുന്നില്ല.

അമിത് ഷാ ആഭ്യന്തരമന്ത്രിയായി ഇരിക്കെത്തന്നെയാണ് ഇന്ത്യയിലെ ലക്ഷണക്കണക്കിന് മനുഷ്യർ കോവിഡ് ഭീതിയാലും, അതിനാലുണ്ടായ ദാരിദ്ര്യത്താലും ആയിരക്കണക്കിന് കിലോമീറ്ററുകൾ നടന്ന് താണ്ടി, വിണ്ടുകീറി ചോരയൊലിക്കുന്ന പാദങ്ങളുമായി, ചിലപ്പോൾ തളർന്നും, ചിലർ ജീവൻ വെടിഞ്ഞും, വെള്ളംപോലും കുടിക്കാതേയും കുട്ടികളും സ്ത്രീകളും വൃദ്ധരുമൊക്കെ പിറന്ന നാട്ടിലെത്താൻ ദുരിതപർവ്വം താണ്ടിയത്. വിഭജനകാലത്തെ പലായനം ഓർമ്മിപ്പിച്ച ദൃശ്യങ്ങളാണത്. അന്ന് എതിർ മതസ്ഥർ പരസ്പരം ആക്രമിച്ചിരുന്നു. ഇന്ന് ഭരണകൂടം തന്നെയാണ് അവരെ ആക്രമിച്ചത്. തങ്ങൾക്ക് ഇതിലൊന്നും ഇടപെടാനാവില്ല എന്ന് സുപ്രീംകോടതിയെ കൊണ്ട് പറയിപ്പിക്കുന്ന

വാദങ്ങളാണ് സർക്കാർ നിരത്തിവെച്ചത്. ഈ പരമോന്നതകോടതി വിധിയെ എതിർത്തുകൊണ്ട് തങ്ങൾക്ക് ഇത് നോക്കിനിൽക്കാനാവില്ല എന്ന് തമിഴ്നാട് ഹൈക്കോടതിയും വിധിക്കുകയുണ്ടായി.

വൈദ്യുതിയണച്ച് ദീപങ്ങൾ തെളിയിക്കാൻ പ്രധാനമന്ത്രി തന്നെയാണ് ആഹ്വാനം ചെയ്തത്. ഐക്യദാർഢ്യം എന്ന സന്ദേശം മാത്രമാണ് കൊടുത്തതെങ്കിലും ഉദ്ദേശ്യങ്ങൾ അതുമാത്രമായിരുന്നില്ല. ബഹുമതസ്ഥരായ ജനങ്ങളുടെ ഇന്ത്യയിൽ ഒരു മതത്തിന്റെ ആചാരവിശ്വാസങ്ങൾ അടിച്ചേൽപ്പിക്കുന്ന ഒരു ഒളിച്ചുകളി കൂടിയായിരുന്നു അത്. അതിന്റെ വ്യാഖ്യാനങ്ങൾ വലിയ നേതാക്കൾ സ്വമേധയാ തന്നെ പ്രചരിപ്പിച്ചു.

ചൈത്രമാസത്തിലെ ദ്വാദശിയിൽ നിന്ന് ത്രയോദശിയിലേക്ക് കടക്കുന്ന സമയമാണ് ഏപ്രിൽ 5-ാം തീയ്യതി രാത്രി 9 മണി. ദേവസംഗമ വേളയായി ഇത് കണക്കാക്കപ്പെടുന്നു. ഈ സമയത്ത് വിളക്ക് കത്തിച്ച് പ്രാർത്ഥിക്കുന്നത് സകല രോഗപീഡകൾക്കും പരിഹാരമാകുമെന്ന് ആയിരം കൊല്ലം മുമ്പ് ഋഷിമാർ പറഞ്ഞിട്ടുണ്ട്. വിളക്ക് കത്തിക്കുന്നതോടൊപ്പം ശ്ലോകവും ചൊല്ലണം.

സന്താപനാശകാരായ നമോ നമഃ
അന്ധകാരാന്തകായ നമോ നമഃ
ചിന്താമണേ! ചിദാനന്തായതേ നമഃ

വിളക്ക് കത്തിക്കുമ്പോൾ ചലനസ്വഭാവമുള്ള ജ്വാലയിൽ നിന്ന് വമിക്കുന്ന രജോകണങ്ങൾ അന്തരീക്ഷത്തിലെ നിർഗുണക്രിയാലഹരിയെ സഗുണക്രിയാലഹരിയാക്കി പരിവർത്തനം ചെയ്യുന്നു. കോടിക്കണക്കിന് ആളുകൾ ഒരു സമയത്ത് വിളക്ക് കത്തിക്കുമ്പോൾ സൃഷ്ടിക്കപ്പെടുന്ന അസംഖ്യം രജോകണങ്ങൾ അന്തരീക്ഷത്തെ മൊത്തത്തിൽ ശുദ്ധീകരിക്കുകയും അണുവിമുക്തമാക്കുകയും ചെയ്യുന്നു. ദീപം കത്തിച്ച് കഴിഞ്ഞ് ആദ്യത്തെ 9 മിനുട്ടാണ് ഈ രജോഗുണങ്ങൾ ഏറ്റവും ഊർജസ്വലതയോടെ അന്തരീക്ഷത്തിൽ ശുദ്ധീകരണം സാദ്ധ്യമാക്കുന്നത്. ഇപ്പോൾ മനസ്സിലായോ ദീപം കത്തിക്കാൻ പറഞ്ഞതിന്റെ ശാസ്ത്രം? എന്നായിരുന്നു ഒരു വ്യാഖ്യാനം. പിന്നീട് പാത്രം കൊട്ടലിനും ഇതേപോലെ വ്യാഖ്യാനം ഉണ്ടായി. കോടിക്കണക്കിന് പാത്രങ്ങളിൽ ഒരുമിച്ചടിക്കുമ്പോഴുണ്ടാകുന്ന പ്രകമ്പനം കൊറോണയെ ഇല്ലാതാക്കും എന്നായിരുന്നു ആ വെടിക്കുള്ള വ്യാഖ്യാനം.

ഒന്നും സംഭവിച്ചില്ല. പറയാതെ പോയ തെറിവാക്ക് കുരുങ്ങിയെന്റെ തൊണ്ട പൊള്ളുന്നു. ഏറ്റവും കൂടുതൽ കോവിഡ് രോഗികളുള്ള മൂന്നാമത്തെ രാജ്യമായി ഇന്ത്യാരാജ്യം വളർന്നു. അന്ധവിശ്വാസങ്ങളുടെ

ഒരു രീതി അതാണ്. ഉദ്ദേശിച്ച ഫലമുണ്ടായാൽ ദൈവത്തിന് മഹത്വം. ഇല്ലെങ്കിൽ അതിനെക്കുറിച്ചാരും മിണ്ടില്ല. മറവിയിലേക്ക് എറിയും. മതാധിഷ്ഠിത രാജ്യങ്ങളിലോ സമഗ്രാധികാര രാജ്യങ്ങളിലോ ഇത്തരം മലമണ്ടത്തരങ്ങളും അന്ധവിശ്വാസങ്ങളും അടിച്ചേൽപ്പിക്കപ്പെട്ടുമായിരിക്കാം. പക്ഷെ മതേതരത്വവും ശാസ്ത്രാവബോധവും ഇന്നും ഭരണഘടനയിൽ നിലനിൽക്കുന്ന ഒരു ജനാധിപത്യ രാജ്യത്തെ ഭരണകൂടം ഒരുളുപ്പും മന:സാക്ഷിക്കുത്തുമില്ലാതെ, മതം പ്രചരിപ്പിക്കുന്നതിന്റെ ഭാഗമായി അന്ധവിശ്വാസങ്ങളെ വിതരണം ചെയ്യുന്നതിന് വേറെ ഉദാഹരണങ്ങൾ ഉണ്ടാവില്ല.

കേന്ദ്ര ആഭ്യന്തരമന്ത്രി അമിത് ഷാ ദില്ലിയിലെ ഏതോ സ്വകാര്യ ആശുപത്രിയിൽ, ആൾ ഇന്ത്യാ ഇൻസ്റ്റിറ്റ്യൂട്ട് ഓഫ് മെഡിക്കൽ സയൻസിലെ സമർത്ഥരായ ഡോക്ടർമാരുടെ നിരീക്ഷണത്തിലും ചികിത്സയിലും കഴിയുന്നു. “ഇപ്പോൾ അങ്ങേർക്ക് മനസ്സിലാകും എന്തിനാണ് ജവഹർലാൽ നെഹ്റു എ.ഐ.ഐ.എം.എസ് നിർമ്മിക്കാൻ നേതൃത്വം കൊടുത്തത്” എന്ന്, സാമൂഹ്യ മാധ്യമങ്ങളിൽ മികച്ച ഒരു ട്രോൾ കണ്ടു. അമിത്ഷാജിക്ക് മനസ്സിലാകും. പക്ഷെ മനസ്സിലായതായി നടിക്കില്ല. തെറ്റ് സമ്മതിക്കേണ്ടി വരുമല്ലോ. പ്രതിമകളും മന്ദിറുകളും ഇനിയും നിർമ്മിച്ചു കൊണ്ടേയിരിക്കും. എല്ലാ മണ്ടത്തരങ്ങൾക്കും ഇവരൊക്കെത്തന്നെ നേതൃത്വം കൊടുത്തുകൊണ്ടിരിക്കും. നമുക്ക് അർഹിക്കുന്നത് കിട്ടിക്കൊണ്ടേയിരിക്കും.

എന്റെ ഒരു സുഹൃത്ത് പറയാറുണ്ട്. “ദൈവം ഇല്ല എന്ന് അറിയാം. പക്ഷെ ദൈവനീതിക്ക് ദാക്ഷിണ്യമൊന്നുമില്ല”. ഇന്ത്യമഹാരാജ്യത്തിലെ ആഭ്യന്തരമന്ത്രിയായതുകൊണ്ട് എനിക്ക് പ്രത്യേകിച്ച് ആവേശമൊന്നുമില്ല. നമ്മുടെ നാട്ടിലെ രണ്ട് ലക്ഷത്തിലധികം പ്രജകൾക്കും ലോകത്തെ രണ്ടു കോടി മനുഷ്യർക്കും അമിത് ഷായോടൊപ്പം രോഗമുക്തി ഉണ്ടാവട്ടെ എന്ന് അതിതീവ്രമായി ആഗ്രഹിക്കുന്നു. അവരുടെ ദൈവങ്ങൾ തെറ്റുകൾ തിരുത്തി അവരെ നേർവഴിക്ക് നയിക്കുന്നെങ്കിൽ അത്രയും നല്ലത്.

10 ഓഗസ്റ്റ് 2020

കാരശ്ശേരി മാഷോടാണ്, ചിരട്ട കൊണ്ട് കടലളക്കുന്നവരോടും

ഈ ലേഖനത്തോടൊപ്പം രണ്ട് സത്യവാങ്മൂലങ്ങളും കൂട്ടിക്കെട്ടുന്നുണ്ട്. ഒന്ന് : ഒരർത്ഥത്തിലും അച്ഛന്റെ മകൻ എന്ന നിലയിൽ എഴുതുന്നതല്ല, ഇത്. അങ്ങനെയെങ്കിൽ ദിവസവും പുറത്തു പോയി വരുമ്പോൾ എന്തെങ്കിലും തിന്നാൻ കൊണ്ടുവരുന്നതും ആദ്യം വായിക്കാൻ മക്കൾ മൂന്നുപേരും അടികൂടിയപ്പോൾ, പി.എ. വാര്യരുടെ 'പൂമ്പാറ്റ'യുടെ അടുത്ത ലക്കം മൂന്നു പ്രതി വാങ്ങിക്കൊണ്ടുവന്നതുമൊക്കെയാണ് പറയേണ്ടത്. ഇത് അതല്ല. രണ്ട് : ഈ ലേഖനത്തിലെ വിയോജിപ്പുകൾ ഈ വിഷയത്തിൽ മാത്രമുള്ള വിയോജിപ്പുകളാണ്. ഇത്തരം കാര്യങ്ങളിൽ ഇന്ത്യയിലെ ഭരണ-പ്രതിപക്ഷങ്ങൾ കളിക്കുന്ന കളിയിൽ എനിക്ക് താല്പര്യമില്ല. നിങ്ങൾ പറയുന്നതിന് എല്ലാറ്റിനോടും ഞങ്ങൾ വിയോജിക്കുന്നു എന്നാണ് ഇവിടത്തെ ഭരണ-പ്രതിപക്ഷം.

കൊടുങ്ങല്ലൂർ ആസ്ഥാനമായ എം.എൻ.വിജയൻ മാഷ് ഫൗണ്ടേഷൻ കഴിഞ്ഞ ജൂൺ 8 മുതൽ വരുന്ന ഒക്ടോബർ മൂന്ന് വരെ പ്രതിവാര സൂം പ്രഭാഷണ പരമ്പര നടത്തുന്നുണ്ട്. അതിൽ 'ബഷീറും എം.എൻ. വിജയനും, എന്ന വിഷയത്തിൽ സംസാരിച്ചത് എം.എൻ.കാരശ്ശേരി മാഷാണ്. അദ്ദേഹത്തിന്റെ ആശയങ്ങളോടും നിഗമനങ്ങളോടുമുള്ള വിയോജിപ്പുകളാണ് ഈ ലേഖനത്തിൽ. ഇത് അവിടെത്തന്നെ പറഞ്ഞാൽപ്പോരേ എന്നു ചോദിക്കാം. ഒന്നരയോ രണ്ടോ മണിക്കൂർ നീണ്ടുനിൽക്കുന്ന, മറ്റു പലരും പങ്കെടുക്കുന്ന, ഒരു പരിപാടിയിൽ ഇത്ര വിശദമായി ഇടപെടാൻ, പറയാൻ കഴിയില്ല എന്നതാണ് അതിന് ഉത്തരം.

"...ബഷീറിന്റെ വാക്ക് ആടാണ്. സംസ്കൃതത്തിൽ എന്ന പോലെ പശുവല്ല. ആടിന്റെ പാലിന് ലേശം സവിശേഷമായ ഒരു ചുവയുണ്ട്. മണമുണ്ട്. ആഢ്യന് ആ ഭാഷ പിടിക്കില്ല. അവന് അക്കാദമിക് ഭാഷ വേണം. ആഢ്യഭാഷ വേണം. ഭാഷയ്ക്ക് ഗ്രാമർ വേണം. ബഷീറിന് ഗ്രാമർ അറിഞ്ഞുകൂടാ. ആഖ്യയും ആഖ്യാതവും അറിഞ്ഞുകൂടാ. ബഷീർ ഉണ്ടാക്കിയത് ഒരു റീഅലൈൻമെന്റ് ഓഫ് ലാംഗ്വേജ് (ഭാഷയുടെ പുനർവിന്യാസം) ആണ്..."

ബഷീറിന്റെയും എം.എൻ.വിജയൻ മാഷിന്റെയും ജീവിതത്തിലെയും നിലപാടുകളിലെയും സാമ്യങ്ങളും സാമ്യമില്ലായ്മകളുമാണ് കാരശ്ശേരി മാഷ് പറഞ്ഞ കാര്യങ്ങളുടെ ഒറ്റ വാചകം എന്നു പറയാം. അങ്ങനെയല്ലാത്ത പലതും ആ പ്രഭാഷണത്തിൽ ഉണ്ടായിരുന്നു. ഒരു താരതമ്യമായിത്തുടങ്ങിയത്, പിന്നീട് ഒരു ഭാഗം കനം വെച്ച് താണിരുന്നു."ഒരിക്കലും കണ്ടിട്ടില്ലാത്ത പലതും വിജയൻ മാഷ് കാണിച്ചു തന്നു", എന്നൊരു സർവ്വശ്രേഷ്ഠ (Superlative) വാചകം തുടക്കത്തിൽത്തന്നെ കാരശ്ശേരി മാഷ് പറയുന്നുണ്ട്. പക്ഷെ അതൊരു വ്യാജസ്തുതിയായിരുന്നു എന്നാണ് പിന്നീടുള്ള നിഗമനങ്ങൾ തെളിയിച്ചത്. വേണ്ടത്ര മുന്നൊരുക്കങ്ങളില്ലാതെയാണ് 'ബഷീറും എം.എൻ.വിജയനും' എന്ന, വലിയ വിഷയത്തെ എം.എൻ.കാരശ്ശേരി മാഷ് കൈകാര്യം ചെയ്തത് എന്നൊരു മൂർച്ച കുറഞ്ഞ പ്രയോഗം നടത്തുന്നതിനു പകരം എങ്ങനെയൊക്കെയാണ് ആ പ്രഭാഷണം വന്നു ഭവിച്ചത് എന്ന് വിശദീകരിക്കുകയായിരിക്കും ഉചിതം. എണ്ണമിട്ടു പറയുകയാണെങ്കിൽ, ഇവയെയൊക്കെ ബന്ധിപ്പിക്കാൻ ചേർക്കേണ്ട നിരവധി വാചകങ്ങൾ ഒഴിവാക്കുകയും ചെയ്യാം. ആയതിനാൽ ഇങ്ങനെ എണ്ണമിട്ടു പറയുന്നു:

1. "ബഷീറിനെപ്പോലൊരു എഴുത്തുകാരന് എം.എൻ.വിജയനെപ്പോലെ വലിയൊരു പണ്ഡിതനും നിരൂപകനുമായ ഒരാൾ കൊടുക്കേണ്ട തരത്തിലുള്ള ഒരു പഠനകൃതിയാണ് (മരുഭൂമികൾ പൂക്കുമ്പോൾ എന്ന പുസ്തകം) എന്ന് ഞാൻ എടുക്കുന്നില്ല. നിങ്ങൾ എന്നോട് ക്ഷമിക്കണം".

തീർച്ചയായും കാരശ്ശേരി മാഷക്ക് അങ്ങനെ പറയാം. ആ പുസ്തകത്തിന്റെ ഗുണങ്ങളെക്കുറിച്ചുകൂടി അദ്ദേഹം പറയുന്നുണ്ട്. "അതിൽ അനവധി കാര്യങ്ങളുണ്ട്.... ഉദാഹരണം പറഞ്ഞാൽ ഭാഷയുടെ ഭംഗി". മലയാളത്തിൽ ബഷീറിനെക്കുറിച്ച് എഴുപത്തിഅഞ്ചോളം പുസ്തകങ്ങൾ ഉണ്ടായിട്ടുണ്ടെന്നും അവയിൽ ഏറ്റവും മികച്ചത് മരുഭൂമികൾ പൂക്കുമ്പോൾ തന്നെയാണെന്നും അദ്ദേഹം പറയുന്നു. പക്ഷെ ഏറ്റവും അർഹമായത് ആയില്ല. കേരള കാർഷിക സർവ്വകലാശാലയ്ക്ക് ഏറ്റവും

നല്ല കാർഷിക സർവ്വകലാശാലകൾക്കുള്ള ദേശീയ പുരസ്ക്കാരം ലഭിച്ചപ്പോൾ, അന്ന് കൃഷിമന്ത്രി കൂടിയായിരുന്ന കെ.ആർ.ഗൗരിയമ്മ പറഞ്ഞത് ഇവിടെ ഓർമ്മ വന്നു- "എങ്കിൽ മറ്റ് കാർഷിക സർവ്വകലാശാലകളുടെ സ്ഥിതി എന്തായിരിക്കും.?

ആനൽ ഈറോട്ടിക് കാരക്ടർ എന്ന് കേൾക്കുമ്പോൾ വാത്സ്യായനന്റേയോ കോകശാസ്ത്രത്തിലേയോ ഗുദരതിയുമായി ബന്ധപ്പെട്ട ചിത്രങ്ങൾ,പോസുകൾ ഓർമ്മ വരുന്നതുകൊണ്ടാണ്, യാഥാസ്ഥിതികർക്ക് ഈ ശാസ്ത്രനിഗമനത്തോട് യോജിക്കാൻ കഴിയാത്തത്. സന്താനോല്പാദനത്തിന് മാത്രമേ സ്ത്രീപുരുഷസംയോഗം പാടുള്ളു എന്ന് കരുതുന്നവർക്കും "വൃത്തികെട്ട രീതിയിൽ ലൈംഗിക ക്രിയകൾ പാടില്ല" എന്നു കരുതുന്നവർക്കും മാത്രമേ ഗുദരതി അരോചകമാകാൻ ഇടയുള്ളു. യുദ്ധത്തിലും പ്രണയത്തിലും എന്തുമാകാം എന്നു കരുതുന്നവർക്ക് എന്തും രസനീയമാണ്.

നൂറ്റാണ്ടുകളുടെ രാമായണ വായനയെ അവിശ്വസിച്ച് വായിച്ചതുകൊണ്ടാണ് കുമാരനാശാന്റെ 'ചിന്താവിഷ്ടയായ സീത'യും കുട്ടികൃഷ്ണമാരാരുടെ 'വാല്മീകിയുടെ രാമ'നും മലയാളത്തിൽ ഉണ്ടായത്. എം.എൻ. വിജയൻ മാഷുടെ ബഷീർ വായനയിലും ഇങ്ങനെ മുൻഗാമികളെയും സമകാലികരേയും കണക്കിലെടുക്കാതെ നടത്തുന്ന ചില നിരീക്ഷണങ്ങൾ ഉണ്ട്. കാരശ്ശേരി മാഷ് പ്രഭാഷണത്തിൽ ആരോപിച്ചപോലെ അവതാരികയിലായാലും പംക്തിക്കുറിപ്പുകളിലായാലും അഭിമുഖവാചകങ്ങളിലായാലും അവയ്ക്ക് വ്യത്യസ്തത ഇല്ലാതാവുന്നില്ല.

"വലിയ ആളുകൾ വിളിച്ചാൽ വാക്കുവരും. ബഷീർ വിളിച്ചാലും വാക്കുവരും. ബഷീറിന്റെ വാക്ക് ആടാണ്. സംസ്കൃതത്തിൽ എന്ന പോലെ പശുവല്ല. ആടിന്റെ പാലിന് ലേശം സവിശേഷമായ ഒരു ചുവയുണ്ട്. മണമുണ്ട്. ആഢ്യന് ആ ഭാഷ പിടിക്കില്ല. അവന് അക്കാദമിക് ഭാഷ വേണം. ആഢ്യഭാഷ വേണം. ഭാഷയ്ക്ക് ഗ്രാമർ വേണം. ബഷീറിന് ഗ്രാമർ അറിഞ്ഞുകൂടാ. ആഖ്യയും ആഖ്യാതവും അറിഞ്ഞുകൂടാ. ബഷീർ ഉണ്ടാക്കിയത് ഒരു റീഅലൈൻമെന്റ് ഓഫ് ലാംഗ്വേജ് (ഭാഷയുടെ പുനർവിന്യാസം) ആണ്. ആ മാറ്റം മുമ്പുണ്ടായിട്ടില്ല. ഈ നൂറ്റാണ്ടിൽ ഉണ്ടായിട്ടില്ല.' എന്ന് ഒരു അഭിമുഖത്തിലും"കാന്താരിയും ഉപ്പും കൂട്ടി അരച്ച് കപ്പയിൽ തൊടുന്ന, അഭിരുചി; പുട്ടിൽ പൂഴ്ത്തിയ മുട്ട-ഇത് വിളമ്പുമ്പോൾ വാസ്തവത്തിൽ ബഷീർ അനുരാഗത്തിന്റെ ഒരു പുതിയ ചിഹ്നം, അനുരാഗത്തിന്റെ ഒരു പുതിയ ഭാഷ്യം അനുരാഗത്തെ വിനിമയം ചെയ്യുവാനുള്ള ഒരു പുതിയ നാണയ വ്യവസ്ഥ കണ്ടുപിടിക്കുകയാണ് എന്നു നാം പിന്നീട് മനസ്സിലാക്കും'.എന്ന് ബഷീറിനെ ഭാവിയിലേക്ക്

തൊട്ടുത്തുവിടുന്ന രീതിയിൽ ഒരു പംക്തിക്കുറിപ്പില്ലം."ഞാനാണ് കഥ. ഞാനെഴുതുന്നത് ഭാഷയും. ഇതൊരാത്മാഭിമാനമാണ്, അഹന്തയാണ് എന്ന് കിട്ടിയ ചവിട്ടും, തെറിയുമാണ് സ്വാതന്ത്ര്യസമരം. താനലഞ്ഞ നാടുകളാണ് ലോകം, തന്റെ അനുഭവങ്ങളുടെ സാകല്യമാണ് തത്ത്വ ചിന്ത. ബഷീർ ചരിത്രത്തെ തന്നെക്കൊണ്ടളക്കുന്നു. കൃതികൾ കൊണ്ട് അടയാളപ്പെടുത്തുന്നു. ഉണർന്നു ജീവിക്കുന്ന ഒരു കലാകാരന്റെ ആത്മ കഥയാണ് ചരിത്രം".എന്ന് ഒരു അവതാരികയിലും എം.എൻ.വിജയൻ മാഷ് എഴുതി.

സഹ്യന്റെ മകൻ' എന്ന മാനസികാപഗ്രഥനപരമായ ലേഖനം വായിച്ച് രോഷാകുലനായി," മലദ്വാരത്തിന്റെ സങ്കോചവികാസങ്ങ ളാണ് കവിത എന്ന് ഞങ്ങളറിഞ്ഞിരുന്നില്ല." എന്ന് തായാട്ട് ശങ്കരൻ മാഷ് എം.എൻ.വിജയൻ മാഷ്ക്ക് എഴുതിയ ഒരു കത്ത് ഞാൻ മറ്റാരും കാണാതെ വായിച്ചിട്ടുണ്ട്.

ഇതൊന്നും ഗംഭീര (Elegant) മല്ലെന്നാകിൽ അക്കാര്യത്തിൽ ഇനിയൊന്നും പറയാനില്ല. അങ്ങനെയൊരു അഭിപ്രായം പറഞ്ഞതിൽ കാരശ്ശേരി മാഷ് ആരോടും ക്ഷമ ചോദിക്കേണ്ട കാര്യമൊന്നുമില്ല. വ്യ ക്തതയും കൃത്യതയുമുണ്ടെങ്കിൽ ആർക്കും ഏതഭിപ്രായവും പറയാമല്ലോ. പക്ഷെ അതുണ്ടാവണം എന്നു മാത്രം.

2. "ഉദാഹരണം പറഞ്ഞാൽ വൈലോപ്പിള്ളിയെക്കണ്ട ആഴത്തിൽ ബഷീറിനെ ആ പുസ്തകത്തിൽ (മരുഭൂമികൾ പൂക്കുമ്പോൾ എന്ന പുസ്തകത്തിൽ) കണ്ടിട്ടില്ല..... ആനൽ ഈറോട്ടിക്ക് കാരക്ടർ എന്നൊക്കെപ്പറഞ്ഞത് ആളുകൾക്ക് യോജിക്കാനാവാത്ത താണ്".

അതെന്താണ് മാഷേ യോജിക്കാൻ കഴിയാത്തത്? E=mc2 എന്നു പറഞ്ഞാൽ യോജിക്കാനാകുന്നുണ്ടോ? 'An object remains its state of rest or of uniform motion, unless it is compelled by an external force" എന്നുപറഞ്ഞത് വിശ്വസിച്ചിട്ടുണ്ടോ? മരം, വൈദ്യുതിയെ സംബന്ധിച്ച് അചാലക (non-conductor) വും ഇരുമ്പ് ചാലക (conductor) വുമാണെന്ന് മാഷ് പഠിച്ചിട്ടില്ലേ? അതുപോലൊരു ശാസ്ത്ര സിദ്ധാന്തമാണിത്. മന:ശാസ്ത്രസിദ്ധാന്തം. ആളുകൾ യോജിക്കു ന്നുണ്ടോ ഇല്ലയോ എന്നത് ശാസ്ത്രത്തിന് താല്പര്യമില്ലാത്ത വിഷയമാണ്. ചന്ദ്രൻ ഭൂമിയുടെ ഉപഗ്രഹമാണ് എന്നു പറഞ്ഞപ്പോൾ മതവിശ്വാസി കൾ ആദ്യം യോജിച്ചിരുന്നുവോ? പിന്നെ ഗത്യന്തരമില്ലാതെ വന്നപ്പോൾ ശാസ്ത്രത്തിന്റെ വഴിക്ക് വന്നതല്ലേ?

അപ്പോൾ മാനസികാപഗ്രഥനം (Psychoanalysis) എന്ന ശാസ്ത്രീയ മാർഗ്ഗത്തിലെ ഒരു നിഗമനമാണ് ആനൽ ഈറോട്ടിക് കാരക്ടർ എന്നത്. പേര് കേൾക്കുമ്പോൾ വാത്സ്യായനന്റേയോ കോകശാസ്ത്രത്തിലേയോ ഗുദരതിയുമായി ബന്ധപ്പെട്ട ചിത്രങ്ങൾ, പോസുകൾ ഓർമ്മ വരുന്നതുകൊണ്ടാണ്, യാഥാസ്ഥിതികർക്ക് ഈ ശാസ്ത്രനിഗമനത്തോട് യോജിക്കാൻ കഴിയാത്തത്. സന്താനോല്പാദനത്തിന് മാത്രമേ സ്ത്രീപുരുഷസംയോഗം പാടുള്ളൂ എന്ന് കരുതുന്നവർക്കും "വൃത്തികെട്ട രീതിയിൽ ലൈംഗിക ക്രിയകൾ പാടില്ല'' എന്നു കരുതുന്നവർക്കും മാത്രമേ ഗുദരതി അരോചകമാകാൻ ഇടയുള്ളൂ. യുദ്ധത്തിലും പ്രണയത്തിലും എന്തുമാകാം എന്നു കരുതുന്നവർക്ക് എന്തും രസനീയമാണ്.

'സഹ്യന്റെ മകൻ' എന്ന മാനസികാപഗ്രഥനപരമായ ലേഖനം വായിച്ച് രോഷാകുലനായി,'' മലദ്വാരത്തിന്റെ സങ്കോചവികാസങ്ങളാണ് കവിത എന്ന് ഞങ്ങളറിഞ്ഞിരുന്നില്ല.'' എന്ന് തായാട്ട് ശങ്കരൻ മാഷ് എം.എൻ.വിജയൻ മാഷ്ക്ക് എഴുതിയ ഒരു കത്ത് ഞാൻ മറ്റാരും കാണാതെ വായിച്ചിട്ടുണ്ട്. അപ്പോൾ മഹാന്മാർക്ക് ശാസ്ത്രസിദ്ധാന്തങ്ങളിലുള്ള അറിവ് അന്നും ഇന്നും ഒരുപോലെത്തന്നെ എന്ന് അർത്ഥം.

സ്വാതന്ത്ര്യത്തിനുള്ള പോരാട്ടത്തോടൊപ്പം മറ്റ് നിരവധി വ്യത്യസ്തമായ ആശയങ്ങൾ ഗാന്ധിയിൽ പ്രയോഗരൂപം കൈവരിച്ചിട്ടുണ്ട്. നൂൽനൂൽപ്പ്, ഹിന്ദി പഠനം, മദ്യവർജ്ജനം, ഉപവാസം, എഴുത്ത് - ഇങ്ങിനെ നിരവധി പ്രയോഗ രൂപങ്ങളുള്ള ഒരു ദശരഥനാണദ്ദേഹം. ഇതിൽ ഏതെങ്കിലും ഒന്നുമാത്രം എടുത്തു കാണിച്ച് ഗാന്ധിയൻ ആണെന്ന് പറയുന്നതിൽ വാസ്തവത്തിൽ ഗാന്ധിയെ ചുരുക്കൽ ഉണ്ട്.

പിറവി മുതൽ അഞ്ചുവയസ്സു വരെയുള്ള അനുഭവങ്ങൾ വളരെ പ്രധാനമാണ് എന്ന് ഫ്രോയിഡ് കണ്ടെത്തിയിരുന്നു. ആ അനുഭവങ്ങളാണ് വളരുമ്പോൾ ഒരാളുടെ വ്യക്തിത്വത്തെ നിർണ്ണയിക്കുന്നത്. ആദ്യാനുഭവങ്ങളിൽ പ്രധാനമായുള്ളത് മുലകുടിക്കലും വിസർജ്ജനവുമായി ബന്ധപ്പെട്ട കാര്യങ്ങളുമാണ്. 'രണ്ട് മനഃശാസ്ത്രസിദ്ധാന്തങ്ങൾ' എന്ന ലേഖനത്തിൽ കേസരി എ. ബാലകൃഷ്ണപിള്ള ഈ കാര്യങ്ങളെ ഇങ്ങനെ വിശദീകരിക്കുന്നു:

"ഒരു മനുഷ്യനിൽ പാരമ്പര്യസിദ്ധമായ രണ്ടു വാസനകൾ (Instincts) - അതായത്, വർഗ്ഗസംരക്ഷണ, അഥവാ ലൈംഗികവാസന (race preservatives or sex instinct) ആത്മസംരക്ഷണ വാസന (self preservatives or ego instinct) എന്നിവ കുടികൊള്ളുന്നുണ്ടെന്നും വർഗ്ഗസംരക്ഷണ വാസനയിൽ അടങ്ങിയിട്ടുള്ള ശക്തിക്ക് ലിബിഡോ, അതായത് ആനന്ദാന്വേഷണശക്തി അഥവാ കാമം എന്ന പേര്

കൊട്ടുക്കാമെന്നും ശൈശവത്തിൽ ഈ ലിബിഡോ ജനനേന്ദ്രിയങ്ങൾ മുഖേനയല്ല, പിന്നെയോ ശരീരത്തിന്റെ സകല ഭാഗങ്ങളിൽക്കൂടിയും പ്രത്യേകിച്ച് വായ്, ഗുദം എന്നിവയിൽ കൂടിയുമാണ് തൃപ്തിയടയുന്നതെന്നും, മാതാവിന്റെ മുലയാണ് ശൈശവത്തിൽ ഈ ലിബിഡോയെ തൃപ്തിപ്പെടുത്തുന്ന ഒരു മുഖ്യസാധനം എന്നും മാനസികാപഗ്രഥനം വാദിക്കുന്നു. പ്രസ്തുത രണ്ടു വാസനകളിൽ, ലൈംഗികവാസന ഒരു സാധനത്തിനു പകരം മറ്റൊന്നു പ്രയോഗിച്ച് തൃപ്തിപ്പെടുത്താവുന്ന ഒന്നാണെന്നും-ഈ ഉപകൽപ്പനത്തിന് അതായത് പകരം വെക്കലിന് സബ്ലിമേഷൻ എന്നു പേരു നൽകാമെന്നും, നേരെ മറിച്ച് വിശപ്പിനെ ഒരുദാഹരണമായി എടുക്കാവുന്ന ആത്മസംരക്ഷണവാസന ഒന്നിനു പകരം മറ്റൊന്നു പ്രയോഗിച്ച് തൃപ്തിപ്പെടുത്താവുന്ന ഒന്നല്ലെന്നും മാനസികാപഗ്രഥനവാദക്കാർ വിശ്വസിക്കുന്നു."

ഇതിന് തുടർച്ചയായി ഇങ്ങനെയും കൂടി ഉണ്ട്: "ലൈംഗികവാസനയും (Pleasure principle) പ്രകൃതിയും (Reality principle) തമ്മിൽ ഒരു ശിശുവിന്റെ മനസ്സിൽ വെച്ച് സദാ പോരാട്ടം നടത്തിക്കൊണ്ടിരിക്കുന്നുവെന്നും ഈ ആന്തരിക സമരം (Internal conflict) തുടർന്നുകൊണ്ടു പോകുവാൻ അനുവദിക്കുന്നതായാൽ അങ്ങനെയുള്ള ഒരു മനുഷ്യൻ സാമുദായിക ജീവിതത്തിനു കൊള്ളരുതാത്തവനായി പരിണമിക്കുമെന്നും സ്ഥാപിച്ചതിനുശേഷം ഈ ആന്തരിക സമരത്തിന്റെ ദൂഷ്യഫലങ്ങളെ ശമിപ്പിക്കാനുള്ള ഒരു ചികിത്സാമാർഗ്ഗവും മാനസികാപഗ്രഥനം നിർദ്ദേശിക്കുന്നുണ്ട്."

ആനൽ ഇറോട്ടിക് കാരക്ടർ ഇംഗ്ലീഷിൽ ഇങ്ങനെ വിവരിച്ചിരിക്കുന്നു: Anal Erotism is a Psychoanalytic theory, fixation of Libido at (or regression to) the anal phase of infantile development producing egotistic, dogmatic, stubborn miserly character (Wikipedia) ആത്മനിഷ്ഠത്തവും പിടിവാശിയും ഇണക്കമില്ലായ്മയുമുള്ള സ്വഭാവസവിശേഷതകളിലേക്ക് നയിക്കുന്ന ശൈശവകാമചോദനകളെക്കുറിച്ചുള്ള സാങ്കേതിക പദമാണ് ആനൽ ഈറോട്ടിക് കാരക്ടർ എന്നർത്ഥം. ചിട്ടയും പിശുക്കും ഈ സ്വഭാവികളുടെ കൂടെയുണ്ടാകും. വൈലോപ്പിള്ളിക്കവിതകളിലെ ആന്തരികമായ തെളിവുകളുടെ അടിസ്ഥാനത്തിലാണ് എം.എൻ.വിജയൻ, കവിയുടേത് ആനൽ ഈറോട്ടിക് സ്വഭാവമാണെന്നു പറഞ്ഞത്. അത് നിയതമായ അർത്ഥത്തിൽ സാഹിത്യനിരൂപണമല്ല എന്നും അദ്ദേഹം ആ ലേഖനത്തിൽ പറയുന്നുണ്ട്. അതാത് ശാസ്ത്രത്തിന്റെ ഉപകരണങ്ങൾ വെച്ചു വേണം അളവുകൾ നടത്താൻ. തെർമ്മോമീറ്റർ കൊണ്ട് കാലാവസ്ഥാ പ്രവചനം നടത്താനാവില്ല.

വൈലോപ്പിള്ളിക്കവിതയിലെ ഓറൽ ഈറോട്ടിക് സ്വഭാവങ്ങളെക്കുറിച്ച് ഡോ.പി.സോമൻ എഴുതിയ ലേഖനം ഇവിടെ ഓർക്കാവുന്നതാണ്. സഹ്യന്റെ മകൻ, മാമ്പഴം തുടങ്ങിയ പഠന ലേഖനങ്ങളുടെ അനുബന്ധമാണത്. ലാവണ്യസിദ്ധാന്തമോ വെറും തോന്നലുകളോ ഉപയോഗിച്ച് ശാസ്ത്രീയ നിഗമനങ്ങളെ സമീപിക്കുമ്പോൾ, പഴയ ഭീമനെപ്പോലെ എന്തോ ഒന്ന് ഒടിയുന്ന ശബ്ദം കേൾക്കും. ഗദയാണോ വാലാണോ എന്ന സന്ദേശം ഒടിഞ്ഞ ഗദ കാണുമ്പോൾ എളുപ്പം തീരും.

വൈലോപ്പിള്ളിയുടെ ശൈശവാനുഭവങ്ങൾ എങ്ങനെ ശ്രീധരമേനോൻ എന്ന മനുഷ്യനെ നിർമ്മിച്ചു എന്നും അവയെല്ലാം എങ്ങനെയാണ് വൈലോപ്പിള്ളി എന്ന കവിയുടെ കവിതകളിൽ ആഴത്തിലും പലപ്പോഴും നിഗൂഢമായും വിപരീതാർത്ഥത്തിലും ബിംബങ്ങളായും ഉപമകളായും ഉൾച്ചേർത്തിരിക്കുന്നു എന്നുമാണ് എം.എൻ.വിജയന്റെ കണ്ടെത്തലുകൾ. കവിയുടെ മകനും എം.എൻ.വിജയന്റെ ഫിസ്റ്റുല എന്ന രോഗം രണ്ടാമത്തെ തവണ ക്ഷാരസൂത്രം എന്ന രീതികൊണ്ട് ഭേദപ്പെടുത്തിയ പ്രസിദ്ധ ആയുർവേദ ഡോക്ടറുമായ ഡോ.ശ്രീകുമാർ, സ്വന്തം അച്ഛനെപ്പറ്റി പറഞ്ഞ ചില കാര്യങ്ങൾ ഓഡിയോ സന്ദേശമായി വാട്സാപ്പിലും മറ്റും പ്രചരിക്കുന്നുണ്ട്. അതുകേട്ട് കഴിഞ്ഞാൽ എം.എൻ.വിജയൻ കവിതയിൽ നിന്ന് പെറുക്കിയെടുത്ത സത്യങ്ങൾ എങ്ങനെ പൊരുത്തപ്പെടുന്നു എന്ന് അറിയാനാവും.

മലയാളത്തിലെ ഏത് വൈജ്ഞാനിക മേഖലയിലായാലും ഇത്രയും ആഴത്തിൽ പഠിച്ചും സുചിന്തിതമായും എഴുതിയ ലേഖനങ്ങൾ വളരെ കുറവായിരിക്കും. ലോകത്തിൽത്തന്നെ എത്രയുണ്ടെന്ന് അറിവുള്ളവർ പറയട്ടെ. ആ ഗംഭീര ലേഖനത്തെയാണ് തായാട്ട് ശങ്കരൻ മുതൽ എം.എൻ.കാരശ്ശേരി വരെയുള്ള പണ്ഡിതർ, തങ്ങൾക്ക്, തിരിയാതെ പോയ ആനൽ ഈറോട്ടിസം എന്ന ആണി ഉപയോഗിച്ച് കുത്തിക്കീറാൻ ശ്രമിച്ചത്. ഇനി അതേ ലേഖനത്തിൽ കോപ്രോഫീലിയ എന്നൊരു ശാസ്ത്രീയപദം എം.എൻ.വിജയൻ ഉപയോഗിക്കുന്നുണ്ട്. പുരീഷ താല്പര്യം എന്ന് പെട്ടെന്ന് പിടികിട്ടാത്ത മലയാളം വിവർത്തനമാണ് അദ്ദേഹം ആ വാക്കിനു നൽകിയിരിക്കുന്നത്. അതും ശൈശവമായ ഒരു അനുഭൂതി തന്നെ. അതാണ് വലുതാകുമ്പോൾ ഉദാത്തവൽക്കരിക്കപ്പെട്ട് മറ്റൊന്നാകുന്നത്. "തന്റെ ശരീരത്തിൽ നിന്ന് പുറത്തുവരുന്ന വിസർജ്ജനത്തിന്റെ ആർദ്രവും മന്ദോഷ്ണവുമായ സ്പർശം ശിശുവിന് സുഖദമായ ഒരു അനുഭവമാണ്. സംസ്കൃതചിത്തനായ മുതിർന്ന മനുഷ്യന് ഇതോർക്കാൻ പോലും വിഷമമായിരിക്കും. ഈ സ്പർശന സുഖം അതിനോടനുബന്ധിച്ച ഗന്ധമോക്ഷത്തേയും

സുഖകരമായ അനുഭവമാക്കിത്തീർക്കുന്നു." എന്ന് 'സഹ്യന്റെ മക'നിൽ. ഈ ശൈശവാനന്ദത്തിന്റെ ഉദാത്തീകരണമാണ്, മഞ്ഞനിറത്തിലുള്ള മലത്തോടുള്ള താല്പര്യമാണ്, മഞ്ഞനിറത്തിലുള്ള ലോഹത്തോട്, സ്വർണ്ണത്തോട് മനുഷ്യർക്ക് തോന്നുന്നത് എന്നുകൂടി പറഞ്ഞാൽ, ഇക്കൂട്ടർ സ്വർണ്ണക്കച്ചവടക്കാരെ ഏഷണി കൂട്ടി, എം.എൻ.വിജയനെതിരെ മറ്റൊരു മാനനഷ്ടക്കേസ് കൊടുപ്പിക്കുമായിരുന്നു. ചിരട്ടയുമെടുത്ത് കടലിൽ പോയാൽ അത്രയേ വാരിയെടുക്കാൻ കഴിയൂ.

3. "ബഷീറിന്റെ രാഷ്ട്രീയം ഒരു നിലയ്ക്ക് ലളിതമാണ്. അത് സാമ്രാജ്യത്വത്തിന് എതിരായി, കോളനി വാഴ്ചയ്ക്ക് എതിരായി പോരാടുക, ബ്രിട്ടീഷുകാരെ ഇവിടെ നിന്ന് ഓടിക്കുക, അതിനുവേണ്ടിയുള്ള സമരം. പിന്നെ സ്വാഭാവികമായും അദ്ദേഹം രാജാധിപത്യത്തിന് എതിരാണ്. ജന്മിത്തത്തിന് എതിരാണ്. മുതലാളിത്തത്തിന് എതിരാണ്. പാവപ്പെട്ടവരുടെ കൂടെയാണ്. ഇതൊക്കെത്തന്നെയാണ് വിജയൻ മാഷും. വിഷമമെന്താണെന്ന് വെച്ചാൽ ബഷീറിൽ ഒരു ഗാന്ധി ഉണ്ട്".

അതിലെന്താണ് വിഷമം? ഗാന്ധി ഉണ്ടാവുന്നത് നല്ലതല്ലേ? ഇവിടെപ്പറഞ്ഞ ആശയപരമായ തീർച്ചകൾ ബഷീറിനും എം.എൻ. വിജയനും മാത്രമല്ല അന്നത്തെ കമ്മ്യൂണിസ്റ്റുകാരിലും സോഷ്യലിസ്റ്റ് കോൺഗ്രസ്സുകാരിലും ഒട്ടനവധി എഴുത്തുകാരിലും കലാകാരന്മാരിലും നിറഞ്ഞുനിന്നിരുന്നു. കാൾമാർക്സും ലെനിനും മാവോ സേ തുങ്ങും അങ്ങനെയായിരുന്നു. ബഷീറിൽ ഗാന്ധിയുണ്ട് എന്ന് എം.എൻ. കാരശ്ശേരി മാഷ് ഉറപ്പിക്കുന്നത്, അഹിംസ എന്നൊരു തത്ത്വത്തിൽ ബഷീറിന് കൃത്യമായ, വളരെ നിഷ്ഠമായ വിശ്വാസം ഉണ്ട് എന്നതിനാലാണ്.

ഇവിടത്തെ ഒരു പ്രശ്നം ഗാന്ധിജി തെങ്ങുപോലെയോ പനപോലെയോ ആയിരുന്നില്ല എന്നും പല ശാഖകളുള്ള വടവൃക്ഷം പോലെയായിരുന്നു എന്നതുമാണ്. സ്വാതന്ത്ര്യത്തിനുള്ള പോരാട്ടത്തോടൊപ്പം മറ്റ് നിരവധി വ്യത്യസ്തമായ ആശയങ്ങൾ ഗാന്ധിയിൽ പ്രയോഗരൂപം കൈവരിച്ചിട്ടുണ്ട്. അതിൽ പ്രധാനമാണ് നൂൽനൂൽപ്പ്, ഹിന്ദി പഠനം, മദ്യവർജ്ജനം, ഉപവാസം, ക്ഷമ, ഗ്രാമസ്വരാജ്, ചെലവു ചുരുക്കൽ, പത്രപ്രവർത്തനം, എഴുത്ത് ഇങ്ങിനെ നിരവധി പ്രയോഗരൂപങ്ങളുള്ള ഒരു ദശരഥനാണദ്ദേഹം. ഇതിൽ ഏതെങ്കിലും ഒന്നുമാത്രം എടുത്തു കാണിച്ച് ഗാന്ധിയൻ ആണെന്ന് പറയുന്നതിൽ വാസ്തവത്തിൽ ഗാന്ധിയെ ചുരുക്കൽ ഉണ്ട്. ബഷീർ അഹിംസാവാദിയാണ്. ശരിയാണ്. അഹിംസ, പക്ഷെ, ഗാന്ധിയേക്കാൾ മുമ്പേ ബുദ്ധനിലും ക്രിസ്തുവിലും ഉണ്ട്. അതുകൊണ്ട്, അഹിംസ മാത്രം വെച്ചുകൊണ്ടോ

അവസാനകാലത്ത് ഗാന്ധി എന്നൊരു ലേഖനം എഴുതിയതുകൊണ്ടോ ഒരാളിൽ ഗാന്ധി നിറയില്ല.

എഴുത്തുകാർക്കുണ്ടാവുന്ന നിശ്ചലാവസ്ഥകൾ (Writer's Block) ഏറ്റവും കൂടുതൽ അനുഭവിച്ച ഒരു ലോക എഴുത്തുകാരനായിരിക്കും ബഷീർ. വൈകിയാണ് അദ്ദേഹം എഴുതാൻ തുടങ്ങുന്നതുതന്നെ. ഒരു ബാലപ്രതിഭ (Child prodigy) ഒന്നുമായിരുന്നില്ല, ബഷീർ. ഓരോന്നും ശേഖരിച്ചതിനുശേഷം കൂടുണ്ടാക്കുന്ന കിളിയെപ്പോലെ ലോകത്തിൽ കറങ്ങിനടക്കുകയും തീയും പുകയും, പൂവും പട്ടിണിയും, അടിയും തൊഴിയുമൊക്കെ വിഴുങ്ങുകയും ചെയ്ത ശേഷം സ്വദേശത്ത് മടങ്ങിയെത്തിയ 'മുടിയനായ പുത്ര'നാണ്.

എം.എൻ.കാരശ്ശേരി മാഷ് തന്നെ പറയുന്നതുപോലെ കള്ളുകുടിക്കുകയും, പുകവലിക്കുകയും ചെയ്തതുകൊണ്ട് ബഷീറിൽ നിന്ന് രണ്ട് ഗാന്ധി പുറത്തുപോയിട്ടുണ്ട്. ലഹരി വർജ്ജനം ദേശീയ പോരാട്ടങ്ങളുടെ ഭാഗമാക്കിയതാണ് ഗാന്ധിജി. ഗാന്ധിയൻ കമ്മ്യൂണിസ്റ്റ് എന്ന് മറ്റൊരു പേരുള്ള കെ.മാധവൻ, പതിനഞ്ചാം വയസ്സിൽ അറസ്റ്റ് ചെയ്യപ്പെടുന്നത്, കള്ളുഷാപ്പ് പിക്കറ്റിംഗിനിടെയാണ്. ആ പ്രവർത്തനം ഗാന്ധിയൻ പ്രയോഗങ്ങളിലെ പ്രധാനപ്പെട്ട ഒന്നായിരുന്നു.

ഗാന്ധിജിയിൽ തുടങ്ങിയ ബഷീർ, വളരെ വേഗം ഭഗത്സിംഗിലേക്ക് മാറുന്നുണ്ട്. ഒരു തീവ്രവാദഗ്രൂപ്പും ഉണ്ടാക്കുന്നുണ്ട്. ഭഗത്സിംഗിനെ രക്ഷിക്കാൻ ഗാന്ധിജി വേണ്ടത്ര ശുഷ്ക്കാന്തി കാണിച്ചില്ല എന്നൊരു വലിയ വേദന അക്കാലത്തേയും എക്കാലത്തേയും സ്വാതന്ത്ര്യദാഹികൾക്കുണ്ടായിരുന്നു. ആ വിഷയത്തിൽ ബഷീറിന്റെ നിലപാട് എന്താണ് എന്ന് നമുക്ക് കൃത്യമായി അറിയില്ല.

ഗാന്ധിജി സമം പ്രയോഗം ആണ്. സംഘടനയിലും വൈയ്യക്തികമായും ഗാന്ധിജി നിരന്തരമായി പ്രവർത്തിച്ചുകൊണ്ടിരുന്നു. ഇത്രയധികം രാഷ്ട്രീയ പ്രവർത്തനങ്ങളുടേയും ചർച്ചകളുടേയും യാത്രകളുടെയും ഉപവാസക്ഷീണങ്ങളുടേയും ഇടയിൽ അദ്ദേഹം നൂറുവോള്യത്തിനു വേണ്ട കാര്യങ്ങൾ എഴുതിയിരുന്നു എന്നു കൂടി ഓർക്കണം. അതും സൂര്യനു താഴെയുള്ള എല്ലാ വിഷയങ്ങളെക്കുറിച്ചും. ബഷീർ അങ്ങനെ നിരന്തരമായ പ്രവർത്തനങ്ങളുടെ ആകത്തുകയായിരുന്നില്ല. സംഘടനയൊക്കെ അദ്ദേഹം നേരത്തെ ഉപേക്ഷിച്ചു. അതുകൊണ്ട് അദ്ദേഹത്തിന് വെടികൊണ്ട് വീഴേണ്ടി വന്നില്ല. പ്രായാധിക്യം കൊണ്ടാണ് ബഷീർ ലോകം വിട്ടുപോയത്.

ഗാന്ധിജിയുടെ ഒരു തുവലെടുത്ത് ആർക്കെങ്കിലും കുത്തിക്കൊടുത്താൽ അയാൾ ഗാന്ധിയനാവില്ല എന്നാണ് പറഞ്ഞുവരുന്നത്. നമ്മുടെ

ഗാന്ധിയൻ പ്രസ്ഥാനങ്ങളുടെ ഇന്നത്തെ അവസ്ഥ ദയനീയമാണ്. ഗാന്ധിയുടെ പുസ്തകം വിറ്റും ചർക്കയിൽ നൂൽനൂറ്റും ഹിന്ദി പഠിപ്പിക്കാൻ നോക്കിയും അക്ഷരശുദ്ധി ഗാന്ധിജിക്ക് ഹാസ്യാനുകരണങ്ങൾ ഉണ്ടാക്കുക യാണ്. ഈ കാലത്തിന്റെ പൊള്ളുന്ന പ്രശ്നങ്ങളിലൊന്നും ഇവരുടെ അഭിപ്രായങ്ങൾ ഒന്നും കേൾക്കില്ല. ഗാന്ധി ധരിക്കാത്ത തൊപ്പിയാണ് ഗാന്ധിത്തൊപ്പി എന്ന് എം.എൻ.വിജയൻ മാഷ് ഒരിടത്ത് പറയുന്നുണ്ട്. ഗാന്ധിയൻ പ്രസ്ഥാനത്തിന് സംഭവിച്ചുകൊണ്ടിരിക്കുന്ന ദുരവസ്ഥയെ കൃത്യമായി കാണിക്കുന്ന രണ്ട് ചെറുകഥകളാണ് അശോകൻ ചരുവിലി ന്റെ 'രണ്ട് നൂൽപ്പ്'കാരും ടി.പി.വേണുഗോപാലന്റെ 'ജഗദീശ്വര ഫയർ വർക്സും.

വളരെ വലിയ എഴുത്തുകാരനായ ബഷീറിനെ ഗാന്ധിയനോ ഗാന്ധിയുള്ളവനോ ആയി രൂപാന്തരീക്കേണ്ട കാര്യമൊന്നുമില്ല. മലയാ ളത്തിലെ ആഴമുള്ള എഴുത്തുകാരിൽ ഒരാളാണ് വൈക്കം മുഹമ്മദ് ബഷീർ. ഒരുപക്ഷേ ഗാന്ധിജിയേക്കാൾ വ്യത്യസ്തവും വൈവിദ്ധ്യമുള്ള തുമായ ജീവിതാനുഭവങ്ങൾ ബഷീറിനുണ്ട്. ആ അനുഭവങ്ങളുടെ വൻക രയാണ് അദ്ദേഹം കൊണ്ടുവന്നത് എന്ന് എം.എൻ.വിജയൻ മാഷ് പറഞ്ഞകാര്യം കാരശ്ശേരി മാഷും പ്രഭാഷണവശാൽ സ്മരിക്കുന്നുണ്ടല്ലോ.

എഴുത്തുകാർ എഴുത്തുകാരാണ്. അവർ പലതും ചെയ്യും. അവർ സമരത്തിൽ പങ്കെടുക്കും. അതിൽ നിന്ന് മാറിനിൽക്കും. മദ്യപിക്കും. ഭ്രാന്ത് കാണിക്കും. എഴുതും. എഴുതാതിരിക്കും. വ്യക്തി എന്ന നിലയിൽ അസഹ്യരായ പലരും എഴുത്തുകാരൻ/എഴുത്തുകാരി എന്ന നിലയിൽ നമുക്ക് പ്രിയപ്പെട്ടവരാകും. ഇതൊന്നും അവരുടെ എഴുത്തിനെ അളക്കാനുള്ള അളവുകോലുകളല്ല. കുഞ്ഞുപാത്തുമ്മയും സുഹറയും നാരായണിയും തങ്കവുമൊക്കെ പിറന്നുവീണത്, ബഷീർ ഗാന്ധിയ നായതുകൊണ്ടൊന്നുമല്ല എന്നത് മൂന്നുതരം. അത് അദ്ദേഹത്തിന്റെ ഉള്ളിലിരുന്ന് വിങ്ങിയ കഥാപാത്രങ്ങളാണ്. 'ജന്മദിനം' പോലെ ദാരി ദ്ര്യത്തെയും പട്ടിണിയേയും കുറിക്കുന്ന കഥകൾ അധികമില്ല. ഗാന്ധിജി ദാരിദ്ര്യം അനുഭവിച്ചിട്ടുണ്ടാവില്ല. ഉപവാസകാലത്തല്ലാതെ പട്ടിണിയും അനുഭവിച്ചിട്ടുണ്ടാവില്ല. അതുകൊണ്ടുമാത്രം മഹാത്മാ കുറഞ്ഞ ആളാ കുന്നുമില്ല.

ഒരർത്ഥത്തിലും ബഷീർ ഗാന്ധിയനല്ല. അത് കാരശ്ശേരി മാഷിനും അറിയാമെന്നാണ് എന്റെ വിശ്വാസം. പിന്നെന്തിനാണ് തന്റെ കഷണ്ടിയും മൊട്ടയും സമൃദ്ധമായി കാണിച്ച ജീവിച്ച ബഷീറിനെ എം.എൻ.കാരശ്ശേരി മാഷ് 'ഗാന്ധിജി ധരിക്കാത്ത' ഗാന്ധിത്തൊപ്പി അണിയിക്കുന്നത്? തീർച്ചയായും അതിന് വേറൊരു ഉദ്ദേശ്യമാണുള്ളത്.

എഴുത്തുകാർക്കുണ്ടാവുന്ന നിശ്ചലാവസ്ഥകൾ (Writer's Block) ഏറ്റവും കൂടുതൽ അനുഭവിച്ച ഒരു ലോക എഴുത്തുകാരനായിരിക്കും ബഷീർ. വൈകിയാണ് അദ്ദേഹം എഴുതാൻ തുടങ്ങുന്നതുതന്നെ. ഒരു ബാലപ്രതിഭ (Child prodigy) ഒന്നുമായിരുന്നില്ല, ബഷീർ. ഓരോന്നും ശേഖരിച്ചതിനുശേഷം കൂടുണ്ടാക്കുന്ന കിളിയെപ്പോലെ ലോകത്തിൽ കറങ്ങിനടക്കുകയും തീയും പുകയും, പൂവും പട്ടിണിയും, അടിയും തൊഴിയുമൊക്കെ വിഴുങ്ങുകയും ചെയ്ത ശേഷം സ്വദേശത്ത് മടങ്ങിയെത്തിയ 'മുടിയനായ പുത്ര'നാണ്, വൈലോപ്പിള്ളിയുടെ വർക്കത്തുകെട്ട താറാവിലെ അരയന്നക്കുഞ്ഞിനെപ്പോലെ, വർക്കത്തുള്ള എഴുത്തുകാരനായിത്തീരുന്നത്. വീണ്ടും അദ്ദേഹം നിശ്ചലനാകുന്നുണ്ട്. എൺപത്തിഎട്ട് വർഷത്തെ ദീർഘജീവിതത്തിൽ എത്ര കൊല്ലം അദ്ദേഹം എഴുതിക്കൊണ്ട് ജീവിച്ചിട്ടുണ്ട് എന്നു നോക്കിയാലും നമുക്കിത് മനസ്സിലാകും. ഇതൊന്നും ബഷീറിന്റെ മഹത്വത്തെ കുറയ്ക്കുന്ന കാര്യങ്ങളുമല്ല.

ഒരർത്ഥത്തിലും ബഷീർ ഗാന്ധിയനല്ല. അത് കാരശ്ശേരി മാഷിനും അറിയാമെന്നാണ് എന്റെ വിശ്വാസം. പിന്നെന്തിനാണ് തന്റെ കഷണ്ടിയും മൊട്ടയും സമൃദ്ധമായി കാണിച്ച ജീവിച്ച ബഷീറിനെ എം.എൻ.കാരശ്ശേരി മാഷ് 'ഗാന്ധിജി ധരിക്കാത്ത' ഗാന്ധിത്തൊപ്പി അണിയിക്കുന്നത്? തീർച്ചയായും അതിന് വേറൊരു ഉദ്ദേശ്യമാണുള്ളത്.

എം.എൻ. വിജയൻ മാഷിന്റെ രാഷ്ട്രീയമെന്ത് എന്ന ചോദ്യം എം.എൻ. കാരശ്ശേരി മാഷ് ചോദിക്കുകയും അതിന് അദ്ദേഹം അറിഞ്ഞുവെച്ച കാര്യങ്ങൾ വിശദീകരിക്കുമ്പോൾ, ഒരു ബലത്തിനുവേണ്ടിയാകണം, പേരില്ലാത്ത കുറേ വ്യക്തികൾ ചേർന്ന ഒരാൾക്കൂട്ടത്തെ, സമാനചിന്താഗതിക്കാരായി കൂടെ കൂട്ടുകയും ചെയ്യുന്നുണ്ട്. പേരെടുത്തു പറയാത്തതുകൊണ്ട് അവരൊക്കെ ആരെന്ന് ഊഹിക്കുകയേ നിവൃത്തിയുള്ളൂ. ഊഹം എവിടെയും എത്താതെയൊന്നുമില്ല. പക്ഷെ അത്യാവശ്യമില്ലാത്തതുകൊണ്ട് അത് ഉപേക്ഷിക്കുന്നു.

ആ കാര്യങ്ങളിലേക്ക് കടക്കുന്നതിനുമുമ്പ്, എം.എൻ. കാരശ്ശേരി മാഷ് ആനുഷംഗികമായി എന്നോണം പറഞ്ഞുപോയ ചില കാര്യങ്ങളുണ്ട്. അവയെക്കുറിച്ച് കൂടി പറയാതെ മുന്നോട്ട് പോവുക വയ്യ.

4. "ബ്രണ്ണൻ കോളേജിലെ അദ്ധ്യാപനം കഴിഞ്ഞിട്ട്, ഏതാണ്ട് പത്തമ്പത്തെട്ട് വയസ്സായിട്ടാണ് വിജയൻ മാഷ് സജീവരാഷ്ട്രീയത്തിലേക്ക് വരുന്നത്."

ഈ രീതിയിൽ ആദ്യമായി പറയുന്നത് കാരശ്ശേരി മാഷ് അല്ല. എം.എൻ. വിജയൻ വധം (കഥ)കളി അരങ്ങേറിയിരുന്ന കാലത്ത് ചിലരുടെ വലിയ പ്രശ്നം അതായിരുന്നു. വളരെ ലെയ്റ്റായിപ്പോയി

എന്ന്. അവരുടെ വാദം ആവർത്തിക്കുക മാത്രമാണ് കാരശ്ശേരി മാഷ് ചെയ്തത്. വിജയൻ മാഷ് സാഹിത്യത്തിൽ നിന്ന് രാഷ്ട്രീയത്തിലേക്ക് വന്നതാണെന്നും താൻ രാഷ്ട്രീയത്തിൽ നിന്നും സാഹിത്യത്തിലേക്ക് വന്നതാണെന്നും അശോകൻ ചരുവിൽ അസന്നിഗ്ദ്ധമായി പറഞ്ഞിട്ടുണ്ട്. കാരശ്ശേരി മാഷ് തന്നെ ഈ പ്രഭാഷണത്തിൽ രണ്ടുമൂന്നു തവണ ഈ വൈകൽ ആവർത്തിക്കുന്നുണ്ട്. മറ്റൊരിടത്ത് "റിട്ടയർമെന്റ് കഴിഞ്ഞിട്ട് ആ പ്രസ്ഥാനത്തിന്റെ (പുരോഗമന കലാസംഘം) പന്ത്രണ്ട് കൊല്ലം എന്നാണെന്റെ ഓർമ്മ പ്രസിഡണ്ടായിരുന്നു വിജയൻ മാഷ്" എന്ന് പറയുന്നുണ്ട്. വസ്തുതാപരവും വളരെ നിർദ്ദോഷവുമായ അഭിപ്രായമല്ലേ ഇത് എന്നു തോന്നാം. എന്നാൽ അങ്ങനെയല്ല. മറ്റൊരു പണിയും ഇല്ലാതായപ്പോൾ ഇനി കുറച്ചു രാഷ്ട്രീയമായിക്കളയാം എന്ന് വിജയൻ മാഷ് കരുതി എന്നാണ് അതിന്റെ നാടൻ അർത്ഥം.

എം.എൻ.വിജയൻ മാഷ് വളരെ ചെറുപ്പത്തിൽത്തന്നെ രാഷ്ട്രീയത്തിലും എഴുത്തിലും സാഹിത്യത്തിലും നിലയുറപ്പിച്ചിരുന്നു. ഒന്നിൽ നിന്ന് കൂടുമാറി മറ്റൊന്നിലേക്ക് വന്നതല്ല. കൗമാരത്തിൽ സിഗ്മണ്ട് ഫ്രോയിഡിനെക്കുറിച്ച് ലേഖനങ്ങൾ പ്രസിദ്ധീകരിക്കുന്നുണ്ട്. 1948-ൽ അന്നത്തെ കേരളപത്രികയിൽ വന്ന ഒരു ലേഖനത്തിൽ (സിഗ്മണ്ട് ഫ്രോയിഡ്) അദ്ദേഹം ഇങ്ങനെ എഴുതി. "ഫ്രോയിഡ് വാദിക്കുന്നത് അബോധത്തിൽ ലൈംഗികദാഹം (Libido)- ഇന്നത്തെ ശൈലിയിൽ 'ഹൃദയത്തിന്റെ വിശപ്പെ' ന്നു പറയാം- മാത്രമേയുള്ളുവെന്നാണ്. ഈ അഭിപ്രായത്തോട് ഇന്നത്തെ ശാസ്ത്രജ്ഞരും ചിന്തകരും യോജിക്കുന്നില്ലെങ്കിലും അതിന്റെ മൗലികവശം പൃഷ്ഠിവെപ്പിന്റെ മാരകഫലം-അവർക്കും സമ്മതിച്ചുകൊടുക്കാതെ നിവൃത്തിയില്ല. ഒരു ആധുനിക മന:ശ്ശാസ്ത്രവിദഗ്ദ്ധനായ ജോസഫ് ജാസ്ത്രോ പറയുന്നപോലെ മനുഷ്യരാരും അഭിലഷിക്കുന്നതുപോലെ പ്രവർത്തിക്കുന്നില്ല. (ഒരുപക്ഷെ ചിന്തിക്കേണമെന്നു കരുതുന്നപോലെ പ്രവർത്തിക്കുന്നില്ല) നാമെല്ലാം പുറത്തുനിന്നും അകത്തുനിന്നും ബന്ധിക്കപ്പെട്ടിരിക്കയാണ്.

അത്യന്തം സങ്കീർണ്ണവും ജടിലവുമായ ഇന്നത്തെ ലോകത്തിന് സിഗ്മണ്ട് ഫ്രോയിഡ് മഹത്തായ ഒരു സന്ദേശം നൽകുന്നുണ്ട് - ജീവിതം കൂടുതൽ തുറക്കുക."

ഫ്രോയിഡിനെക്കുറിച്ച് അതേ ലേഖനത്തിൽ ഇങ്ങനെയും പറയുന്നു: "എല്ലാ മനുഷ്യരുടേയും മന:സാക്ഷിയെ വെകിളി പിടിപ്പിക്കുവാനും കുറേയേറെ അന്തർമുഖമാക്കുവാനും അദ്ദേഹത്തിന് കഴിഞ്ഞിട്ടുണ്ടെന്ന് തീർച്ച. മറ്റെല്ലാ വിപ്ളവകാരികളേയും പോലെ ഫ്രോയിഡും ശകാരം സഹിച്ചിട്ടുണ്ട്. അഥവാ, അദ്ദേഹം തന്നെ മിക്കപ്പോഴും ഊന്നിയൂന്നി

പ്രഖ്യാപിക്കാറുള്ളതുപോലെ മഹത്വവാഞ്ഛയുടെ (Desire to be sreat) പ്രകടനമായിരുന്നുവോ ആ സഹനശക്തിയും ഓർമ്മവീര്യവും''?

ഇതെഴുതുമ്പോൾ അദ്ദേഹത്തിന് വയസ്സ് പതിനെട്ട്. ഇതിനു മുമ്പുള്ള ചില സംഭവങ്ങൾ, "പറഞ്ഞുകൊടുത്ത് മറ്റാരെക്കൊണ്ടോ എഴുതിച്ചതുകൊണ്ട് നന്നാവാതെ പോയ'' ആത്മകഥയിൽ ഉണ്ട്. കൃതി നല്ലതല്ലെങ്കിലും വസ്തുതകൾ വസ്തുതകളാണ് എന്ന് കാരശ്ശേരി മാഷ് അംഗീകരിക്കും എന്ന് കരുതുന്നു.

'കാലിഡോസ്ക്കോപ്പ്' എന്ന ആത്മകഥയിൽ 'സമരങ്ങൾ' എന്ന അദ്ധ്യായത്തിൽ ഇങ്ങനെയുണ്ട്:

"ദേശീയ സമരത്തിന്റെ തീജ്വാലകൾ വിദ്യാർത്ഥികളുടെ ഹൃദയത്തിലും പ്രബലമായിരുന്നു. കമ്മ്യൂണിസ്റ്റ് പാർട്ടി അനുദിനം ജനങ്ങളുടെ ജീവിതത്തിലേക്ക് ചേക്കേറി. ഹൈസ്ക്കൂളിൽ കമ്യൂണിസ്റ്റ് ഗ്രൂപ്പ് സജീവമായിരുന്നു. ഞാൻ സോഷ്യലിസ്റ്റ് ഗ്രൂപ്പിലാണ് പ്രവർത്തിച്ചിരുന്നത്. വിദ്യാർത്ഥി കോൺഗ്രസ്സിന്റെ കൊടുങ്ങല്ലൂർ യൂണിറ്റ് സെക്രട്ടറി ഞാനായിരുന്നു. അന്നത്തെ സ്റ്റുഡന്റ്സ് കോൺഗ്രസ്സിന്റെ കോഴിക്കോട് സമ്മേളനത്തിൽ ഞാൻ പങ്കെടുത്തു. ഒരു കൽക്കരി വണ്ടിയിൽ ഞാൻ കോഴിക്കോട് ചെന്നിറങ്ങി..... സ്കൂളിലെ അന്തരീക്ഷം അന്ന് സമരകലുഷിതമായിരുന്നു. രാജ്യത്തിന്റെ ഏതു ഭാഗത്തും നടക്കുന്ന സംഭവങ്ങളും ഒരു തീപ്പൊരിപോലെ സ്കൂളിൽ പടർന്നു.''

'ആഗസ്റ്റ് 15' എന്ന അദ്ധ്യായത്തിൽ ഇങ്ങനെയുണ്ട്:

"രാഷ്ട്രം മുഴുവൻ തിളച്ചുമറിയുന്ന ഈ ഘട്ടത്തിൽ സ്റ്റുഡന്റ് കോൺഗ്രസ്സിന്റെ പ്രവർത്തകനായി കോളേജ് ജീവിതം തുടങ്ങി.''

"പ്രിൻസിപ്പാൾ നാട്ടുരാജ്യത്തിന്റെ പതാക ഉയർത്തുന്ന നിമിഷത്തിൽത്തന്നെ കോളേജിൽ ദേശീയ പതാക ഉയർത്താൻ ഞങ്ങൾ നിശ്ചയിച്ചു. കൊടുങ്ങല്ലൂർക്കാരനായ അഹമ്മദുണ്ണിയെയാണ് പതാക ഉയർത്തേണ്ട ആളായി ഞങ്ങൾ തീരുമാനിച്ചത്.''

ആ തീരുമാനത്തിലേക്ക് പണക്കാരായ വിദ്യാർത്ഥികളുടെ ഗുണ്ടാ പാർട്ടി കയറുന്നതും മർദ്ദനം അഴിച്ചുവിടുന്നതും സുന്ദരേശൻ എന്ന വിദ്യാർത്ഥിയുടെ തല പാറകൊണ്ട് അടിച്ചുതകർക്കുന്നതും അതിൽ പറയുന്നുണ്ട്. സ്വാതന്ത്ര്യത്തിനു വേണ്ടി നിലകൊണ്ട വിദ്യാർത്ഥികളെ കോളേജിൽ നിന്നു പുറത്താക്കി.

പിന്നെയദ്ദേഹം പഠിക്കാൻ വേണ്ടി പോവുകയാണുണ്ടായത്'' എന്ന് കാരശ്ശേരി മാഷ് പറയുന്നുണ്ട്. അത് പ്രത്യയശാസ്ത്രനിരപേക്ഷമായ ഒരു പോക്കായിരുന്നില്ല എന്നുകൂടി പറയണം. ഒരാൾക്കല്ല, ലക്ഷക്കണക്കിന്

ആൾക്കാർക്ക് നിരാശയുണ്ടാക്കിയ അധികാര കൈമാറ്റമാണ് ഇന്ത്യയിൽ നടന്നത്. "സ്വാതന്ത്ര്യത്തിന്റെ പുതിയ പുതിയ അർത്ഥങ്ങൾ വിശുദ്ധമായൊരു പ്രഭാതത്തെ സ്വപ്നം കണ്ടവരെ തകർത്തു" എന്ന് വിജയൻ മാഷ് 'മുറിവുകൾ' എന്ന അദ്ധ്യായത്തിൽ എഴുതിയിട്ടുണ്ട്.

"സ്വാതന്ത്ര്യം ആഘോഷിച്ചതിന് മഹാരാജാസിൽ നിന്ന് പുറത്താക്കിയവരെ ആരെയും തിരിച്ചെടുത്തില്ല. കള്ളുകുടിച്ചും, പാറകൊണ്ട് വിദ്യാർത്ഥിയുടെ തലയ്ക്കടിച്ചും സ്വാതന്ത്ര്യം ആഘോഷിച്ചവർ പൂർവ്വാധികം വർണ്ണപ്പകിട്ടോടെ കോളേജിൽ തുടർന്നു" ഇതിൽ ക്ഷുഭിതനായി വൈലോപ്പിള്ളി എഴുതിയത് കാലിഡോസ്കോപ്പിൽത്തന്നെ ഉണ്ട് :

"രാവിലെ ദാസ്യം പുൽകി എച്ചിൽ തിന്നുറങ്ങിയോർ
രാവിലേ മട്ടുപ്പാവിൽ യജമാനന്മാരായി വാഴ്വൂ
വിളക്കുകൊളുത്തി അന്നുറക്കമിളച്ചവൻ പുറത്തും
ഈ സ്വാതന്ത്ര്യം എന്തൊരു പരിഹാസ്യം"

"സ്വാതന്ത്ര്യത്തിനുശേഷം ജന്മി കോൺഗ്രസ്സിൽ ചേർന്നു. കൊടുങ്ങല്ലൂരിലുള്ള കോൺഗ്രസ്സ് പ്രസ്ഥാനം ജന്മിയുടെ കൈകളിലായി" എന്ന് കാലിഡോസ്കോപിൽ പറയുന്ന എം.എൻ.വിജയൻ മാഷ് പി.കുഞ്ഞിരാമൻ നായരെക്കുറിച്ച് പറയുമ്പോൾ ഇങ്ങനെ എഴുതിയിട്ടുണ്ട് :

"പി. സ്വാതന്ത്ര്യസമരസേനാനിയായിരുന്നു. പിന്നെ 1947നുശേഷം സ്വാതന്ത്ര്യത്തിന് എതിരായി എഴുതി. "എന്നും കുലക്കാത്ത വാഴ വെച്ചിടണം" എന്നാണ് പഞ്ചവത്സര പദ്ധതിയെപ്പറ്റി പി. എഴുതിയത്." എൻ.വി.യുടെ ഭാഷയിൽ ഇത് മോഹഭംഗമാണ്."

സ്വാതന്ത്ര്യാനന്തരമായ മോഹഭംഗം എൻ.വി. കൃഷ്ണവാര്യർക്കും ഉണ്ടായിരുന്നു എന്ന് നമുക്കറിയാം. അദ്ദേഹത്തിന്റെ 'ഗാന്ധിയും ഗോഡ്സെയും' എന്ന കവിത അതിന്റെ ആശയം കൊണ്ട് വളരെ രൂക്ഷമാണ്.

അന്തിയിൽ പ്രൊജക്റ്റ്ഹൗസിൽ
ക്കാറിറങ്ങുന്നു ഗോഡ്സെ
മന്ത്രിയെക്കാണാനെത്തി-
ച്ചേരുന്നു പ്രമാണിമാർ
കമ്പനിത്തലവന്മാർ
കമ്മീഷനേജന്റുമാർ
കോൺട്രാക്ടറും കക്ഷി
മുഖ്യനും കലക്ടറും-
മദ്യവും വാദ്യങ്ങളും

മെത്തിച്ച ടൂറിസ്റ്റ് ഹോട്ടൽ
മുഗ്ദ്ധഹാസ്യയാളെത്തീ-
സാമൂഹ്യപ്രവർത്തക
അരിവാങ്ങുവാൻ ക്യൂവിൽ
തങ്ങിനിൽക്കുന്നു, ഗാന്ധി
അരികെ ക്കുറ്റൻ കാറിലേറി
നീങ്ങുന്നു ഗോഡ്സെ.

അങ്ങനെ സ്വാതന്ത്ര്യസമരസേനാനികൾ, നേതാക്കൾ, കവികൾ, എഴുത്തുകാർ, കലാകാരന്മാർ, ചിന്തകർ, മറ്റുള്ളവർ എന്നിങ്ങനെ പ്രബലമായ ഒരു വിഭാഗം ഇന്ത്യക്കാരെ ഇച്ഛാഭംഗത്തിൽ തള്ളിയിട്ടാണ് സ്വതന്ത്ര ഭാരതം നിലവിൽ വന്നതും നിലനിന്നതും. ബഷീർ, ഖദർ ഉപേക്ഷിച്ചതിനെക്കുറിച്ച് കാരശ്ശേരി മാഷ് സൂചിപ്പിക്കുന്നുണ്ട്. നിരാശയുടേയും ഇച്ഛാഭംഗത്തിന്റെയുമായ ഈ രാഷ്ട്രീയമാണ് എം.എൻ. വിജയൻ മാഷെയും സ്വാധീനിച്ചത്. പിന്നീട് വളരെക്കഴിഞ്ഞ് മറ്റൊരു സന്ദർഭത്തിൽ "രാജിയും ഒരു രാഷ്ട്രീയപ്രവർത്തനമാണ്." എന്ന് അദ്ദേഹം പറഞ്ഞത് ഇവിടെ ഓർക്കാം.

എൻ.വി. കൃഷ്ണവാര്യർ കവിതയിലൂടെ ഭയന്ന രാഷ്ട്രീയം ഇപ്പോൾ സംഹാരരൂപം ആർജ്ജിച്ചത് നാം കാണുന്നു. ഗോഡ്സെ കാറിൽപ്പോകുമ്പോൾ ഗാന്ധിജി റേഷൻ വാങ്ങാൻ ക്യൂവിൽ നിൽക്കുന്നതു മാത്രമല്ല, സന്യാസി എന്നൊരു അധികാരവർഗ്ഗം ഉണ്ടാവുകയും അതിലൊരാൾ മഹാത്മാവിന്റെ ചിത്രത്തിലേക്ക് വെടിവെച്ചുകൊണ്ട് ഗോഡ്സെയെ ആഘോഷിച്ചതും നാം കണ്ടു. കവികളും ചിന്തകരും പലപ്പോഴും ഭാവിയെക്കുറിച്ച് സൂചനകൾ നൽകും.

ഇതു എം.എൻ.വിജയൻ മാഷുടെ ആത്മകഥയെക്കുറിച്ചുള്ള പ്രബന്ധം അല്ല. പക്ഷെ എഴുത്തിനും പുസ്തകത്തിനും അപ്പുറമുള്ള പ്രവർത്തനങ്ങളെക്കുറിച്ച പറയാൻ ആത്മകഥയെ ആശ്രയിക്കേണ്ടി വരും. പറഞ്ഞുകൊടുത്ത് എഴുതിയതുകൊണ്ട് മാറ്റു കുറഞ്ഞിട്ടുണ്ട് എന്ന് കാരശ്ശേരി മാഷ് പറഞ്ഞത് നേരത്തെ സൂചിപ്പിച്ചു. എങ്കിലും എം.എൻ. വിജയൻ മാഷ് തന്നെക്കുറിച്ച് നുണ പറയും എന്നാരും കരുതില്ലെന്ന് വിചാരിക്കുന്നു.

"ഞാൻ (ബ്രണ്ണൻ) കോളേജിൽ ചെന്നതിന്റെ ഒന്നോ രണ്ടോ വർഷം കഴിഞ്ഞപ്പോൾ തെരഞ്ഞെടുപ്പിൽ കെ.എസ്.യു. വിജയിച്ചു. അപ്പോൾ "വിജയൻ മാഷ് തോറ്റേ...." എന്ന മുദ്രാവാക്യവും മുഴക്കി കുട്ടികൾ എന്നെ കടന്നുപോയി.

എസ്.എഫ്.ഐ.യുടെ പ്രാഗ് രൂപമായിരുന്ന കെ.എസ്.എഫിന്റെ സ്റ്റാഫ് അഡ്വൈവസറായിരുന്നോ വിജയൻമാഷ് എന്ന് ആരും ചോദിക്കില്ലെന്നു കരുതുന്നു. കെ.എസ്.യു.ക്കാർക്ക്പോലും മനസ്സിലാകുന്ന വിധം ഇടതുപക്ഷത്തായിരുന്നു എം.എൻ.വിജയൻ മാഷുടെ നിലപാട് എന്ന് ഈ സംഭവം കാണിച്ചു തരുന്നു.

നല്ല ഒരു കലാലയാധ്യാപകൻ മാത്രമായിരുന്നു അദ്ദേഹം എങ്കിൽ കാരശ്ശേരി മാഷ് പറഞ്ഞ റിട്ടയർമെന്റിനു ശേഷമുള്ള പ്രവർത്തനങ്ങൾ മാറ്റു കുറഞ്ഞതാകുമായിരുന്നു. പക്ഷെ 1960 മുതൽ 1985 വരെയുള്ള കാലയളവിൽ എഴുത്തിനു പുറമെ രണ്ട് പ്രധാന പ്രവർത്തനങ്ങളിലും വിജയൻ മാഷ് തിരക്കിലായിരുന്നു.

ആദ്യത്തേത് ഏതാണ്ട് രണ്ട് ദശാബ്ദത്തോളം കാലം നടന്ന, കേരള സാഹിത്യ സമിതി തലശ്ശേരി ശാഖയുടെ ഇടപെടലുകളാണ്. അതൊരു മുഖ്യമായ സംഘടനാപ്രവർത്തനം തന്നെ. മലയാളത്തിലെ അന്നത്തെ പ്രമുഖ സാഹിത്യകാരന്മാരെല്ലാം സാഹിത്യസമിതി തലശ്ശേരി ശാഖയുടെ വാർഷിക സമ്മേളനത്തിന് എത്തുമായിരുന്നു. "ഡോ:എം. എസ്.മേനോന്റെ തളർച്ചയില്ലാത്ത പ്രതിഭയാണ് ഉത്തരകേരളത്തിന്റെ സാഹിത്യ ഭാഗധേയം നിർണ്ണയിച്ചത്" എന്ന് അതിനെപ്പറ്റി എം.എൻ. വിജയൻ മാഷ് എഴുതി. സമസ്ത കേരള സാഹിത്യപരിഷത്തിൽ ഇടതുപക്ഷത്തെ ഒതുക്കുന്ന തരത്തിൽ ഒരു അട്ടിമറി നടന്നപ്പോൾ, സി.പി.ഐ .എം രൂപീകരണം പോലെ, അതിൽ നിന്ന് ഇടതുപക്ഷക്കാർ ഇറങ്ങി വന്ന് ഉണ്ടാക്കിയതാണ്, കോഴിക്കോട്ട് കേന്ദ്രമായ കേരള സാഹിത്യ സമിതി "സാഹിത്യ സമിതിക്കു വേണ്ടി ഉത്തരകേരളം മുഴുവൻ ഞങ്ങൾ യാത്ര ചെയ്തു. എല്ലാ വിദ്യാലയങ്ങളിലും പോയി. വിദ്യാലയങ്ങളിലൊക്കെ വമ്പൻ സ്വീകരണമായിരുന്നു. മുഴുവൻ സാഹിത്യകാരന്മാരേയും കണ്ടു. കമ്മ്യൂണിസ്റ്റുകാരുമായി യോജിച്ചു നിൽക്കാത്തവരെയും സാഹിത്യസമിതിയിൽ അണിനിരത്തി" എന്ന് വിജയൻ മാഷ് ഓർക്കുന്നു. "ആണ്ടിലെ ഉത്സവംപോലെ സാഹിത്യസമിതിയുടെ വാർഷികത്തിനായി മലബാറുകാർ കാത്തിരിക്കുമായിരുന്നു."

ഇതിനേക്കാൾ കഠിനവും വേദന നൽകിയതുമായിരുന്നു, കേസരി എ.ബാലകൃഷ്ണപ്പിള്ളയുടെ കൃതികൾ തേടിപ്പിടിച്ച് സമാഹരിക്കൽ. പുരാണങ്ങളിൽ വേദങ്ങളെ കണ്ടെടുത്ത മത്സ്യാവതാരത്തെപ്പോലെ ഇരുപതാംനൂറ്റാണ്ടിലെ കേരളത്തിലെ ഏറ്റവും വിപ്ലവകാരികളിലൊരാളായ കേസരിയെ വീണ്ടെടുത്തത് എം.എൻ.വിജയൻ മാഷാണ്. കൂടെ ഡോ:യു.വി. കുമാരൻ, സി.കൃഷ്ണദാസ് എന്നീ അന്നത്തെ ചെറുപ്പക്കാരും ഉണ്ടായിരുന്നു. ഏതാണ്ട് എട്ടുവർഷത്തെ നിരന്തര

പരിശ്രമം കൊണ്ടാണ് കേസരിയുടെ സാഹിത്യ വിമർശനങ്ങൾ, നവീന ചിത്രകല, കേസരിയുടെ ചരിത്ര ഗവേഷണങ്ങൾ (4വോള്യം) Outtime of proto historic chronology of western Asia എന്നീ ഗ്രന്ഥങ്ങൾ പ്രസിദ്ധീകരണത്തിന് തയ്യാറായത്. അതൊരു അളവറ്റ പരിശ്രമം ആയിരുന്നു. കംപ്യൂട്ടറും, ഡി.ടി.പി.യുമൊന്നും ഇല്ലാത്ത കാലത്ത് ഇത്രയും പുറങ്ങൾ കൈകൊണ്ട് എഴുതിയെടുക്കുകയായിരുന്നു ഡോ: യു.വി. കുമാരനും സി.കൃഷ്ണദാസും. ഇതിനിടയിൽ, ഈയടുത്ത കാലത്ത് കേരള സാഹിത്യ അക്കാദമി വിശിഷ്ടാംഗത്വം കൊടുത്ത് ആദരിച്ച ഒരു ചെറുകിട നിരൂപകന്റെ മന:പൂർവ്വമോ അല്ലാത്തതോ ആയ അശ്രദ്ധ കൊണ്ട് കേസരിയുടെ സാഹിത്യകൃതിയുടെ കൈയ്യെഴുത്തുപ്രതി, അച്ചടിക്കുമുമ്പ് ഒരു പുഴയിലൂടെ ഒഴുക്കി വിടുകയുണ്ടായി. എഴുതിയത് മുഴുവനും വീണ്ടും എഴുതിയുണ്ടാക്കേണ്ടിവന്നു. അച്ചടിയിൽ അത് ആയിരത്തോളം പുറങ്ങൾ വരും.

5. "അദ്ദേഹത്തിന്റെ പ്രസംഗങ്ങളുടെ സമാഹാരങ്ങൾ ഒന്നും അദ്ദേഹത്തിന്റെ പുസ്തകമായിട്ട് കൂട്ടാൻ വയ്യാത്ത ഒരാളാണ് ഞാൻ. വിജയൻ മാഷ് എഴുതിയാലുണ്ടാവുന്ന ഒരു മിടുക്ക്, ഭംഗി, അതിന്റെയൊരാഴം, അതിന്റെയൊരു മൂർച്ച അതിനില്ല എന്നാണ്.... അപ്പപ്പോൾ ഉള്ള പ്രസംഗങ്ങളാണ്."

പ്രസംഗവും എഴുത്തും രണ്ടുതരം ആവിഷ്ക്കാരരീതികളാണ് എന്ന് എം.എൻ.കാരശ്ശേരി മാഷോടും മറ്റാരോടും പ്രത്യേകിച്ച് പറഞ്ഞു കൊടുക്കേണ്ട കാര്യമില്ല. കാരശ്ശേരി മാഷാണെങ്കിൽ സ്വദേശത്തും വിദേശത്തും നിരന്തരമായി പ്രസംഗിച്ചു നടക്കുന്ന ആളാണ്. അദ്ദേഹം നടത്തുന്നത് അപ്പപ്പോൾ ഉള്ള പ്രസംഗങ്ങളാണോ അല്ലയോ എന്നു മാത്രമേ അറിയേണ്ടതുള്ളൂ. എം.എൻ. വിജയൻ മാഷായാലും എം.എൻ.കാരശ്ശേരി മാഷായാലും പ്രസംഗമത്സരത്തിനെത്തുന്ന കുട്ടികളെപ്പോലെ, അഞ്ചുമിനുട്ട് മുമ്പ് വിഷയം കിട്ടി വേവലാതി പൂണ്ടു നടത്തുന്ന പ്രഭാഷണങ്ങളല്ല ചെയ്യുന്നത്. ആശയപ്രകാശനത്തിനുള്ള അവരുടെ മറ്റൊരു രീതിയാണ്. ഇത് ആദിമമായ ഒരു രീതി കൂടിയാണ്. അതുതന്നെ പല രൂപത്തിലുണ്ട്. ഒരു പൊതുതെരഞ്ഞെടുപ്പ് സമയത്തെ പ്രസംഗവും സാംസ്ക്കാരിക പ്രഭാഷണവും രാഷ്ട്രീയപ്രസംഗവും തമ്മിൽ വ്യത്യാസമുണ്ട്, ഉണ്ടാകണം.

വ്യത്യസ്തവും വിരുദ്ധവുമായ പത്തു വേദികളിൽ ഒരു ദിവസം 'സുന്ദരമായി' പ്രസംഗിക്കുന്ന മഹാന്മാരുള്ള നാടാണ് കേരളം. എം.എൻ. വിജയന്റെ പ്രഭാഷണങ്ങൾ ഏതായാലും ആ ഗണത്തിൽ വരില്ല. താൻ ഏറ്റെടുത്ത ദൗത്യങ്ങളുടെ ഭാഗമായി എഴുത്തിന്റെ തുടർച്ചയും പൂരണവുമാണ് അദ്ദേഹത്തിന് പ്രസംഗങ്ങൾ. ഒരു സാമ്പിളിനുവേണ്ടി എം.എൻ.

വിജയൻ മാഷുടെ പത്ത് പ്രസംഗങ്ങളുടെ വിഷയങ്ങൾ എന്തായിരുന്നു എന്ന് നോക്കാം. :

1. സാമൂഹ്യ മനഃശാസ്ത്രം
2. ഭാരതീയ ദർശനം
3. ഇന്ത്യൻ മനസ്സ്
4. മാർക്സും ഫ്രോയിഡും
5. ഫാസിസത്തിന്റെ മനഃശാസ്ത്രം
6. ഗുജറാത്തിനു ശേഷം
7. ഇന്ത്യൻ മനസ്സും ശാസ്ത്രബോധവും
8. വിദ്യാഭ്യാസം പുതിയ കാലഘട്ടത്തിൽ
9. ഫോക്‌ലോറിന്റെ മനഃശാസ്ത്രം
10. സംസ്ക്കാരവും വ്യവസായവും

ഞാനറിഞ്ഞേടത്തോളം കേൾക്കുമ്പോഴും പിന്നീട് വായിക്കുമ്പോഴും മൂർച്ചക്കുറവോ 'ക്ലാരിറ്റിയില്ലായ്മ'യോ മിടുക്കില്ലായ്മയോ ഒന്നും എം.എൻ. വിജയന്റെ പ്രഭാഷണങ്ങൾക്കില്ല. കേൾവിക്കുറവുകൊണ്ടോ തിമിരം കൊണ്ടോ അങ്ങനെ തോന്നാമെന്നു മാത്രം "കേൾക്കാൻ ചെവിമാത്രം പോരാ" എന്ന് കാരശ്ശേരി മാഷുടെ പ്രിയപ്പെട്ട കുട്ടികൃഷ്ണമാരാർക്ക് പണ്ട് എം.എൻ.വി.ജയൻ മാഷ് കൊടുത്ത മറുപടി ഇവിടെ ഓർക്കാം. തിമിരം എന്ന വാക്കിന് 'ശാരീരികമായ പ്രശ്നം' എന്നതിലുപരി ലാക്ഷണിക മായി പല അർത്ഥങ്ങളുമുണ്ട് എന്നറിയാമല്ലോ.

എന്തുകൊണ്ട് പ്രസംഗം എന്ന ചോദ്യത്തിന് വിജയൻ മാഷ് പലതവണ പറഞ്ഞ ഉത്തരം തന്നെയാണ് മികച്ച ഉത്തരം. "ബുദ്ധനും ക്രിസ്തുവും ഒന്നും എഴുതിവെച്ചിട്ടില്ല.''

6. "ഗാന്ധിയെ കാര്യമായിട്ട് പരിഗണിച്ചിട്ടില്ലാത്ത ഒരാളാണ് വിജയൻ മാഷ്. അതദ്ദേഹത്തിന് പഠിക്കാൻ താല്പര്യമില്ലാത്ത തുകൊണ്ടോ പഠിച്ചിട്ട് താല്പര്യമില്ലാത്തതാണോ എന്ന് എനി ക്കറിഞ്ഞുകൂടാ.''

1948ൽ, തന്റെ പതിനെട്ടാം വയസ്സിൽ നെഹ്റുവിനെക്കുറിച്ച് എഴുതിയ "യുഗത്തിന്റെ പ്രവാചകൻ" എന്ന ലേഖനത്തിൽ എം.എൻ. വിജയൻമാഷ് ഗാന്ധിജിയെക്കുറിച്ച് ഇങ്ങനെ പറയുന്നുണ്ട്. "ബാപ്പുജി ഇന്ത്യയുടെ പരിപൂർണ്ണമായ ഒരു പ്രതിരൂപമായിരുന്നു. മൂകയും ബലഹീ നയുമായ ഭാരതത്തിന്റെ ഏകോപിച്ച ശബ്ദം ഗാന്ധിജിയിൽക്കൂടി മാത്രമേ കേൾക്കുമായിരുന്നുള്ളൂ. ഇന്ത്യയിലെ മർദ്ദിതർ വഴി അദ്ദേഹം വിശ്വത്തിലെമ്പാടുമുള്ള മൂകലക്ഷങ്ങൾക്ക് ആവേശം നൽകിയെന്നത് ശരിയായിരിക്കാം. പക്ഷെ ഗാന്ധിജിയുടെ മനുഷ്യപ്രേമം രാഷ്ട്രത്തെ

കേന്ദ്രമാക്കി വട്ടംവീശി വട്ടംവീശി സാർവ്വലൗകികമായി വികസിക്കു മ്പോഴും അദ്ദേഹം നൂറുശതമാനവും ഭാരതീയനായിരുന്നു. ഭാരതത്തിന്റെ ആത്മവീര്യത്തോടൊപ്പം അതിന്റെ ദൗർബല്യങ്ങളുടേയും തികഞ്ഞ അവകാശിയായിരുന്നല്ലോ ഗാന്ധിജി- ഈ വാസ്തവം മറക്കുന്നതുകൊ ണ്ട് ഗാന്ധിജിയുടെ പെരുമയിൽ പകുതി നാം വെട്ടിക്കുറയ്ക്കുകയാണ് ചെയ്യുന്നത്''.

ഒരിക്കലും ഗാന്ധിയൻ ആയിട്ടില്ലാത്ത, ഗാന്ധിജിയുടെ പ്രഥമ ശിഷ്യൻ ജവഹർലാൽ നെഹ്റുവിന്റെ സ്വാതന്ത്ര്യാനന്തര ആശയങ്ങ ളോട് എം.എൻ.വിജയൻ മാഷിന് ആദ്യകാലത്ത് പ്രതിപത്തിയുണ്ടായി രുന്നു. അതിനർത്ഥം ഗാന്ധിജിയെ വായിച്ചില്ല എന്നോ പരിഗണിച്ചില്ല എന്നോ അല്ല 'ഗാന്ധിദർശനം' എന്ന അഭിമുഖത്തിൽ അദ്ദേഹം ഗാന്ധി യെക്കുറിച്ച് വിശദീകരിക്കുന്നുണ്ട്. അവയിൽ ചിലത് ഇങ്ങനെയാണ്.

1. ഇവിടത്തെ വിമോചന പ്രസ്ഥാനം എല്ലാ സ്ത്രീപുരുഷന്മാരേയും വിദ്യാർത്ഥികളെയും ഉൾപ്പെടുത്തിക്കൊണ്ടുള്ള ഒരു മാസ്സ് മൂവ്മെന്റാ യിരിക്കണം എന്ന ദർശനം ഗാന്ധിജിക്കുണ്ടായിരുന്നു. വിദ്യാർത്ഥി യുടെ പങ്കിനെക്കുറിച്ചും സ്ത്രീയുടെ പങ്കാളിത്തത്തെക്കുറിച്ചും അദ്ദേഹം പലപാട് പറഞ്ഞിട്ടുണ്ട്. സ്ത്രീകളുടെ പങ്കെന്നാൽ ഇന്ത്യയുടെ പകുതി പങ്കാണ്.

2. സത്യം എന്ന വാക്കിന് ഗാന്ധിജി നൽകുന്ന ഏറ്റവും ചുരുങ്ങിയ അർത്ഥം, വാക്കും പ്രവൃത്തിയും തമ്മിലുള്ള ബന്ധം എന്നാണ്.

3. ഹരിജനങ്ങളെ പുനരുദ്ധരിക്കാനുള്ള രാഷ്ട്രീയ പ്രസ്ഥാനം രൂപീകരി ക്കുന്ന സമയത്ത് ശ്രീനാരായണഗുരുവിനെ കണ്ടതിനുശേഷമാണ് ഹരിജനം എന്ന വാക്കുണ്ടായത്. ഹരിജൻ എന്നത് ദൈവവുമായുള്ള രാഷ്ട്രീയബന്ധമാണ്. ദൈവം ആരുടേതാണ് എന്നതാണ് ചോദ്യം. ദൈവം ദരിദ്രന്റേതാണ്. ദാരിദ്ര്യമാണ് ഇന്ത്യയുടെ യാഥാർത്ഥ്യം എന്നൊരു എക്ണോമിക്സ് ആശയമുണ്ട്. മാനുഷികമായതാണത്.

4 നിങ്ങളുടെ മാലിന്യം എവിടെ നിക്ഷേപിക്കണം എന്നതിന് വേറൊരു സ്ഥലത്ത് എന്നാണ് പഴയ ഉത്തരം. ഗാന്ധിയൻ ഉത്തരം നിങ്ങളുടെ പറമ്പിൽത്തന്നെ നിക്ഷേപിക്കുക എന്നാണ്. കുഴി കുഴിച്ച് അവിടെ ത്തന്നെ നിക്ഷേപിക്കുക. അപ്പോൾ ഈ മാലിന്യം മാലിന്യമല്ലാത്ത വളമായിത്തീരും.

5. അതുകൊണ്ടാണ് ഗാന്ധിജി പറഞ്ഞത് പുസ്തകമൊക്കെ എഴുതിയി ട്ടുണ്ടാവും. ബുദ്ധിജീവിയായിരിക്കും. പക്ഷെ തലച്ചോറും വായും മാത്ര മല്ല തനിക്ക് രണ്ട് കൈകളും ഉണ്ട്. അതുകൊണ്ട് ദിവസവും അര

മണിക്കൂറെങ്കിലും നൂൽ നൂൽക്കണം. അതാണ് ടോട്ടൽ കൺസെപ്റ്റ് എന്നു പറയുന്നത്. ഗാന്ധിജി മരിക്കുന്നതിനു തൊട്ടുമുമ്പ് വരെ നൂൽ നൂറ്റിരുന്നു.

ഇങ്ങനെ ഒരുപാടിടങ്ങളിൽ വിജയൻ മാഷ് ഗാന്ധിസത്തെ വെക്തമാക്കുന്നുണ്ട്. ഇവിടെ മറ്റൊരു കാര്യം ഉറപ്പിച്ചുപറയുന്നു. എം.എൻ. കാരശ്ശേരി എന്ന ന്യായാധിപനു മുന്നിൽ എം.എൻ.വിജയൻ നിരപരാധിയാണെന്ന് തെളിയിക്കാനുള്ള തൊണ്ടിമുതലുകൾ അവതരിപ്പിക്കുകയോ അദ്ദേഹത്തെ വെറുതെ വിടണമെന്നപേക്ഷിക്കുന്ന വക്കീൽപ്പണിയോ അല്ല ഇത്. എം.എൻ.കാരശ്ശേരി മാഷ് ക്രമരഹിതമായി (Randam)പ്പോലും എം.എൻ.വിജയനെ വായിച്ചിട്ടുണ്ടോ എന്ന സന്ദേഹം ഉയർത്തുകയാണ് ഇവിടെ.

7. "അന്നത്തെ ആ ജയകൃഷ്ണൻ വധം, അതുപോലെ അവിടത്തെ പാമ്പുവളർത്തൽ കേന്ദ്രം തച്ചുതകർത്തതിനെയൊക്കെ (എം.എൻ. വിജയൻ) ന്യായീകരിച്ച കാര്യമാണ് പറഞ്ഞത്."

ഈ രണ്ട് സംഭവങ്ങൾ തമ്മിൽ അഞ്ചു വർഷത്തെ വ്യത്യാസം ഉണ്ട്. ഒരുമിച്ചു നടന്നതല്ല എന്നർത്ഥം. 1994 നവംബർ 25നാണ് കൂത്തുപറമ്പിൽ എം.വി.രാഘവനെ തടഞ്ഞുകൊണ്ട് സമരം ചെയ്ത ഡി.വൈ.എഫ്.ഐ പ്രവർത്തകർക്കുനേരെ പോലീസ് നിറയൊഴിച്ചതും അഞ്ച് ചെറുപ്പക്കാർ വെടിയേറ്റു മരിച്ചതും ആറാമതൊരാൾ കഴുത്തിനുതാഴെ തളർന്നു കിടപ്പിലായതും ഈ സംഭവത്തിന്റെ പ്രതികരണം എന്ന നിലയിലാണ് എം.വി.രാഘവന്റെ ഉടമസ്ഥതയിലുള്ള പറശ്ശിനിക്കടവിലെ പാമ്പുവളർത്തൽ കേന്ദ്രം ആക്രമിച്ച് തീയിട്ടത്. കുറേ ജീവികൾ വെന്തുമരിച്ചു.

ഇവിടത്തെ മാധ്യമങ്ങളും മറ്റും മൃഗങ്ങളെ ചുട്ടുകൊന്നത് വലിയ ചർച്ച, വിഷയമാക്കുകയും അഞ്ചു യുവാക്കളെ കൊന്നത് അപ്രധാനമാക്കുകയും ചെയ്തപ്പോഴാണ്, മനുഷ്യരെ ചുട്ടുകൊല്ലുന്നതും മൃഗങ്ങളെ ചുട്ടുകൊല്ലുന്നതുപോലെ ക്രൂരമാണ് എന്ന അർത്ഥത്തിൽ എം.എൻ.വിജയൻ മാഷ് പറഞ്ഞത്. അതിൽ ഒരുതരത്തിലുള്ള ന്യായീകരണവും ഇല്ല. അഞ്ചു വർഷത്തിനുശേഷം നടന്ന കെ.ടി. ജയകൃഷ്ണൻ വധവും ഇതിനു സമമായ സംഭവമാണ്. 1994 ജനുവരി 26 ന് കെ.വി. സുധീഷ് എന്ന എസ്.എഫ്.ഐ. നേതാവിനെ വീട്ടിൽ കയറി അച്ഛന്റെയും അമ്മയുടെയും സഹോദരിയുടെയും മുന്നിലിട്ട് വെട്ടിക്കൊല്ലുകയായിരുന്നു. വിദ്യാർത്ഥികളുടെ മുന്നിലിട്ടു വെട്ടിക്കൊല്ലുന്നതും അച്ഛനമ്മമാരുടെ മുന്നിലിട്ട് വെട്ടിക്കൊല്ലുന്നതും ഒരേതരത്തിൽ പരിഗണിക്കേണ്ടതാണ് എന്നാണ് എം.എൻ.വിജയൻ

പറഞ്ഞത്. ഇതിലെവിടെ ന്യായീകരണം.? ചൈന തിബറ്റിൽ നടത്തിയ അധിനിവേശത്തെ ഇന്നും എതിർക്കുന്നവർ അമേരിക്ക ഇറാക്കിൽ നടത്തിയ അധിനിവേശത്തെയും എതിർക്കണം എന്നു പറയുന്നതിൽ ഏതെങ്കിലും അധിനിവേശത്തെ ന്യായീകരിക്കുന്ന വിഷയം ഉണ്ടോ? ഇനി ജയകൃഷ്ണൻ വധത്തെ അപലപിക്കുന്ന വർ ചേകന്നൂർ മൗലവി വധത്തെയും അപലപിക്കണം എന്നു പറഞ്ഞാൽ അവിടെ ഏതെങ്കിലും ന്യായീകരണം നടന്നിട്ടുണ്ടെന്ന് കരുതാമോ?

ഒരു വാട്സാപ്പ് ഗ്രൂപ്പിൽ, ഇംഗ്ലീഷിൽ മാത്രം ഇടപെടുന്ന ഒരു തനി മലയാളി അനവസരത്തിൽ ഇതേ വിഷയം ഉന്നയിച്ചു. എവിടെയാണ് ന്യായീകരിച്ചത് എന്ന ഇതേ ചോദ്യം ഞാൻ ചോദിച്ചപ്പോൾ, അക്കാലത്തെ മലയാള മനോരമയിലൊക്കെ ഞാൻ വായിക്കുകയുണ്ടായി എന്ന് അയാൾ മറുപടി തന്നു. ബെസ്റ്റ്. ലോകത്തിലെ ഒരു കമ്മ്യൂണിസ്റ്റ് വിരോധിയും, ഒരു പക്ഷെ, ഹിറ്റ്ലർ പോലും പറയാത്ത ഒരു കാര്യം, കമ്മ്യൂണിസ്റ്റുകൾ വീണ്ടും അധികാരത്തിൽ വന്നാൽ വിഷം കഴിച്ചു മരിക്കും എന്ന പ്രതിജ്ഞ അക്ഷരംപ്രതി പാലിക്കാതെ ജീവിച്ച ഒരു പത്രാധിപമുതലാളിയുടെ പത്രത്തിൽ നിന്ന് പെറുക്കിയെടുത്താണ് കമ്മ്യൂണിസ്റ്റ് പാർട്ടികളു മായി ബന്ധപ്പെട്ട വാർത്തകൾ ശേഖരിക്കുന്നതെങ്കിൽ, ബെസ്റ്റ് എന്ന് ഞാനും പറഞ്ഞു. കഴിഞ്ഞ ആഴ്ചയോ മറ്റോ കേരളത്തിലെ കൊവിഡ് പ്രതിരോധ പ്രവർത്തനങ്ങൾ ആകെ തകർന്നു എന്നു കാണിക്കാൻ എന്തോ വേലയൊപ്പിച്ച, അതേ പത്രത്തിന്റെ ടി.വി. ചാനൽ ഖേദം പ്രകടിപ്പിക്കുന്നത് കേട്ടു. എന്തൊരു നീളമായിരുന്നു ആ ഖേദപ്രകടന വാചകത്തിന്!

ഇവിടെയാണ് ബഷീറിന്റെ തെളിമയാർന്ന രാഷ്ട്രീയം ഗാന്ധിയു ടേതാണെന്ന് കാരശ്ശേരി മാഷ് നേരത്തെ പറഞ്ഞുവെച്ച കാര്യം കൂട്ടി വായിക്കേണ്ടത് ബഷീർ ഗാന്ധിയനാണെന്ന പഴുതി വെന്ത സംഗതി തീറ്റിക്കാനല്ല, എം.എൻ.വിജയൻ മാഷ് കൊലപാതക ങ്ങളേയും ജീവിഹത്യകളെയുമൊക്കെ ന്യായീകരിച്ചവനാണ് എന്ന് സ്ഥാപിക്കാനുള്ള സംഘടിതശ്രമത്തിൽ തന്റെയും ഒരു കല്ല് വെച്ചു യർത്താനുള്ള വിയർപ്പാണ് എം.എൻ.കാരശ്ശേരി മാഷ് ഇവിടെ ഒഴുക്കിയത്.

ന്യായീകരണം എന്ന വാക്കിന്റെ അർത്ഥം പഠിച്ചുവരാൻ ഒരു നല്ല കലാലയ/സർവ്വകലാശാല അദ്ധ്യാപകനോട് പറയേണ്ടിവരുന്നത് മോശമാവും.

8. “പിന്നെ അദ്ദേഹം മാർക്സിയനാണോ? എനിക്കത് കൃത്യമായിട്ട് അറിഞ്ഞുകൂട”... ചിലരുടെ വിമർശനം എന്താന്നുവെച്ചാല്, ഇവിടത്തെ സി.പി.എം. വേണ്ടത്ര സ്റ്റാലിനിസ്റ്റ് അല്ല എന്നാണോ വിജയൻ മാഷുടെ വിമർശനം?”

എം.എൻ.വിജയൻ മാഷ് ഗാന്ധിയനല്ല എന്ന് എം.എൻ.കാരശ്ശേരി മാഷ് പറഞ്ഞു. ഇനി അദ്ദേഹം മാർക്സിയനാണോ? അത് അറിഞ്ഞുകൂട എന്നാണ് കാരശ്ശേരി മാഷ് പറയുന്നത്. മഹാന്മാർ പറയുന്ന വാക്കുകൾക്ക് വാച്യാർത്ഥം ഉണ്ടാവണമെന്നില്ല. അപ്പോൾ അറിഞ്ഞുകൂട എന്നത് അറിയാം എന്നുതന്നെയാണ് വായിക്കേണ്ടത്. ‘ചിലരുടെ വിമർശനം’ എന്ന് പിന്നീട് പറഞ്ഞ വാചകത്തിലെ ചിലർ ആരെന്നതാണ് ഇനിയുള്ള വിഷയം.

ഇങ്ങനെ ‘തന്റെ രീതികളിൽ നിന്ന് വ്യത്യസ്തമായി, സി.പി.എം നെ സന്നിദ്ധഘട്ടത്തിൽ “ന്യായീകരിച്ച” എം.എൻ. വിജയൻ മാഷ് പിന്നെ പുരയ്ക്ക് ചായാൻ തുടങ്ങിയപ്പോൾ, വെട്ടിക്കുഴിച്ചു മൂടാൻ കുറെ അതിഥിത്തൊഴിലാളികൾ വന്നിരുന്നു. അവരിൽ ചിലരാണ് എം.എൻ.വിജയന് മാർക്സിസം അറിയില്ല എന്ന് കണ്ടുപിടിച്ചത്. അല്ലാതെ കാരശ്ശേരി മാഷൊന്നുമല്ല. ചാഞ്ഞ മരത്തിന്മേൽ പാഞ്ഞ് കേറാൻ സുഖമാണല്ലോ. പഴയ സ്മാർത്ത വിചാരത്തിൽതന്നെ പീഡിപ്പിച്ച അറുപത്തിനാലു പേരുകളാണ് താത്രിക്കുട്ടി വിളിച്ചു പറഞ്ഞത്. എല്ലാവരേയും പുറത്താക്കുകയും ചെയ്തു. പുതിയ ഈ സ്മാർത്ത വിചാരത്തിൽ അറുപത്തിനാലുപേരും ഒരൊറ്റ പീഡകന്റെ പേരാണ് വിളിച്ചുപറഞ്ഞത്. ഈ അറുപത്തിനാലുപേരെയും പിന്നീട് സിലിമേല് എടുത്തു. പീഡകനെ പുറത്താക്കി. എം.എൻ.വിജയൻ ഗ്രാംഷിയെയൊന്നും വായിച്ചിട്ടില്ല എന്ന് ഒരാൾ തറപ്പിച്ചു പറഞ്ഞു. സത്യം പറഞ്ഞാൽ കമ്മ്യൂണിസ്റ്റ് പാർട്ടികളിൽ ഗ്രാംഷിയെ വായിക്കാത്തവർ രണ്ടുമൂന്നുപേരെ ഉണ്ടായിരുന്നുള്ളൂ. ഒന്ന് സഖാവ് താഴത്തേലെ തമ്പാൻ, രണ്ട് സഖാവ് പുഴക്കര മുഹമ്മദ്, മൂന്നാമത്തേത് എം.എൻ. വിജയൻ!

എം.എൻ.വിജയൻ മാഷ് കാൾമാർക്സ് എഴുതിയ ‘മൂലധനം’ വായിച്ചതിന് തെളിവുണ്ട്. കമ്മ്യൂണിസ്റ്റ് മാനിഫെസ്റ്റോയും വായിച്ചിട്ടുണ്ടാകും. ഗ്രാംഷിയേയും ഫ്രോമിനേയും വായിച്ചതിനും തെളിവുണ്ട്. തന്റെ ആദ്യകാല രാഷ്ട്രീയ പ്രവർത്തനത്തെക്കുറിച്ച് സംശയരോഗികൾ സന്ദേഹം പ്രകടിപ്പിച്ചപ്പോൾ, “അതിന്റെ വൗച്ചറുകളൊക്കെ സൂക്ഷിച്ചുവെച്ചിട്ടുണ്ട്. കാണിക്കേണ്ടവരെ കാണിച്ചോളാം” എന്ന് എം.എൻ. വിജയൻ മാഷ് ഒരിക്കൽ പറയുകയുണ്ടായി.

പറഞ്ഞെഴുതിച്ച കാലിഡോസ്കോപ് എന്ന ആത്മകഥയിൽ, ആദ്യ അദ്ധ്യായത്തിൽത്തന്നെ എം.എൻ.വിജയൻ മാഷ് പറയുന്ന ഒരോർമ്മയുണ്ട് അതിങ്ങനെയാണ്:

"എന്റെ കാഴ്ചയിലേക്ക് ആദ്യം നടന്നെത്തിയ കമ്മ്യൂണിസ്റ്റ്കാരൻ ജോൺ വൈദ്യരായിരുന്നു. കൊടുങ്ങല്ലൂർ ക്ഷേത്രപരിസരത്ത് അദ്ദേഹം ഒരു ആയുർവ്വേദ കട നടത്തുകയായിരുന്നു. കുട്ടികൾക്ക് വയറിളക്കാനുള്ള ഇച്ഛാഭേദി തൈലമായിരുന്നു മുഖ്യ വ്യാപാരം.

കൊടുങ്ങല്ലൂർ ക്ഷേത്രത്തിന്റെ വടക്കുഭാഗത്ത് അദ്ദേഹം കമ്മ്യൂണിസ്റ്റ് പാർട്ടിയുടെ ചുവന്ന കൊടിയുയർത്തിക്കൊണ്ട് പ്രസംഗിക്കുന്നതു കേൾക്കാൻ ആരുമുണ്ടായിരിക്കില്ല. കമ്മ്യൂണിസ്റ്റ് പാർട്ടിയുടെ കൊടി കണ്ടാൽ അന്ന് ആളുകൾ പേടിച്ചോടുന്ന കാലമാണ്.

കണ്ണൂരിൽ നിന്ന് വർഷങ്ങൾക്ക് ശേഷം കൊടുങ്ങല്ലൂരിലേക്ക് തിരിച്ചുവന്നപ്പോൾ ഞാൻ അദ്ദേഹത്തെ അന്വേഷിച്ചു. അദ്ദേഹം പറവൂരിലുണ്ടെന്നാണ് കേട്ടത്. ബാല്യത്തിൽ എന്റെ കണ്ണുകളിൽ അത്ഭുതാദരങ്ങളുടെ നിഴൽ വീഴ്ത്തിയ ജോൺ വൈദ്യരെ ചോദിച്ചവർക്കൊന്നും അറിയുമായിരുന്നില്ല.

9. "എന്റെ പ്രശ്നം, ഫ്രോയിഡ് ആണ് അദ്ദേഹത്തിന്റെ ലോകവീക്ഷണത്തിന്റെ വാതിൽ, ഇന്നലയെങ്കിൽ മാർക്സ് അതിൽ വരുമോ? അതിനെപ്പറ്റി തീർപ്പാക്കാൻ അർഹതയുള്ള ആളല്ല ഞാൻ."

മനുഷ്യരുടെ ഉള്ളിലിരുപ്പ് വലിച്ചു പുറത്തിട്ട സിഗ്മണ്ട് ഫ്രോയിഡും മനുഷ്യരുണ്ടാക്കിയ വ്യവസ്ഥിതികളുടെ ഉള്ളുകള്ളികൾ വെളിവാക്കിയ കാൾമാർക്സും എവിടെയെങ്കിലും കണ്ടുമുട്ടുന്നുണ്ടോ എന്ന അന്വേഷണം വളരെ പ്രാധാന്യമുള്ളതാണ് "അവര് പണ്ടേ മിണ്ടൂല്ലപ്പ" എന്നു പറഞ്ഞൊഴിയുന്നത് ശാസ്ത്രീയ യുക്തിക്ക് ചേർന്നതല്ല. എറിക്ഫ്രോം അത്തരം ഒരു പഠനം നടത്തിയിട്ടുണ്ട് എന്ന് എം.എൻ. കാരശ്ശേരി മാഷ് പറയുന്നു. പക്ഷേ ആ കൃതി ഒരു അക്കാഡമിക് കൗതുകത്തിനപ്പുറം പോകുന്നുമില്ല എന്നാണ് അദ്ദേഹത്തിന്റെ സംശയാലുവായ നിഗമനം.

മാർക്സിനെയും ഫ്രോയിഡിനെയും അടുത്തടുത്ത് നിർത്തിക്കൊണ്ട്, എറിക് ഫ്രോം പറയുന്നത് ഇങ്ങനെയാണ്. "ഈ പുസ്തകത്തിൽ എന്റെ ആകാംക്ഷകൾ മാർക്സിനെയും ഫ്രോയിഡിനെയും കുറിച്ച് മാത്രമാണ്. അങ്ങനെ അവരുടെ പേരുകൾ ചേർത്തു പറയുമ്പോൾ രണ്ടുപേരും ഒരേ പദവിയിലുള്ളവരും ഒരേ ചരിത്രപരമായി പ്രാധാന്യമുള്ളവരുമാണെന്ന ധാരണയുണ്ടാവാം. അങ്ങനെയല്ല എന്ന് തുടക്കത്തിൽത്തന്നെ ഞാൻ വ്യക്തമാക്കുന്നു. മാർക്സ്

ലോകചരിത്രത്തിൽത്തന്നെ പ്രധാനമായ ഒരു ബിംബമാണെന്നും ഫ്രോയ്ഡ് ആ തരത്തിൽ ഒരു താരതമ്യം പോലും അർഹിക്കുന്നില്ല എന്നും പ്രത്യേകിച്ച് എടുത്തു പറയേണ്ടതില്ല.''

എം.എൻ.വിജയൻ മാഷ് അങ്ങനെ വലുപ്പച്ചെറുപ്പങ്ങളുടെ അടിസ്ഥാനത്തിൽ വിലയിരുത്തുന്നില്ല. അദ്ദേഹത്തിന്റെ ഏറ്റവും പ്രസിദ്ധവും സമഗ്രവുമായ പ്രഭാഷണങ്ങളിലൊന്ന് 'മാർക്സും ഫ്രോയിഡും' എന്ന വിഷയത്തിലാണ്. "നാം ഉണർന്നിരിക്കേണ്ട ഒരു കാര്യം ഫ്രോയിഡിനെപ്പോലെ മറ്റ് ബൂർഷ്വാ ശാസ്ത്രജ്ഞന്മാരും ചിന്തകരും കണ്ടെത്തിയിട്ടുള്ള ജീവിതമൂല്യങ്ങളെ ഉൾക്കൊള്ളുക എന്നത് ഒരു കമ്മ്യൂണിസ്റ്റ് സമുദായത്തിന്റെ കടമയും അവകാശവും ആണ് എന്നതാണ്. ഈ അർത്ഥത്തിലാണ് വാസ്തവത്തിൽ നാം ഫ്രോയിഡിന്റെ ആശയങ്ങളെ ഇന്ന് സമീപിക്കേണ്ടത്. പലരും, ഒരുപക്ഷെ എറിക് ഫ്രോം പോലും ഇത്തരത്തിലാണോ ഫ്രോയിഡിനെ സമീപിക്കുന്നതെന്ന് ഞാൻ സംശയിക്കുന്നു'' എന്ന് അതിൽ പറയുന്നുണ്ട്.

ലിഖിത രൂപത്തിൽ വന്ന് ആ പ്രഭാഷണം മുഴുവനും ഇവിടെ എടുത്തു ചേർക്കുന്നത് അപ്രായോഗികവും അനുചിതവുമായതുകൊണ്ട് അതിലെ നിഗമനങ്ങളിലൊന്ന് ഇവിടെ അവതരിപ്പിക്കാം:

"മൗലികമല്ലാത്ത മാറ്റം നമ്മുടെ ലക്ഷ്യത്തിൽ നിന്ന് നമ്മെ വ്യതിചലിപ്പിക്കുകയും നമ്മുടെ ലക്ഷ്യം അത്രത്തോളം അകന്നതായിത്തീരുകയും ചെയ്യുന്നു. ലക്ഷ്യം വളരെ സരളമാണ്. ആരാണ് മകൻ എന്നുള്ളതാണ്. അതാണ് ഫ്രോയ്ഡിയൻ രീതിയിൽ പറയുക. നാം മണ്ണിന്റെ മക്കളെപ്പറ്റിപ്പറയുന്നു. മണ്ണിന്റെ മക്കൾ എന്നുള്ളതിന്റെ അർത്ഥം മണ്ണിന്റെ മക്കൾക്കാണ് ഭൂമിയുടെ അവകാശം, മണ്ണിന്റെ അച്ഛനുള്ളതല്ല എന്നതാണ്. അതൊരു ഫ്രോയ്ഡിന്റെ പ്രയോഗരീതിയാണ്. മണ്ണിന്റെ മക്കൾ എന്നുള്ളതിനർത്ഥം, ഈ ഭൂമി മക്കൾക്ക് പിടിച്ചടക്കാനുള്ളതാണ് എന്നതാണ്. എന്നാൽ ഇതിനെയാണ് ഫ്രോയ്ഡ് അദ്ദേഹത്തെ ആളുകൾ അമാർക്സിയൻ എന്നു പരിഹസിക്കുന്നു-ഈഡിപ്പസ് പ്രശ്നത്തിൽ പറഞ്ഞിട്ടുള്ളത്.''

10. "നമ്മുടെ സാമൂഹിക ചിന്തയ്ക്കുള്ള സംഭാവന എന്താണ്? രാഷ്ട്രീയത്തിൽ അദ്ദേഹം എന്ത് മൂല്യം ഉയർത്തിപ്പിടിക്കാനാണ് ആഗ്രഹിച്ചിരുന്നത്?'' ....''ഒരു രാഷ്ട്രീയ ചിന്തകൻ എന്നു പറയുമ്പോൾ അതിലൂടെ നമുക്ക് കിട്ടുന്നത് എന്താണെന്ന് - അങ്ങിനെ ആലോചിക്കുമ്പോൾ ഞാൻ എവിടെയും എത്തിയിട്ടില്ല.''

രാമായണം മുഴുവനും വായിച്ചിട്ടും, നാടൻ ഭാഷയിൽ പറയുംപോലെ, ഒരു തിരിവാട് കിട്ടിയില്ല എന്ന് പറയാൻ പറ്റില്ല. കാരണം രാമായണം

മുഴുവൻ വായിച്ചില്ല എന്നതു തന്നെ. രാമായണത്തിലെ ഏറ്റവും പ്രധാന ശ്ലോകം ഏത്, വിഭീഷണന്റെ ആരാണ് മണ്ഡോദരി എന്നിങ്ങനെയുള്ള പൊതുവിജ്ഞാനപരമായ ചോദ്യങ്ങൾ കേൾക്കുമ്പോൾ അതാതിടം മറിച്ചുനോക്കുന്ന ഏർപ്പാടായിപ്പോയി എം.എൻ. കാരശ്ശേരി മാഷുടേത് എന്നു പറയാൻ ഖേദമുണ്ട്. മാഷെപ്പോലൊരാൾ ഇങ്ങനെ ഒട്ടും സജ്ജമല്ലാതെ ഇറങ്ങിപ്പുറപ്പെടരുതായിരുന്നു.

ബഷീറിലും എം.എൻ.വിജയൻ മാഷിലുമുള്ള പൊതുവായ നിലപാടുകളെക്കുറിച്ച് ഉറപ്പുള്ള കാരശ്ശേരി മാഷ്, അതിങ്ങനെ എടുത്തുപറയുന്നത് നേരത്തെ സൂചിപ്പിച്ചു. ഇവയാണ് ആ നിലപാടുകൾ:

1. സാമ്രാജ്യത്വത്തിന് എതിരാണ്.
2. കോളനി വാഴ്ചയ്ക്ക് എതിരാണ്.
3. ബ്രിട്ടീഷ് ആധിപത്യത്തിന് എതിരാണ്.
4. അതിനു വേണ്ടിയുള്ള സമരം നടത്തുക.
5. രാജാധിപത്യത്തിന് എതിരാണ്.
6. ജന്മിത്തത്തിന് എതിരാണ്
7. മുതലാളിത്തത്തിന് എതിരാണ്
8. പാവങ്ങളുടെയും തൊഴിലാളികളുടെയും കൂടെയാണ്.

ഇത്രയും നിലപാടുകൾ ഒരു വ്യക്തിയിലുണ്ട് എന്ന് തിരിച്ചറിഞ്ഞിട്ടും ആ വ്യക്തിയുടെ രാഷ്ട്രീയം എന്തെന്ന് മനസ്സിലാക്കാൻ കഴിയാത്തതിൽ സ്വയം ജാള്യത തോന്നേണ്ടതാണ്. പക്ഷെ എന്നെ അത്ഭുതപ്പെടുത്തുകയും നിരാശപ്പെടുത്തുകയും ചെയ്തത്, എല്ലാ തരത്തിലുമുള്ള സമഗ്രാധികാരങ്ങൾക്കും എതിരായിരുന്നു. എം.എൻ.വിജയൻ മാഷ് എന്ന കാര്യം കാരശ്ശേരി മാഷ് ഓർക്കാഞ്ഞതും തന്റെ നാല്പത്തഞ്ച് മിനുട്ട് പ്രഭാഷണത്തിൽ ഒരിക്കൽപ്പോലും, ഒരുപക്ഷേ 1973 മുതൽ എം.എൻ. വിജയൻ മാഷ് ആരംഭിച്ച ഫാസിസ്റ്റ് വിരുദ്ധപോരാട്ടത്തെക്കുറിച്ച് പരാമർശിക്കാത്തതുമാണ്. 'പഴയ സത്യവും പുതിയ മിഥ്യയും' എന്ന 1973ലെ ലേഖനത്തിൽ ഇന്ത്യയിൽ സമഗ്രാധികാര പ്രവണതകളുടെ നാമ്പെടുക്കൽ അദ്ദേഹം കാണുന്നുണ്ട്. സൂചന നൽകുന്നുണ്ട്:

"പുതിയ ഭാരതത്തിൽ മാതൃദേവതയുടെ അനാദിരൂപം കൂടുതൽ ശക്തവും സർവ്വംഗ്രാഹകവും ആയിത്തീരുവാൻ സാദ്ധ്യതകളുണ്ട്. ദുർഗ്ഗ അവതരിച്ചിരിക്കുന്നു എന്ന് കവികൾ പാടിത്തുടങ്ങിയിരിക്കുന്നു. ഒരു കൈകൊണ്ട് പ്രഹരിക്കുകയും മറുകൈകൊണ്ട് തലോടുകയും ചെയ്യുന്ന മഹിഷാസുരമർദ്ദിനിയും സർവ്വരക്ഷിണിയുമായ ഈ മാതാവിനെ നിഗൂഢഭീതിയോടെയാണ് ഭാരതീയർ വീക്ഷിച്ചു പോന്നിട്ടുള്ളത്."

1975 ജൂണിൽ ഇന്ദിരാഗാന്ധി അടിയന്തിരാവസ്ഥ പ്രഖ്യാപിക്കുന്നു. രണ്ടു വർഷക്കാലം നീണ്ടുനിന്ന അടിച്ചമർത്തലുകളുടെ കാലത്ത് നടന്നതെല്ലാം ചരിത്രം. "ചരിത്രത്തിൽ നിന്ന് ആരെങ്കിലും എന്തെങ്കിലും പഠിച്ചതായി ചരിത്രം നമ്മെ പഠിപ്പിക്കുന്നില്ല" എന്ന് വിജയൻ മാഷ് പിന്നീടെഴുതി.

ഏറ്റവും പ്രധാനപ്പെട്ട ഫാസിസ്റ്റ് വിരുദ്ധപ്പോരാളിയാണ് എം.എൻ. വിജയൻ മാഷ്. വളരെ ചിട്ടയോടുകൂടിയുള്ള വർഗ്ഗീയ ഫാസിസ്റ്റ് വ്യാപനത്തെക്കുറിച്ചുള്ള മുന്നറിയിപ്പുകൾ കേരളത്തിൽ അങ്ങോളമിങ്ങോളം നടന്ന് അദ്ദേഹം നൽകുകയുണ്ടായി. ഫാസിസത്തിന്റെ ലക്ഷണത്തെക്കുറിച്ചും ഹൈന്ദവ ഫാസിസത്തിന്റെ രീതികളെക്കുറിച്ചുമാണ് അദ്ദേഹം പറഞ്ഞുകൊണ്ടേയിരുന്നത്. ഉദാഹരണങ്ങൾ എടുത്തെഴുതേണ്ടതില്ലാത്ത വിധം സൂക്ഷ്മവും സമഗ്രവുമായ അറിവുകളാണ് അദ്ദേഹം നൽകിക്കൊണ്ടിരുന്നത്. വരേണ്യവർഗ്ഗത്തിന്റെ പ്രത്യയശാസ്ത്രം എങ്ങനെയാണ് ഇന്ത്യൻ മനസ്സിലേക്ക് ഒളിച്ചുകടത്തുന്നത് എന്നദ്ദേഹം പറഞ്ഞുതന്നു. ഇതരമതസ്ഥരെ, പ്രത്യേകിച്ച് മുസ്ലിംകളെ പ്രതിസ്ഥാനത്തു നിർത്തിയുള്ള രാഷ്ട്രീയ പ്രചരണത്തിന് എത്ര പെട്ടെന്നാണ് ഭൂരിപക്ഷത്തിന്റെ അംഗീകാരം കിട്ടിയത് എന്നതിൽ എം.എൻ. വിജയൻ മാഷെ അവഗണിച്ചതിന്റെ ഫലവും കൂടിയുണ്ട്.

ഈ മഹത്തായ പോരാട്ടമാണ് കാരശ്ശേരി മാഷ് ഒരു വാക്ക് കൊണ്ട് കൂടി സൂചിപ്പിക്കാതെ പോയത്. ഇത് അവിചാരിതമായി ഉണ്ടായ മറവിയല്ല, ബോധപൂർവ്വമാണെന്നു തന്നെ ഞാൻ കരുതുന്നു. ഒന്ന്, അങ്ങനെ, പറഞ്ഞാൽ പിന്നെ എം.എൻ.വിജയൻ എന്ന 'ആശയക്കുഴപ്പ'ത്തെപ്പറ്റി ഒന്നും പറയാനാവില്ല. രണ്ട്, "ഒരു രാജ്യം ഒരു പെൻഷൻ" തുടങ്ങി ചില ആശയങ്ങളെ പിന്തുണയ്ക്കുക വഴി സംഘപരിവാറിന്റെ നല്ല കുട്ടിയാവാനുള്ള ഒരു ശ്രമത്തിന് ഫാസിസ്റ്റ് വിരുദ്ധ പരാമർശങ്ങൾ വിഘാതമാവുമോ എന്ന ആശങ്ക.

പിന്നെ ഫണ്ടിംഗ്, ജനകീയാസൂത്രണം തുടങ്ങിയ ചില ചോദ്യങ്ങളും എം.എൻ. കാരശ്ശേരി മാഷ് ഉന്നയിക്കുന്നുണ്ട്. കേരള ശാസ്ത്ര സാഹിത്യ പരിഷത്ത് ഫണ്ടിങ്ങുമായി ബന്ധപ്പെട്ട ഹൈക്കോടതിയിൽ കൊടുത്ത ഒരു മാനനഷ്ടക്കേസിൽ വിജയിച്ച വിവരം ലോകത്തോട് പറയാനാണ് എം.എൻ.വിജയൻ മാഷ് അവസാനമായി വീട്ടിൽ നിന്ന് ഇറങ്ങിയത്. "വ്യക്തിയല്ല രാഷ്ട്രമാണ് പ്രധാനം" എന്നാണ് അദ്ദേഹം അവസാനം പറഞ്ഞ വാക്കുകൾ. ആ വിധി പതിമൂന്നു കൊല്ലത്തിനുശേഷവും ഇനിയും പൂർണ്ണമായി നടപ്പാക്കിയിട്ടില്ല. ഇത്രമാത്രം."

3 ഓഗസ്റ്റ് 2020

www.ingramcontent.com/pod-product-compliance
Lightning Source LLC
LaVergne TN
LVHW060117051026
849517LV00007B/2332
* 9 7 8 9 3 9 1 0 0 6 7 6 1 *